வார்த்தை,
உயிர்மெய்யெழுத்து, இலக்கணம்
போன்றவை...

வார்த்தை, உயிர்மெய்யெழுத்து, இலக்கணம் போன்றவை...

தற்கால கன்னடச் சிறுகதைகள்

தொகுப்பும் மொழியாக்கமும்

கே. நல்லதம்பி

எதிர் வெளியீடு

வார்த்தை, உயிர்மெய்யெழுத்து, இலக்கணம் போன்றவை...
தற்கால கன்னடச் சிறுகதைகள்

தொகுப்பும் மொழியாக்கமும்: கே. நல்லதம்பி

முதல் பதிப்பு: ஆகஸ்ட் 2018

எதிர் வெளியீடு,
96, நியூ ஸ்கீம் ரோடு, பொள்ளாச்சி - 642002.
தொலைபேசி: 04259 - 226012, 99425 11302.

விலை: ரூ. 200

VaaRthai, UyirMeiyeLuthu, IlaKKanam PoNtravai...

Compiled and Translated by K. Nallathambi

First Edition: August 2018

Published by
Ethir Veliyeedu, 96, New Scheme Road. Pollachi - 642002.
Email: ethirveliyedu@gmail.com
www.ethirveliyedu.in

Price: ₹ 200

Wrapper Design: Santhosh Narayanan

ISBN : 978-93-87333-35-2

Layout : Publishing Next

Printed at Jothy Enterprises, Chennai.

All rights reserved. No part of this book may be reprinted or reproduced or utilised in any form or by any electronic, mechanical or other means, now known or hereafter invented, including photocopying and recording, or in any information storage or retrieval system, without permission in writing from the Publisher.

கே. நல்லதம்பி

பிறப்பு 29.11.1949, மைசூரில். படிப்பு B.A.வரை. ஒரு தனியார் கம்பெனியில் வியாபாரப் பிரிவின் அகில இந்திய மேலாளராக 35 வருடம் வேலை பார்த்து, ஓய்வுபெற்றவர். நிழற்படக் கலையில் ஆர்வமிக்கவர். பல உலக மற்றும் தேசியக் கண்காட்சிகளில் இவரது நிழற்படங்கள் பார்வைக்கு வைக்கப்பட்டு, பல பரிசுகளும் பெற்றிருக்கின்றன. கன்னடத்திலிருந்து தமிழுக்கும், தமிழிலிருந்து கன்னடத்திற்கும் கவிதைகள், சிறுகதைகள், கட்டுரைகளை மொழிபெயர்த்து வருகிறார்.

குவெம்பு பாஷா பாரதி வெளியீடுகளான பெரியார் விசாரகளு, தேங்கான மஹிளா லேககரு, நித்தம்பொசது போன்ற தொகுப்புகளுக்காக தமிழ்க் கட்டுரைகளை கன்னடத்தில் மொழிபெயர்த்துள்ளார்.

இவருடைய படைப்புகள்:

கன்னடத்திலிருந்து தமிழிற்கு:

1. மொட்டு விரியும் சத்தம் - லங்கேஷ் அவர்களின் 'நீலூ கவன' கவிதைத் தொகுப்பு.
2. கடுகு வாங்கி வந்தவள் - பாரதி பி.வி. (புனைகதை)
3. காச்சார் கோச்சர் (புனைகதை)

தமிழிலிருந்து கன்னடத்திற்கு:

1. மாதொருபாகன் - பெருமாள் முருகன் (புனைகதை)
2. பூக்குழி - பெருமாள் முருகன் (புனைகதை)
3. ஒரு புளியமரத்தின் கதை - சுந்தர இராமசாமி (புனைகதை)
4. தமிழ் பத்துக்கதைகள் - தமிழ் எழுத்தாளர்களின் சிறுகதைத் தொகுப்பு

பொருளடக்கம்

01	தொழில்	12
02	கோருகன	24
03	சிரத்தை	42
04	மௌனி	54
05	மூக்கன்	73
06	மூன்று சக்கர வண்டி	88
07	தண்ணீர்	99
08	வார்த்தை, உயிர்மெய்யெழுத்து, இலக்கணம் போன்றவை	118
09	அதீத காமம்	143
10	சன்னலுக்கு கொக்கி இல்லை	158
11	பாம்பாட்டி	171
12	நிர்வாணம்	182

என் மனதிலிருந்து...

வாசகர்களுக்கு வணக்கம்,

என் தாத்தா, தந்தை தமிழ்நாட்டிலிருந்து 1940களில் கர்நாடகாவிற்குப் புலம்பெயர்ந்தவர்கள். நான் பிறந்து, வளர்ந்தது கர்நாடகாவின் மைசூரில். என்னுடைய முதல்நிலைப் பள்ளிப் படிப்பும், நடுநிலைப் பள்ளிப்படிப்பும் கன்னட மொழியில்தான் நடந்தது. 1950-60 ஆண்டுகளில் எங்கள் சமுதாயத்தின் சுமார் முப்பது குடும்பங்கள் மைசூரில் வசித்து வந்தோம். அப்போது தமிழ் கற்றுக்கொடுக்க அங்கே எந்தப் பள்ளியும் இருக்கவில்லை. அந்த முப்பது குடும்பங்களின் பெரியவர்கள் ஒன்றாகக் கலந்தாலோசித்து தங்கள் குழந்தைகளுக்கு தமிழ் கற்றுக்கொடுக்க ஏதாவது ஏற்பாடு செய்யவேண்டும் என்று முடிவு செய்து, கும்பகோணத்திலிருந்து ஒரு பிராமணத் தமிழ் ஆசிரியரை மைசூருக்கு அழைத்துவந்து, அவருக்குத் தேவையான வசதிகளைச் செய்துகொடுத்து, தமிழ் கற்றுக்கொடுக்க ஏற்பாடு செய்தார்கள். அப்படித்தான் நானும் தமிழ் கற்றேன். அது சமயம் மேல்நிலைப்பள்ளியில் தமிழ் இரண்டாம் பாடமாகக் கற்க வாய்ப்பிருந்தது. பிறகு கல்லூரியிலும் அதற்கான ஏற்பாடுகள் இருந்தன. இப்படித் தமிழும், கன்னடமும் சேர்ந்து கற்றது, எனக்கு இப்போது பயனுள்ளதாக இருக்கிறது. நான் இதற்காக அந்தப் பெரியோர்களுக்கு இப்போதும் நன்றி சொல்லிக் கொள்கிறேன்.

பணியில் இருந்து ஓய்வு பெற்றதும் செய்வதறியாது ஓராண்டு காலம் தோன்றிய இடமெல்லாம் சுற்றி, பயனுள்ள பணி எதையாவது செய்யவேண்டும் என்று நினைத்தபோது, தோன்றியது படிக்கவும், எழுதவும். பொழுதுபோக்கிற்காக பேஸ்புக்கில் சில கன்னடக் கவிதைகளைத் தமிழிற்கும், தமிழ்க் கவிதைகளைக் கன்னடத்திற்கும் மொழிபெயர்த்து வெளியிட்டபோது, நல்ல வரவேற்பு கிடைத்தது. அதுவே

இப்போது நான் மொழிபெயர்ப்பதற்குத் தூண்டுதலாகவும் இருந்தது.

இப்படிக் கவிதைகளை மொழிபெயர்க்கத் தொடங்கியவன், சிறுகதை, நாவல்களையும் மொழிபெயர்க்கத் தொடங்கினேன். அப்படி உருவானவைகள்தான் இந்தக் கதைகள். இந்தக் கதைகளில் சிலவற்றைக் காலச்சுவடு, கணையாழி, தொடரும் இதழ்கள் வெளியிட்டு ஊக்குவித்தன. அந்த இதழ்களின் ஆசிரியர்கள் எல்லோருக்கும் என் மனமார்ந்த நன்றியை இங்கே தெரிவித்துக்கொள்ள கடமைப்பட்டிருக்கிறேன்.

என்னை எப்போதும் எழுதத் தூண்டி, ஊக்குவிக்கும் திரு. தமிழவன், திரு. பாவண்ணன் அவர்களுக்கு எனது மனமார்ந்த நன்றி. எனது பல தமிழ் நாவல்களையும், சிறுகதைகளையும் முதலில் படித்துத் திருத்திக்கொடுக்கும் திருமதி. விமலா நடராஜன் அவர்களுக்கும், திரு. பாவண்ணன் அவர்களுக்கும் என்றென்றும் கடமைப்பட்டவன்.

இந்தத் தொகுப்பில் இருக்கும் கதைகளை மொழிபெயர்க்க அனுமதி அளித்த இக்கதைகளின் கன்னட ஆசிரியர்களுக்கும் எனது மனமார்ந்த நன்றிகளைத் தெரிவித்துக்கொள்கிறேன்.

எனக்கு எப்போதும் உறுதுணையாக இருக்கும் என் குடும்பத்தாருக்கு என் நன்றிகள்.

இந்தத் தொகுப்பை மிக நேர்த்தியாக வெளியிடும் ‘எதிர் வெளியீடு’ ஆசிரியர் திரு. அனுஷ் அவர்களுக்கு என் மனமார்ந்த நன்றிகள்.

இப்போது இந்தச் சிறுகதைத் தொகுப்பான ‘வார்த்தை, உயிர் மெய்யெழுத்து, இலக்கணம் போன்றவை...’ தற்காலக் கன்னடக் கதைகள் வாசகர்களான உங்கள் கைகளில். படித்துவிட்டு, உங்கள் எண்ணங்களைப் பகிர்ந்துகொள்ள அன்புடன் வேண்டுகிறேன்.

இப்படிக்கு

கே. நல்லதம்பி

15.7.2018

kntt1949@gmail.com

+91-988 071 8541

கோபிநாத ராவ்

இவர் பிறந்தது கர்நாடகாவின் கடலோரப் பகுதியில். சார்ட்டட் அக்கவுண்டண்ட்டாக இருபது வருடங்களாக துபாயில் பணிபுரிகிறார். கன்னடத்தில் கதை எழுதுவதில் மிக்க ஆர்வமுள்ளவர். இவருடைய முப்பத்தைந்து சிறுகதைகள் பிரசுரமாகியுள்ளன. இரண்டு சிறுகதைத் தொகுப்புகள் 'சார்வபௌமா' மற்றும் 'பாம் பாம் ரயில்' என்ற தலைப்புகளில் வெளியாகியுள்ளன. மூன்றாவது தொகுப்பு விரைவிலேயே வெளிவரவிருக்கிறது.

தொழில்

■ கோபிநாத ராவ்

அமெரிக்காவின் நேவடா மாநிலத்தின் சிறிய நகரம். அப்சரைகள் நிறைந்த சொர்க்கம் என்றே புகழ்பெற்ற ஊர் அது. அவசரவசரமாக எனது மீட்டிங்கை முடித்துக்கொண்டு நூறு கிலோமீட்டர் தொலைவிலுள்ள அந்த நகரத்திற்கு டாக்சி ஒன்றைப் பிடித்துப் புறப்பட்டேன். நூறு கிலோமீட்டர் இங்கேதான் மிக அருகில் என்பதைப்போல... சில மணித்துளிகளில் வந்தடைந்தேன். வழியில் வாங்கிய சாண்ட்விச்சைத் தின்று, தண்ணீர் அருந்தி, வயிற்றுப் பசியை தீர்த்துக் கொண்டேன். ஆனால் மற்றொரு பசி. தேகத்தைக் குடைந்து கொண்டிருந்தது! அதைப் பசி என்று சொல்வதைவிட ஒருவிதமான உவகை என்று சொன்னால் பொருந்தும். 'பயிற்சிக்கென்று நிறுவனத்தின் செலவில் அமெரிக்காவிற்கு, அதுவும் நேவடா நகரத்தின் வாயிலுக்குச் செல்கிறாய், மற்றொருமுறை அங்கு செல்லும் வாய்ப்பு அமையுமா தெரியாது. என்னைப் பொருத்தவரை இது ஒரு நல்ல அவகாசம். நேவடா ஒன்றும் பசிக்காக விலைபோகும் ஏழைப் பெண்களின் சேரியல்ல. இங்கிருப்பவர்கள் தின்றுகொழுத்து சுகப்பட விரும்பும் பெண்கள். தேக சுகத்தின் ஆசைக்காக தொழில் செய்யும் 'ப்ரொஃபஷனல்' பெண்கள். உனக்கு வாழ்க்கையில் ஒருமுறைதான் கிடைக்கும் இதுபோலான சந்தர்ப்பம். இதையும் ஒரு சோதனைபோல நினைத்து அனுபவித்துவிடவேண்டும். நான் அப்படித்தான் நடந்திருப்பேன். இனி உன் விருப்பம்' என்று முன்பே நண்பன் வசந்தன் சொல்லியிருந்ததால் வாயில் எச்சில் ஊறியது.

எவ்விதக் கட்டுப்பாடுகளுக்கும் உட்படாத ஆண்-பெண் உடலுறவு என்னும் கற்பனையே எனக்கு வியப்பையும், ரோமாஞ்சனத்தையும் ஏற்படுத்தியது. பெரிய எழுத்தாளனாக வேண்டும் என்று ஆசைப்படுபவன், கதை, நாவல்களில் ஆங்காங்கே இரசனை நிறைந்த ஒரு செக்ஸ் காட்சியை இடைச்செருகாமல் இருந்தால் எழுத்து சப்பென்று தோன்றிவிடாதா? பெரிய பெரிய எழுத்தாளர்களுக்கும் பல வெளி உறவுகள் இருந்தது என்றும், அப்படியான உறவுகள் தந்த அனுபவத்தால் ஊக்கம் பெற்று பெரிய படைப்புகளை அவர்களால் படைக்க முடிந்ததாகவும் கேள்விப் பட்டிருக்கிறேன். உண்மையாக எழுதவேண்டுமென்றால் பல அனுபவங்களைத் தனதாக்கிக்கொள்ளாமல் இருந்தால் எப்படி! ஆனாலும் ஒருவிதமான பயம். இங்கேயே இன்னும் அதை அனுபவிக்காதவன் அங்கே போய் அவமானப் பட்டுவிடக்கூடாதல்லவா!

"அங்கிருக்கும் வைபோகத்தை மட்டுமே பார்த்து, யாருடனும் உடலுறவு கொள்ளாமலேயே திரும்ப முடியுமா?" என்று உறுத்தலுடன் வசந்தைக் கேட்டிருந்தேன். அவன் வயிறு குலுங்கச் சிரித்து, "மடையா, உனக்கு அவ்வளவு அலர்ஜியாக இருந்தால் போகவேண்டாம். நீ போகவிட்டால் அவர்கள் நட்டப்பட்டு கடைகளை மூடிவிடப் போவதில்லை. அங்கே சென்று எனக்கு தேக சுகம் வேண்டாம், சும்மா உங்களின் அழகை இரசிக்க வந்தேன் என்று சொன்னால், இப்படியான இந்தியர்களும் இருக்கிறார்களா என்று அவர்கள் கேலி செய்வார்கள். எங்களைக் கேவலமாகப் பார்ப்பதற்கு இங்கே எதற்கு வரவேண்டும் என்று வெளியே தள்ளிக் கதவை மூடவும் செய்யலாம்... என் வார்த்தைகளைத் திரும்பப் பெற்றுக்கொண்டு, உன் காலில் வேண்டுமென்றாலும் விழுகிறேன், நீ அங்கே போக வேண்டாம்..." என்றான்.

கடைசியாக குதூகலத்தைக் கட்டுப்படுத்த முடியாமல் டாக்சி பிடித்தேன். இன்பம் என்னும் அழகிய அனுபூதிக்கு எல்லை எதற்கு!

"இங்கே விபச்சாரத்தை ஒரு தொழிலாக அங்கீகரித்து அரசாங்கமே அதை ஊக்குவிப்பதாகக் கேள்விப்பட்டிருக்கிறேன்" என்றான் டாக்சிக்காரன். "அரசாங்கம் ஊக்கம் கொடுக்கிறது என்பது தவறு. அவர்களையும் காப்பாற்றுகிறது என்று

சொல்லாலாம்." என்றேன். "இல்லை... தற்போது அது பக்காவான உத்தியோகமாக வளர்ந்திருக்கிறது. அங்கே அவர்கள் அளிக்கும் சேவைகளுக்கு விலைப்பட்டியலைத் தருகிறார்கள்..." என்று சொல்லிக்கொண்டே என்னைத் திரும்பிப் பார்த்துக் கேலியாகச் சிரித்தான். "இங்கே பேரம் பேசலாமா?" கேட்டேன் நான். "வியாபாரம் என்றால் பேரம் இல்லாமலா? ஆனால் மோசம் செய்யமாட்டார்கள்" என்று சொன்னான்.

"எங்கே இறங்குகிறீர்கள்?" என்று கேட்டான். அவனுடன் சிறிது நேரம் பேசிய சலுகையில், "இந்த இடம் எனக்குப் புதிது. நீயோ அடிக்கடி வருபவன். எங்கே நல்ல சரக்குக் கிடைக்குமோ அங்கே இறக்கிவிடு. அந்த உதவியைச் செய்வாயா?" என்றேன். அவன் குலுங்கிச் சிரித்தான்.

சிறிது நேரத்திற்குப் பிறகு "நான் இங்கே பலமுறை வந்திருக்கிறேன், ஆனால் இங்கு வந்து சுகத்தை அனுபவித்தேன் என்று நீங்கள் நினைத்தால் அது தவறு. எனக்கான தேவைகளே வேறு. இங்கே இன்பமளிக்க வரும் இந்த வத்தல் தொத்தல் பெண்களுக்கெல்லாம் பணத்தை வீணடிப்பவனல்ல நான். எனக்கு வாட்டசாட்டமான பெண்கள் வேண்டும்" என்று சொல்லி வாய்விட்டுச் சிரித்தான். "என் டாக்சியில் வந்த பலர் இங்கேதான் வந்தார்கள், இங்கே இறங்குங்கள். மற்றும் உங்கள் அதிர்ஷ்டத்தை சோதித்து விடுங்கள். பெஸ்ட் ஆப் லக்" என்று சொல்லி மூன்று மாடிக் கட்டிடம் ஒன்றின் முன் நிறுத்தி பணத்தைப் பெற்றுக்கொண்டு புறப்பட்டான். சுற்றியும் நோட்டமிட்டேன். எதிரில் கடைகள், உணவகங்கள், மக்கள் கூட்டம், கண்களைக் கவரும் விளம்பர விளக்குகள். எனக்கு ஒன்றும் புரியவில்லை. பல நகரங்களில் இதுபோலான 'மால்'களைப் பார்த்திருக்கிறேன். இங்கே எங்கே இருக்கிறது அந்த சுகபோக சொர்க்கம் என்று யாரை, எப்படிக் கேட்பது?

அங்கிருந்த சிறிய உணவு விடுதியொன்றுக்குள் நுழைந்தேன். அங்கே மேசைகள் எல்லாமே இருவர் அமரக்கூடியதாக இருந்தது. காலியாய் இருந்த மேசையின் பக்கத்திலிருந்த நாற்காலி ஒன்றின் மீது அமர்ந்தேன். எல்லா மேசைகளிலும் ஒரு ஆண், ஒரு பெண் அமர்ந்து பேசிக்கொண்டிருப்பதும், சிறிது நேரம் கழித்து எழுந்துபோவதுமாக இருந்தார்கள். ஏறத்தாழ எல்லாப் பெண்களுமே உடலின் கவர்ச்சியான அங்கங்கள் தெரியும்படியான அரைகுறை ஆடைகளில்

தென்பட்டார்கள். இவர்களின் தொழில் நடக்கும் இடம் இது. டீல் முடிந்தவுடன் அதைப் பூர்த்திசெய்துகொள்ள எழுந்து செல்கிறார்கள் என்று தோன்றியது. என்னைப்போல தனியாக அமர்ந்திருந்தவர்கள் இருவர் மட்டுமே. அவர்களில் ஒருவன் ஆர அமர நாளிதழ் வாசித்துக் கொண்டிருந்தான். நாளிதழ் வாசிக்க அவனுக்கு வேறு இடமே கிடைக்கவில்லையா! மற்றொருவன் என்னைப்போல அங்கும் இங்கும் பார்த்துக்கொண்டிருந்தான். மற்ற இரு மேசைகளில், மேசைக்கு இரண்டாக பெண்கள் அமர்ந்திருந்தார்கள். சிறிது வயது முதிர்ந்தவர்களாகத் தெரிந்தார்கள். மற்றொரு மேசையில் மூன்று பெண்கள். இவர்களெல்லாம் கிராக்கியைத் தேடுகிறார்களா, என்ன! போய்க் கேட்கலாம் என்றால், என்னுள் இருந்த பகுத்தறிவு, 'வந்து சில நொடிகளாகவில்லை, அதிகமான உற்சாகம் வேண்டாம், ஒரு ஐந்து விநாடி பொருமையாக இரு' என்று எச்சரித்தது.

இப்படிப் பத்து விநாடிகள் கழிந்தன. 'நீங்கள் ஓட விரும்பினால் உங்கள் கால்களை நீங்கள்தான் முன் வைக்கவேண்டும்' என்ற அர்த்தம் தொனிக்கும் ஆங்கிலப் பழமொழியொன்று நினைவிற்கு வந்தது. 'கங்கையில் குளிக்கக் காசிவரை வந்தவனுக்கு என்ன குளிர்' என்று பகுத்தறிவைப் பின்னுக்கு தள்ளியது சபலம் பிடித்த மனம். அதற்குள்ளாக இரு பெண்கள் அமர்ந்திருந்த ஒரு மேசையிலுந்து ஒரு பெண் எழுந்து என்னைப்போலவே தனியாக இருந்தவனின் எதிரில் போய் அமர்ந்து, பேச்சைத் துவங்கினாள். அந்த மேசையில் அவளுக்குத் துணையாக அமர்ந்திருந்த பெண்ணின் பக்கம் இருந்த காலியான நாற்காலி என்னை அழைத்தது. என் எதிரே இருந்த காலி நாற்காலி என்னைச் சீண்டியது. அவளை ஒருமுறை பார்த்தேன். அவள் ஏதோ சமிக்ஞை செய்ததுபோல தோன்றியது. நான் மெல்லியதாகச் சிரித்தேன். அது போதுமானதாக இருந்தது அவளுக்கு. மெல்ல எழுந்து என்னை நோக்கி வந்தாள். வெள்ளையாகவும் இல்லாமல், கருப்பாகாவும் இல்லாமல் எள்ளெண்ணெயைப் போலான நிறம். ஐந்தரை அடி உயரமான வலுவான தேகம். சிறிது பெருத்த உடல். இறுக்கமாக அணைத்திருந்த ஆடையிலிருந்து பிதுங்கி வெளியே தெரிந்தன உடலின் சில அங்கங்கள். அடர்த்தியான கறுப்பான கூந்தல். நிறைந்து வழிந்த புட்டங்கள்! இடிம்பையைப்போல என் பக்கம் வந்தவளின் திடகாத்திரமான தேகத்தைப் பார்த்து என் மெலிந்த தேகம் நடுங்கியது. நெஞ்சு படபடத்தது. 'தோற்றுவிடக்கூடாது..'

எனக்குள் சொல்லிக்கொண்டேன். சிறுவர்கள் பென்சிலை ஒடிப்பதைப்போல என்னை ஒடித்துவிட்டாள்! 'ஹாய்' என்றாள். நானும் 'ஹாய்' என்றேன். எனது வார்த்தையின் ஒலி வெளியே வரவில்லை. உதடுகள் மட்டும் அசைந்தனபோலத் தோன்றியது. "நீங்கள் எனக்காகக் காத்திருக்கிறீர்களோ என்று எண்ணி வந்தேன்" என்று சொல்லிக்கொண்டே என் முன் இருந்த இருக்கையில் அமர்ந்தாள். "என் பெயர் லீனா, எங்களைத் தேடிக்கொண்டு நேவடா வருபவர்களைப் பற்றி எனக்கு மிகவும் நன்மதிப்பு. அப்படி வருபவர்களை உபசரிப்பதில் எனக்கு அலாதியான மகிழ்ச்சி. வெட்கப்படவேண்டாம். என்னுடைய நடை, உடை, பாவனைகள் உங்களுக்குப் பிடித்திருக்கிறதா? ஓரிரு விநாடி உங்களை ஆசுவாசப்படுத்திக் கொள்ளுங்கள். உங்களிடம் ஏற்பட்டிருக்கும் உத்வேகத்தைக் குறைத்துக்கொள்ளுங்கள். பிறகு பேச்சைத் தொடங்கலாம்" என்று தெளிவான ஆங்கிலத்தில் பேசினாள்.

சிறிது நேரத்திற்குப் பிறகு சுதாரித்துக்கொண்டு சொன்னேன், "நான் இந்தியன், நேவடாவைப் பற்றி வலைத்தளத்தில் படித்துத் தெரிந்துகொண்டேன். பாவச்செயல் என்ற உறுத்தலில்லாமல், உடல் சுகத்தை தொழிலாக்கிக்கொண்ட உங்களைப்பற்றித் தெரிந்துகொள்ளும் ஆர்வத்துடன் வந்திருக்கிறேன். முடிந்தால் உங்களிடமிருந்து போதுமென்ற அளவிற்கு உடல் சுகத்தையும் அடைய விரும்புகிறேன்." சிறிது உதறலுடனேயே வார்த்தைகள் வெளிவந்தன. அவளுக்கு எவ்வளவு கேட்டதோ, எவ்வளவு புரிந்ததோ! "நீங்கள் தவறாகப் புரிந்துகொண்டீர்கள், உங்களுடன் சுகப்படும் பாக்கியம் எனதல்ல. நான் இங்குள்ள ஒரு நிறுவனத்தின் பிரதிநிதி. எங்கள் நிறுவனத்தின் விதிமுறைகளை உங்களுக்குத் தெரிவித்து, உங்கள் தேவைக்கும், பொருள் வசதிக்கும் ஏற்ப அழகிகளைத் தேர்ந்தெடுக்க உதவியாக இருப்பது என் கடமை. உங்கள் ஆர்வமும், உணர்ச்சிகளும் இயல்பு நிலைக்குத் திரும்பியிருந்தால் விவகாரத்தைப்பற்றிப் பேசலாமா?" என்றாள். ஓ! இவள் சேல்ஸ் லேடி. எனது ருசிக்குத் தகுந்ததைத் தேர்தெடுக்க உதவி செய்பவள்! அவ்வளவுதான்! இவள் எப்படியிருந்தால் என்ன!

தன்னுடைய கைப்பேசியிலிருந்த நான்கைந்து நிழற்படங்களைக் காட்டி, அவர்களை வர்ணிக்கத் தொடங்கினாள். வயது, தோலின் வண்ணம், முடியின் வண்ணம், உடல்வாகு, என்ன மொழி பேசுபவள், இப்படிப் படபடவென்று சொல்லிக்கொண்டே

போனாள். பிறகு கைப்பேசியை என் முன்னால் நீட்டி "இந்தப் பொத்தானை அழுத்திக்கொண்டே போங்கள், எங்கள் நிறுவனத்தில் தொழில் செய்யும் எல்லாப் பெண்களின் படங்களும் ஒன்றன்பின் ஒன்றாக வரும் உங்களுக்குப் பிடித்த படத்தைக் காட்டுங்கள், அவளைப்பற்றிய எல்லா விவரங்களையும் தருகிறேன். அவள் தற்போது கிடைப்பாளா என்பதையும் உடனே சொல்கிறேன். அல்லது நான்கைந்து படங்களைத் தேர்ந்தெடுங்கள், அவர்களை உங்கள் முன் ஆஜர் படுத்துகிறேன். அவர்களைப் பார்த்த பின் தேர்வு செய்து உங்கள் முடிவைச் சொன்னால் போதும்" என்று சொல்லி அவளுடைய கைப்பேசியை என்னிடம் கொடுத்தாள். பல வருடங்களுக்கு முன் அப்பா பத்துப் படங்களை என் முன் வைத்து "இந்தப் பெண்களெல்லாம் நல்ல குடும்பத்தைச் சேர்ந்தவர்கள். எந்தப்பெண் பிடித்திருக்கிறாள்? எந்தப்பெண்ணின் பெற்றோர்களுடன் பேசலாம் சொல்லு, சும்மா காலம் கடத்தவேண்டாம். வயது பின்னோக்கிப் போகாது" என்று சொன்னது நினைவிற்கு வந்தது.

வாழ்க்கை முழுவதும் கூடவே இருக்கவேண்டிய உறவைத் தேர்ந்தெடுக்க பத்து விநாடியும் நேரம் தரமுடியாத அப்பா, இங்கே அரை மணி நேர உறவைத் தேர்வு செய்ய அரை மணி நேரம் தரும் இவள்! தேர்வு செய்யும் சுதந்திரம் எனக்கு அங்கும் இருந்தது, இங்கும் இருக்கிறது. ஆனால் அதற்கு நான் அங்கேயும் தயாராக இருக்கவில்லை. இங்கேயும் ஏன் பின்வாங்குகிறேன்? வாழ்க்கை முழுவதற்குமான உறவிற்காகவோ அல்லது ஓரிரு மணி நேரத்திற்கானத் துணைக்காகவோ, தனது துணையைத் தேர்ந்தெடுக்கும் சுதந்திரம் ஆண்-பெண் இருவருக்கும் சரிசமமாக கிடைக்கவேண்டும். இப்படியான பொன்மொழிகளை முகநூலிலும், ட்விட்டரிலும் பதிவு செய்யும் எனக்கு இப்போது ஏன் இப்படி ஒரு தயக்கம் என்று புரியவில்லை.

எனக்கு தேர்ந்தெடுப்பது மிகவும் சிரமமாகிவிட்டது. ரியாலிடி ஷோக்களில் நீதிபதிகளாக வருபவர்களின் மனநிலையும் இப்படித்தான் இருக்குமோ என்று தோன்றியது. நேரத்தைத் தள்ளிப்போட சிறிது நேரம் அவளது கைப்பேசியின் ஸ்க்ரீனை முன்னும் பின்னுமாக தள்ளிப் படங்களை புரட்டிக்கொண்டிருந்தேன். "என்ன, யாரும் பிடிக்கவில்லையா? பரவாயில்லை. அங்கே வேறொரு நிறுவனத்தின் ஆட்கள் இருக்கிறார்கள் அவர்களில் ஒருவரை அனுப்புகிறேன்.

அவர்களிடம் இருக்கும் பெண்களையும் பாருங்கள்" என்று எழுந்து தனது கைப்பேசிக்காக கையை நீட்டினாள். கைப்பேசியைத் திருப்பித் தந்துகொண்டே, "பெண்கள் நன்றாவே இருக்கிறார்கள். ஆனால் இந்திய வம்சாவளியர்கள் இல்லையா?" இப்படி சாக்குச் சொல்லி அவளைத் துரத்தப் பார்த்தேன். "இந்தியாவில் மிகவும் அழகான பெண்கள் இருக்கிறார்கள் என்று கேள்விப்பட்டிருக்கிறேன். ஆனால் அவர்களுக்கு இங்கே பெரிய கோரிக்கைகள் இல்லை. அதனால் அவர்களை இங்கே வைத்துக்கொள்வதில்லை. ஆனால் நான்கு பெண்கள் எங்கள் பகுதிநேரப் பட்டியலில் இருக்கிறார்கள். தேவைப்படும்போது அழைத்தால் வருவார்கள். ஆனால் ஒரு பிரச்சனை, உங்களுக்கு இப்போதே வேண்டுமென்றால் கிடைப்பது சிரமம். நீங்கள் நால்வரில் ஒருவரைத் தேர்ந்தெடுத்தால் அவருக்கு எப்போது தோதாக இருக்குமென்று தெரிந்துகொண்டு ஏற்பாடு செய்து கொடுக்கமுடியும்" என்று சொல்லிக்கொண்டு கைப்பேசியைக் காட்டி "இவர்கள்தான் அந்த நான்கு பெண்கள். பஞ்சாபி, மணிப்பூரி, மலையாளி, நான்காவது யாராக இருக்குமென்ற விவரம் கிடையாது."

லீனா காட்டிய அந்த நான்கு பெண்கள் அப்படியான அழகிகளாக இருக்கவில்லை. மேலும் தேர்வு செய்யத் தயாராக இல்லாத மனது தேர்வு செய்வதை எதிர்த்தது. லீனா என் பதிலுக்காக தவித்துக்கொண்டிருந்தாள். உணவகத்தில் வேறு பல வாடிக்கையாளர்கள் காத்திருந்தனர். என்னுடன் பதினைந்து நிமிடங்களுக்கும் மேலாக நேரம் செலவிட்டிருந்தாள். ஆனாலும் வியாபாரம் கைகூடுமான எவ்வித அறிகுறிகளும் அவளுக்குத் தென்படவில்லை. உபயோகப்படாத வாடிக்கையாளன் யாருக்கு வேண்டும்! "சுமாராக இவர்கள் என்ன 'சார்ஜ்' செய்வார்கள்?" என்று அவளிடம் கேட்டேன். என்னுடைய நடவடிக்கை அவளை வெறுப்பேற்றியிருக்கலாம். என் இடத்தில் வேறு வாடிக்கையாளன் இருந்தால், இந்நேரம்... என்பதை நினைத்து எனக்குச் சிரிப்பு வந்தது. "இந்தியப் பெண்களா? சுமார் ஆயிரத்து இருநூறு டாலர். இங்கு எங்கள் நிறுவனத்தில் இருக்கும் பெண்களானால் இருநூறு டாலரிலிருந்து ஆரம்பித்து மூவாயிரம் டாலர்கள்வரை சார்ஜ் செய்வோம்" என்று சொல்லிக்கொண்டே என்னிடம் விடைபெற்றவுடன் எந்த வாடிக்கையாளனைப் பார்க்கலாம் என்று சுற்றியும் பார்க்க ஆரம்பித்தாள். ஓரிரு நிமிடங்களில் அடுத்த வாடிக்கையாளனைப்

பார்த்த அவள் என்னிடமிருந்து விடைபெறுவதைப்போல "நீங்கள் பொறுமையாக முடிவெடுங்கள். நான் இங்கே இன்னொரு வாடிக்கையாளரிடம் பேசிவிட்டு வருகிறேன்" என்று எழுந்து போய்விட்டாள்! அவள் வேண்டுமென்றே என்னை அலட்சியப்படுத்தி எழுந்து போனது எனக்குப் புரிந்தது.

சரியான தருணத்தில் உறுதியான முடிவெடுப்பது எவ்வளவு முக்கியமென்று எத்தனை செமினார்களில் கேட்டிருப்பேன் மற்றும் பேசியிருப்பேன். என்னுடைய இந்த அனுபவம் அதைத் தெளிவுப்படுத்தியது. தெளிவான விடையை அறிய எனக்கு நானே கேள்விகளைக் கேட்டுக்கொண்டேன். டாக்சி வைத்துக்கொண்டு நான் இவ்வளவு தூரம் வந்தது எதற்காக? இனபத்தை இங்கு ஒரு சரக்காக விற்பனை செய்கிறார்கள் என்கிறார்கள், அப்படி விற்பனை செய்வது உண்மையானால் அந்த சுகம் எனக்கும் வேண்டும். இங்கு நடப்பது பெண்களின் சுரண்டல் என்றால் எனக்கு அது தேவை இல்லை என்று என் நிலையை எனக்கு நானே தெளிவுபடுத்திக்கொண்டேன். இப்போது உண்மைகளையும், பொய்களையும் தெரிந்து கொள்ளவேண்டும். இன்னும் விவரமாகத் தெரிந்து கொள்ளவேண்டும். அப்பா, அம்மாவுடன் பெண் பார்க்கச் சென்ற நாட்கள் நினைவிற்கு வந்தது. பெண் ஒருத்தியை பாலின ஆசையுடனும் பார்த்த முதல் பார்வை கண்முன் தோன்றியது.

பெண் பார்க்கச் சென்றபோது, நான் பட்டபாடு, சங்கடம் ஆண்டவனுக்குத்தான் தெரியும். எதைக் கேட்டாலும் 'என் அப்பாவிடம் கேள்' என்று ஒருத்தி சொன்னாள். வெறுப்பாகி, இவளிடம் 'கிஸ்' கொடு என்று கேட்டால் எப்படி இருக்கும் என்று தோன்றியது! 'எங்க அப்பா அம்மாவிற்கு வேறு வேலை இல்லை. நான் எனக்கு பிடித்தவரை மணம் செய்துகொள்ள விரும்புகிறேன். வந்ததற்கு சும்மா பார்த்துவிட்டுப் போங்கள். உங்களுடைய முடிவைத் தெரிவிக்கவேண்டிய அவசியமில்லை' என்றாள் இன்னொருத்தி. 'முதலில் என்னை உங்களுக்குப் பிடித்திருக்கிறதா சொல்லுங்கள், பிறகு நான் யோசிக்கிறேன்' என்று தன் புருவத்தை உயர்த்திப் பார்த்தாள் மற்றொரு பெண். மற்றொரு அழகானவளிடம் 'எனக்கு உன்னைப் பிடித்திருக்கிறது, உனக்கு என்னைப் பிடித்திருக்கிறதா?' என்று கேட்டதற்கு, 'எனக்கு பாடி பில்டர்களைப் பிடிக்கும்' நறுக்கென்று சொன்னாள். என் தேகத்தைப் பார்த்து பகடி செய்யவே அப்படிச் சொன்னதாக எனக்குத் தோன்றியது. இன்னும் சில

பெண்களிடம் ‘எனக்கு உன்னைப் பிடித்திருக்கிறது, உனக்கு?’ என்று கேட்டபோது ‘ஆம், இல்லை’ இப்படி எந்த பதிலையும் வெளிப்படுத்த முடியாமல் தவித்தனர்!

கனவு உலகத்திலிருந்து நேவடாவிற்குத் திரும்பி வந்தேன். கிடைத்த மற்றொரு வாடிக்கையாளனை ஐந்தே விநாடியில் மயக்கி ஒத்துக்கொள்ளவைத்து லிப்ட் பக்கம் அழைத்துப் போகும்பொழுது, என்னையும் இழக்க மனமில்லாமல், ‘இப்ப வந்தர்ரேன்’ என்று சொல்லிப்போனாள் லீனா. திரும்பி வந்தவள் “இப்போதாவது உங்களின் தேவையைத் தெளிவாகச் சொன்னால், நான் உங்களுக்கு உதவி செய்யக் காத்திருக்கிறேன்” என்றாள். “உண்மையாகவும் இங்கே தங்கள் விருப்பத்தின் பேரில் சுகத்தை விற்பனை செய்கிறார்கள் என்றால், அப்படியான சுகம் எனக்குத் தேவை. அதன் போர்வையில் வெகுளிப் பெண்களை விபசாரத்தில் ஈடுபடுத்தியிருந்தால் வேண்டாம். அப்படியான சுரண்டலுக்கு என்னால் துணைபோக முடியாது. அதை நான் வெறுக்கிறேன் மற்றும் கண்டிக்கிறேன்” என்றேன். “இந்த நகரத்தின் சில இடங்களில் அப்படியான சுரண்டல்கள் இருக்கலாம். ஆனால் எங்கள் நிறுவனத்தில் அப்படி இல்லை. நாங்கள் இருபத்தைந்து வயதிற்குட்பட்ட பெண்களை தொழிலிற்கு சேர்த்துக்கொள்வதில்லை. நாற்பது வயதானவுடன் ஓய்வு கொடுத்துவிடுவோம். அந்த சமயங்களில் நிறுவனத்தின் விதிமுறைகளின்படி மானியம் மற்றும் வாரம் ஒருமுறை மருத்துவப் பரிசோதனைகள் இப்படியான சலுகைகள். பெண்களை வன்முறையிலிருந்து பாதுகாக்க ஆங்காங்கே செக்யூரிட்டி கார்ட்கள். அங்கே பாருங்கள் ஒருவன் நாளிதழ் படித்துக்கொண்டிருக்கிறான்” என்றாள் லீனா.

இலட்சிய நோக்குடன் இருந்த எனக்குப் புரியவைக்க மிகவும் முயற்சி எடுத்தாள். “எங்கள் நிர்வாகத்தில் சுரண்டலின் பேச்சுக்கே இடமில்லை. ஆனால் யாராலும் தரமுடியாத விசேஷமான சலுகைகளைத் தருகிறோம். இங்கே எந்தப் பெண்களிடம் வேண்டுமானாலும் கேட்டு உண்மையை உறுதிப்படுத்திக்கொள்ளலாம். பிறகு நீங்கள் ஒரு முடிவுக்கு வாருங்கள். உங்களைப் பார்த்தால் இலட்சியத்திற்குக் கட்டுப்பட்ட அறிவுஜீவி அல்லது சமூக சேவை செய்பவரைப் போலத்தோன்றுகிறீர்கள். உங்களைப்போலவே பலர் முன்பே வந்திருக்கிறார்கள். எங்கள் நிர்ணயிக்கப்பட்ட விலைக்கு ஒத்துக்கொண்டு ஒருவளைத் தேர்ந்தெடுங்கள்.

அவளுடன் செலவிடும் அரைமணி நேரத்தில் அவளுடைய ஒப்புதலுடன், சமூதாயச் சீர்திருத்தம் முதல்கொண்டு, எதைவேண்டுமென்றாலும் பேச, செய்ய உங்களுக்கு உரிமையுண்டு. உங்களைச் சகித்துக்கொள்வது அவள் விருப்பம். அப்படி சகித்துக்கொள்ள முடியாவிட்டால் மெய்க்காப்பாளனை அழைக்கும் சுதந்திரமும் அவளுக்கு உண்டு, நினைவிருக்கட்டும். எல்லாவற்றையும் சொல்லிவிட்டேன். இனியாவது மனதை உறுதிப்படுத்திக்கொண்டு ஒத்துக்கொள்ளுங்கள்." லீனாவிற்கு வியாபாரம் படியவேண்டும், தேவையில்லாத என் இலட்சியங்களல்ல!

முடிவில் ஆசைதான் சமரசம் செய்துகொண்டது. நான் லீனாவின் வலைக்குள் விழுந்தேன். "உங்களில் அதிக அனுபவமிக்கவள், மனதைத் திறந்து வெளிப்படையாக எல்லாவற்றையும் சொல்லக்கூடியவள் யார்? அவளுக்கு எவ்வளவு கொடுக்கவேண்டும்?" ஏதோ உறுதியாக முடிவெடுத்தவனைப்போலக் கேட்டேன். "இங்கே வருபவர்களில் அதிகமானவர்கள் புதிதாக வந்த பெண் யார் என்றுதான் கேட்பார்கள். மற்ற சிலர் பெயர் சொல்லி இந்தப் பெண்தான் வேண்டும் என்பார்கள். எல்லாவற்றையும் திறந்துவைக்கும் பெண்களிடம் மனதையும் திறந்துவைக்கும் பெண்ணைக் கேட்பவர்கள் அபூர்வம். அப்படி வெளிப்படையாக பழகுவது நல்லதுதான். எங்களிடம் மிகவும் அனுபவமிக்க ஒருத்தி இருக்கிறாள். வரும் டிசம்பரில் ஓய்வுபெற இருக்கிறாள். இங்கே பாருங்கள் படத்தை, சௌகரியமான விலையில். வெறும் முன்னூறு டாலர்கள். உங்கள் விருப்பத்திற்கு இவள்தான் தகுந்தவள் என நினைக்கிறேன், பாருங்கள்" என்றாள் அவள்.

ஆறு நாட்களுக்கான என் அமெரிக்காவின் பயணச் செலவுகள் போக, அதிகமாக எனது நிறுவனம் எனக்குக் கொடுக்கும் நாள்படி ஆறு நாட்களுக்கு அறுநூறு டாலர்கள். அதில் முன்னூறு டாலர்களை இங்கே தர்ப்பணம் செய்துவிட்டால்! ஆனாலும் பேரம் பேச மனது இடம்கொடுக்கவில்லை. தாங்கள் அளிக்கும் சேவைக்குத் தகுந்த ஊதியம் கேட்கும் உரிமை நமக்கிருப்பதைப்போல அவர்களுக்கும் இருக்கிறதல்லவா! ஆனால் இதற்கு இவ்வளவு பணம் கொடுக்க வேண்டுமா என்று உடனே முடிவெடுக்கத் தயங்கிக் கொண்டிருந்தேன். "இருநூற்றி ஐம்பது டாலர்கள், சரியா?" என லீனா என் தயக்கத்தைப் புரிந்துகொண்டு கேட்டாள். நான் கேட்காமலேயே தள்ளுபடி

செய்தது என்னைச் சீண்டியதுபோல தோன்றியது. எனக்கு மானப்பிரச்சனையானது. “சரி, சரி” என்று எனக்குள்ளிருந்த குற்ற உணர்வுகளைக் களைத்து எழுந்து நின்றேன். “குட், இப்படி வாருங்கள், இரண்டாம் தளத்தில் இருக்கிறாள். அங்கேயே பணம் செலுத்தும் வசதிகள் இருக்கின்றன. ஜாஸ்மின் என்பது நீங்கள் தேர்வு செய்த பெண்ணின் பெயர். அவள் நல்ல கட்டை. உங்கள் ருசிக்கு தகுந்தவளைத் தேர்ந்தெடுத்திருக்கிறீர்கள், வாழ்த்துகள்” என்று சொல்லிக்கொண்டு, சாவு கிராக்கியைப் படியவைத்த மகிழ்ச்சியில் பெருமிதமாக என்னை அழைத்துக்கொண்டு புறப்பட்டாள் லீனா.

என்னிடம் பணத்தை வாங்கிக் கட்டி ரசீதை வாங்கிக்கொடுத்த லீனா நேராக ஒரு அறைக்கு என்னை அழைத்துச் சென்றாள். அறையின் கதவைத் தட்டி உள்ளே நுழைந்து, “ஜாஸ்மின், உனக்கு ஒரு சிறப்பான வாடிக்கையாளரை அழைத்து வந்திருக்கிறேன். எந்த பலவந்தத்திற்கும், சுரண்டல்களுக்கும் ஆளாகாத, தன் விருப்பத்துடன் இன்பம் அளிக்கக்கூடிய பெண் ஒருத்தியைத் தேடிக்கொண்டு வந்திருக்கிறார் இவர். சிறிய வயதில் இலட்சியங்கள் இயல்பானவை. இவருடைய விருப்பங்களை முழுவதுமாக புரிந்துகொண்டு, மென்மையாக நடந்துகொள்வாய் என நம்புகிறேன். விஷ் யூ போத் ஆல் த பெஸ்ட்” என்று சிரித்துக்கொண்டே சொல்லிவிட்டுப் போனாள்.

பாதியாகத் திறந்திருந்த கதவிலிருந்து உடல் அழகைக் காட்டிக்கொண்டு வந்த ஜாஸ்மின் “வாடா, காந்தி நாட்டிலிருந்து வந்த என் இனியவனே, வாழ்க்கை முழுதும் உன்னைப் போன்றவர்களின் அட்டகாசங்களைப் பார்த்துப் பழகிப்போனவள் நான். ஓய்வுபெறும் நிலையையும் அடைந்துவிட்டேன். சூரியன் தினமும் எழுந்து வருவதைப்போல உன்னைப் போன்றவர்கள் இன்னும் வந்துகொண்டுதான் இருக்கிறார்கள். எங்களைப் போன்றவர்களின் வாழ்க்கையில் விளக்கேற்றிக்கொண்டுதான் இருக்கிறார்கள்” என்று புன்சிரிப்புடன் என்னைப் படுக்கைக்கு இழுத்தாள். அவள் மகிழ்வுடன், முழு சம்மதத்துடன் என்னுள் கரைந்தாள் என்றே நான் உணர்ந்தேன். அல்லது அவள் அப்படி நடிக்க என்னைப்போல உரிய பயிற்சி எடுத்திருந்தாளா? அமெரிக்காவில் நான் பெற்ற ‘கஸ்டமர் கேர்’ பயிற்சிக் குறிப்புகள் இப்படியான சந்தேகத்தை என்னுள் தோற்றுவித்தது!

கனகராஜ் ஆரணைகட்டை

சமகால கன்னடச் சிறுகதை எழுத்தாளர்களில் வித்தியாசமாக எழுதக்கூடியவர். சித்ரதுர்கா மாவட்டத்து ஆரணைகட்டையைச் சேர்ந்தவர். பெங்களூர் பலகலைக்கழகத்தில் ஆங்கிலப் பேராசிரியராக பணியாற்றி, பிறகு மாலத்தீவு, லிபியா நாட்டுக் கல்லூரிகளில் சில ஆண்டுகள் கல்வி கற்பித்து, தற்போது அரேபியாவின் பிரின்ஸ் சத்தாம் பல்கலைக்கழகத்தில் பேராசிரியராக இருக்கிறார். ஆங்கிலம், அரபி, தமிழில் இருந்து கதை, கவிதைகளை மொழிபெயர்த்திருக்கிறார். இவருடைய இரண்டு கதைத் தொகுப்புகள் 'அதாத மறுதின' மற்றும் 'சிலோன் சைக்கிள்'. சிறுகதைகளுக்காக சில பரிசுகளையும், விருதுகளையும் பெற்றிருக்கிறார்.

கோருகன

■ கனகராஜ் ஆரணைகட்டை

இது இப்படியெல்லாம் நடக்குமென்று வீரேசனுக்கு தோன்றவே இல்லை. விளையாட்டிற்கென்று ஆரம்பித்தது இன்று உயிரைப் பிசைகிறது. ஏனோ அதை நினைத்துக்கொண்ட தருணம் மனதிற்குள் ஒரு நடுக்கம். நெஞ்சமெல்லாம் உறைந்து போனதைப்போலத் தோன்றி ஏ.சி காற்றுக்கு தேகம் குளிர்ந்து இதயம் பட்டென்று நின்றுவிடுமோ என்று பயந்து எழுந்து நின்றான். தன் வாழ்க்கையில் என்னென்னவெல்லாம் பார்த்தாகி விட்டது, இதற்கெல்லாம் பயப்படுவதா என்று சமாதானப் படுத்திக்கொண்டு வெய்யிலில் வெந்து கொண்டிருந்த தெருவைப் பார்த்தான். ரமலான் பண்டிகை ஆனதால் மக்களின் நடமாட்டம் குறைவாக இருந்தது. காரிலிருந்து இறங்கிய அரேபியன் ஒருவன் இந்தப் பக்கம் வருவதைப் பார்த்தான். மனதின் இறுக்கம் தளர்ந்ததைப்போல உணர்தான். "ஸலாமா லேக்கும். இந்த ஃபாதி?" இறுகிய முகத்துடன், உறுதியான உடல்வாகுடைய சுமார் இருபது வயதுடைய அரேபியன் உயர்ந்த தொனியில் கேட்டான். "ஃபத்தல்" என்று வீரேசன் சொல்லிக்கொண்டே இருக்கையை சரிப்படுத்தி கத்திரி, சீப்புகளை சுடுநீரில் கழுவினான். தொனி, பார்வை, மங்கிப்போன ஆடையில் வந்திருக்கும் இந்த அரேபிய வாடிக்கையாளன் யாரென்று அவனுக்குப் புரிந்தது. பதூவன் சவுதிகளுடன் எப்படி நடந்துகொள்ள வேண்டுமென்று அவனுக்குத் தெரியும். புனித ரமலான் மாத வெய்யிலில் முடி திருத்திக்கொள்ள வந்திருக்கும் இந்த அரேபியன் 'சோம்' கடைப்பிடிக்கவில்லையா!? கண்டிப்பாக நோம்பிருப்பான்... பின் ஏன் இவன் இப்படி தவிப்புடன் தென்படுகிறான். தன்னுள் இருக்கும் கனலைவிட அரேபிய வாடிக்கையாளனின் கண்களிலுள்ள நெருப்பு

வீரேசனை இப்போது கவர்ந்து கொண்டிருந்தது. சுலையல்-ரியாத்- அபாஹ் மெயின் ரோட்டிலிருக்கும் இவனது ‘நூர் சலூனு’க்கு வருபவர்களில் அதிகம் அரேபியர்கள்தான். நல்ல சொல் வளத்துடன் அரேபிய மொழி பேசத் தெரிந்த அளவுக்கே வந்தவன் பதூவன் இல்லை ஹதரிய என்று அடையாளம் கண்டு, யாருடன் எப்படி நடந்துகொள்ள வேண்டுமென்பதை தெரிந்து வைத்துக் கொண்டிருந்தான். தன் சொந்த ஊரான ‘பட்ட நாயகன ஹள்ளி’யில் கட்டிய வீட்டைத் தவிர, அரேபியர்களின் வாழ்க்கை முறைகளை நன்றாகத் தெரிந்துகொண்டிருந்ததுதான் இந்த பன்னிரண்டு வருட சவுதி வாழ்க்கையில் அவன் அடைந்ததாக இருக்கும். தாய் நாட்டிற்குத் திரும்புவதைப் பற்றி அவன் இதுவரை யோசித்ததே இல்லை. சவுதியின் புதிய நியாகத் சட்டம் அவனை அவ்வளவாக பாதித்ததில்லை. விசாவின் நியமப்படி அவன் வேலை செய்வதால் நியாகத் அவனது பர்கத்தை நிர்ணயிக்கும் நிலையிலேயே இல்லை. வீட்டின் பல பிரச்சனைகள், பொறுப்புகள் அவனை சவுதி அரேபியாவின் நஜ்த் பாகத்தின் சுலையல் என்னுமிடத்திலேயே தங்கவைத்துவிட்டது. இதையெல்லாம்விட மேலாக சூலத்தைப் போல எப்போதும் குத்திக்கொண்டே இருக்கும் அவனது மனைவியின் கொடூரமான பழக்க வழக்கங்களே தன்னை இந்த பாலைவனத்து மலைச் சிகரங்களுக்கு நடுவே புதைத்துவிட்டது என்று நினைப்பான். மனைவியின் தொனி அவ்வப்போது கேட்காவிட்டாலும் அவளின் பகை, பொறாமை இவை தன்னை விடாமல் தொடர்ந்துகொண்டுதான் இருக்கிறது என்று அடிக்கடி எண்ணுவான். அவளுடன் குடும்பம் நடத்தி தனக்கும் அதுபோலான புத்தி வந்தது போல எவ்வளவோ முறை யோசித்திருக்கிறான். குடகு, மைசூர் என்று கடைசியாக கடல் கடந்து கண் காணாத இடத்திற்கு வந்தால் இவற்றுக்கு எல்லாம் ஒரு முடிவு காணமுடியும் என்பது தன் ரம்மியமான கற்பனை என்று அறிய வெகு சமயமொன்றும் தேவைப்படவில்லை. இந்தப் பன்னிரண்டு வருட கல்ஃப் வாழ்க்கை அவனுக்கு என்னதான் கொடுத்தது? அதே குழப்பம், எதிர்பார்ப்பு மற்றும் நிலையில்லாத வாழ்க்கை.

பதூவன் அரேபியர்கள் வாசனை திரவங்களுக்கு அவ்வளவு முக்கியத்துவம் கொடுப்பதில்லை. ஆனால் இந்த இளைஞன் கொஞ்சம் வித்தியாசமாக இருக்கிறானே! இவன் உடல்வாகு, தொனி, ஆடை இவைகளையெல்லாம் பார்த்தால் சுலபமாகச்

சொல்லிவிடலாம்: இவன் பதூவன் என்று. ஆனால் இந்த கமகமக்கும் வாசனை? இவன் ஹதரி அரேபியனா? இல்லை. அப்படி இருக்காது என்று எண்ணிக்கொண்டே அரேபிய இளைஞனின் முடியை கத்தரித்துக் கொண்டிருந்த வீரேசன் தன்னுடைய ஊகத்தை உறுதிப்படுத்திக்கொள்ள ஆணியில் தொங்கிக்கொண்டிருந்த கோத்ரம் மற்றும் அகல்களைப் பார்த்தான். அரேபியர்களின் சிரத்தை அலங்கரிக்கும் அவை இரண்டும் பதூவன் மற்றும் ஹதரி இருவரிடமும் வெவ்வேறாக இருக்கும். மெல்லிய நூலளவே வித்தியாசமாகத் தெரியும் இவை சூட்சுமமாகப் பார்க்கும் கண்களுக்கு மட்டுமே தாம் யாருடைய தலையிலிருக்கிறோம் என்னும் இரகசியத்தை வெளிப்படுத்தும். அரேபியர்களின் நடுவிலான வித்தியாசங்கள், உறவுகள், நட்புகள், நடைமுறைகள் மற்ற இந்தியர்களைவிட வீரேசனுக்கு நல்ல அத்துப்படி. ஆனால் இந்த இளைஞன் மட்டும் ரகசியமாகவே இருக்கிறான். கோத்ரா என்னும் அரேபியர்களின் தலையை அலங்கரிக்கும் இந்தத் துணியில் எந்த வித்தியாசங்களும் தெரியவில்லை. கடைசி முயற்சியாய் "இஸ் இஸம் முதீர்?" என்று கேட்டான். கண்ணாடியையே கண் கொட்டாமல் பார்த்துக் கொண்டிருந்த அரேபிய இளைஞன் திடுக்கிட்டு "ஹூம்!... முஹம்மத்" என்று கண்ணாடியில் முடியைப் பார்த்தான். வீரேசன் "முஹம்மத் இஸ்?" என்றான். இவனின் அப்பா பெயரைக் கொண்டாவது இவனது மூலத்தை கண்டறிய முடியுமா என்று முயற்சித்தான். இளைஞன் கோபமாக "முஹம்மத் ராஷீத்... இஸ் இப்கா?" என்று வினவினான். இளைஞனின் இந்தக் கேள்விக்கு தடுமாறி சும்மா கேட்டேன் என்று பல்லிளித்து தன் வேலையில் கவனம் செலுத்தினான். "ஸூப் ஹினா..." என்று வலது காதின் மேலே சமமாக இல்லாத முடியைக் காட்டி சரி செய்யச் சொன்னான். இளைஞனை சந்தோசப்படுத்தும் அவசரத்தில் வீரேசன் "அல கஸம்" என்று மூக்கு நுனியை ஆள்காட்டி விரலால் தொட்டுக்கொண்டான். இதன் மூலமாகாவது இவன் பதூவன் என்று உறுதிப்படுத்திக்கொள்ள முயன்றான். பதூவன் அரேபியர்களின் பழக்கங்களில் ஒன்றான இதற்கான பதிலாக "அல ஷெஹம்" என்று சொல்லாமல் அந்த இளைஞன் வீரேசனின் முகத்தை ஒரு முறை முறைத்துப் பார்த்து திரும்பவும் கண்ணாடியைப் பார்க்க ஆரம்பித்தான். அகலமான மார்பு அவனுடைய மூச்சுக்கு விரிந்தும் குறுகிக்கொண்டும் இருந்தது. அவனுடைய மூச்சுச் சத்தம் அதிகமாக உயர்ந்தது. யாருக்காவது 'ஆக்சிடென்ட்' செய்து தப்பித்து வந்து விட்டானா? இல்லை

வீட்டில் சண்டை போட்டுக்கொண்டு வெளியேறிவிட்டானா? அப்பாவின் இரண்டு குடும்பத்தின் முழுப் பொறுப்பும் இவனுடைய முதுகில் ஏறிவிட்டதா? இல்லை மூன்று நான்கு திருமணம் செய்துகொண்ட தந்தை இவன் குடும்பத்தை புறக்கணித்து விட்டாரா? அவனுடைய கண்களைக் கண்ணாடியில் பார்த்தான். அவை 'ஒபார்' என்னும் பாலைவன காற்றில் சிக்கிக் கொண்ட மணல் மேடுகளைப் போல அதிர்ந்து கொண்டிருந்தன. அவன் கண்களுக்கு கீழே இரண்டு கோடுகள் தெரிந்தும் தெரியாததும் போல வந்து போய்க்கொண்டிருந்தன. கோபம் மற்றும் வலியில் தவிப்பதைப் போல அவன் கண்டான். இந்த வயதில் அப்படியென்ன ஆழமான வலி? என்ன சொல்லுப்பா, உன்னைப்போல நிறையப் பேரை என் பால்யத்திலிருந்தே பார்த்திருக்கிறேன். அவர்களின் கோப தாபங்களை நன்றாக அறிவேன். அவர்களின் மனதின் ஆழத்தில் இறங்கி தூர்வாரி இருக்கிறேன். சொல் என் அரேபிய நண்பனே... யல்லா, ஷப்பாப் கல்லம், உன் வருத்தம்தான் என்ன? கேட்கட்டுமா? இந்த பதூவன் அரேபியரின் மனதை அறிந்து கொள்வது மிகவும் கடினம்... இப்படித்தான் என்று சொல்லமுடியாது. ஆடு போல மென்மையாக இருக்கும் மனது திடீரென்று ஓநாயைப் போலப் பாயும். பேரைக் கேட்டதற்கே அவன் தன்னை முழுங்கி விடுவதைப் போலப் பார்த்தான். இன்னும் இதையெல்லாம் கேட்டாலோ உதைத்தே விடுவான். இந்தத் தலைவலி தனக்கெதற்கு. தன்னுடையதே பொத்திப் படுக்கும் அளவுக்கு இருக்கு. சுளுக் என்ற ஒரு நடுக்கம் மார்பில் உண்டாகி அடிவயிற்றை பிசைந்து தொண்டையை இறுக்கியது.

எப்படியோ சிரமப்பட்டு வேலையை முடித்து "முதிர் கலாஸ்" என்று சொல்லி சிரிப்பை முகத்தில் காட்ட முயற்சித்தான். எதிலிருந்தோ விடுபட்டவனைப் போல அந்த அரேபியன் ஒரு நீண்ட பெருமூச்சுவிட்டு, கண்களை அரை விநாடி மூடி பிறகு திறந்து "ஹம்துலுல்லாஹ்" என்று வீரேசனைப் பார்த்தான். செயற்கையாகச் சிரிப்பொன்றை உதிர்த்து வீரேசன் அவன் கண்களையே பார்த்தான். அவை முன்னைப்போல சுடவில்லை. அகலமாகப் பரவியிருந்த மணல் வெளியில் நிலா பொழிவதைப்போல குளிர்ச்சியாக இருந்தது. அவனது முரட்டு தேகத்திலிருந்து வெளிப்பட்ட அந்த ஜவ்வாது மணம் வீரேசனின் மூக்கைத் துளைத்து நெஞ்சில் இறங்கி அவனை புல்லரிக்கச் செய்தது. ஐம்பது ரியால் நோட்டொன்றை அவன்

கையில் திணித்து சந்தோசமாக சிரித்தான். அவன் கண்களில் நீர் நிறைந்ததைப்போல தென்பட்டது. முகம் மலர்ந்திருந்தது. “ஜீதிக் ஹால ஷஃத் அல் முஜாஹிம் ஹாஃபி எஹத்த எனிஷிதக் ஒகுப் அல்பத கேஃப் ஹலஹ்வான்?” என்னும் பதூவன் கஸீதம் ஒன்றைச் சொன்னபோது அவனது குரல் குழந்தையின் பிஞ்சுப் பாதங்களைப் போல மிருதுவாக இருந்தது. உதட்டை விரித்து சிரித்தபோது அவன் உதடு கருப்பாக இருந்ததை வீரேசன் கவனித்தான். மணல் வெளியின் குளிர், வெயிலுக்கு அஞ்சாத முகம் இவனுடைது என்று எண்ணிக்கொண்டே “இந்த மாலூம் ஷாயர்?” என்றான். ஒன்றும் பேசாமல் விறுக்கென்று வெளியேபோன அரேபியன் நொடியில் கதவைத் தள்ளி உள்ளே திரும்பிவந்து சோபாவில் அமர்ந்து கொஞ்ச நேரம் அங்கேயே இருப்பதாகச் சொன்னான். வீரேசன் சரி என்பதைப் போல தலையாட்டினான். அவனுடன் பேச வேண்டும் போல இருந்தது. பயம், தயக்கம் எல்லாம் சேர்ந்த பார்வையில் அவனைப் பார்த்தான் வீரேசன். கண்ணை மூடி சுவரில் சாய்ந்து அமர்ந்திருந்தான். இந்த பதூவன் அரேபிகளுடன் பேச்சைத் துவங்குவதே சிரமம்! கோபம் வந்தால் என்ன செய்வார்கள் என்று எண்ணிகூடப் பார்க்க முடியாது. ஹதரி அரேபியர்களைப் போல மென்மையானவர்களும், நாகரிகமானவர்களும் அல்ல இவர்கள்! தைரியசாலிகளாகவும், பலசாலிகளாகவும் இருக்கும் இவர்கள் நட்பு, உறவு, பகை, அதிகாரங்களுக்கு பெயர் போனவர்கள். அரேபிய சமுதாயத்தின் மேல்வர்கத்தின் முக்கியமானவர்கள். அரேபியர்களின் உலகில் இஸ்லாமுடன் பதூவன் வாழ்க்கையும் பின்னப்பட்டுள்ளது. பதூவன்களின் இம்சைப் பாதையை இஸ்லாம் தடுத்திருப்பது நிஜமல்லவா? தர்மத்தின் கட்டுப்பாடுகள் இல்லாவிட்டால் இவர்களை அடக்கமுடியுமா? என்று கம்பீரமாக வீரேசன் தன் நண்பர்களுடன் பேசியிருக்கிறான். இடுப்பில் கத்தியையோ, துப்பாக்கியையோ எப்போதும் சொருகிக்கொண்டிருக்கும் இவர்களைப் பார்த்தால் மனம் பயந்த பூனை போல மூலையிலிருந்து எட்டிப் பார்த்துக் கொண்டே இருக்கும். வார்த்தைகள் தடித்து சண்டைக்கு வந்தாலோ முடிந்தது. கோபம் நெத்திக்கேறி, நேரமும் கெட்டிருந்தால் வாழ்க்கை முடிந்ததென்றே அர்த்தம். நம் நாட்டின் தேவர் ஜாதிப் பசங்களும் அப்படித்தானே! அவர்களைப் போல இந்த பதூவன்களும் மக்களை மிதிக்கிறார்கள். ஹதரிகளின் மற்றும் கருப்பு சவுதிகளின் வாழ்க்கை இவர்களுக்கு தூசிக்குச் சமம். ‘நாகரிகம் தெரியாத, முரட்டுத் திமிர் பிடித்த

கத்தாளைகளைப் போல இவர்கள்' என்று மற்ற அரேபியர்கள் இவர்களைப்பற்றிச் சொல்வார்கள். தமிழ் தேவர்களும் இப்படித்தானல்லவா? வறட்டு ஜம்பத்தின் சோளக் கொல்லை பொம்மைகள். நாசவன், வண்ணான், பறையர்கள் இருப்பதே இவர்களுக்குத் தொண்டு செய்வதற்காக என்ற எண்ணத்தில் அவர்களின் வாழ்க்கையின் மேல் சவாரி செய்பவர்கள்! தங்களையாவது திண்ணைவரை விடுகிறார்கள் ஆனால் பறையர்களை? லா... இலாஹ இல்லல்லா...! அவர்களின் வாழ்க்கை நாய் வாழ்க்கை. தமிழ்நாட்டில் நடப்பதைப் போல கர்நாடகாவிலும் இந்த தேவர்களின் அட்டகாசத்தை ஏன் சிலர் முறியடிக்க முயற்சிக்கவில்லை? அவர்கள் தங்களைக் கீழாகவே பார்க்கிறார்கள். இந்த பதூவன் அரேபியர்கள் ஹதரி மற்றும் கருப்பு அரேபியர்களைக் காண்பதுபோல... ஒரு மூட்டை நெல்லுக்காக தன் தந்தை தேவர் வீட்டில் வருடம் முழுவதும் சவரம் செய்து கொண்டிருந்தது சில சமயம் நினைவில் வந்து சுரீரென்று வீரேசனின் தலைக்குள் நெருப்பின் பிழம்பு புகுந்ததைப்போல உணருவான். இப்போது நிலைமை அப்படியில்லை என்பது சமாதானம். அவர்களின் வாழ்க்கை பழைய மாதிரி இல்லை. வயல்களை விற்று வாழ்க்கையை ஓட்டவேண்டிய நிலையில் அநேகம் பேர் உள்ளார்கள். பழைய வழக்கங்களை கடைபிடிக்க அவர்களால் முடியாது. முக்கியமாக இந்தக் காலத்து மற்ற சாதிப்பசங்களுடன் அவர்களின் சாதி ஜம்பமெல்லாம் வேகாது. ஹஹஹ... ஆனாலும் அவர்களின் திமிர் அடங்கவில்லையே! இந்த பதூவன்களைப் போலவே அவர்கள் வெகு ஆசை பிடித்த மனிதர்கள். கட்டிக்கிட்டவ ஒருத்தி இருந்தாலும் வெப்பாட்டி ஒருத்தி இருக்கணும். இந்தக் காலத்து தேவர்கள் யாரும் அப்படி வைத்துக் கொள்வதில்லை, ஆனால் மற்ற பெண்கள் மேல் பாய்வார்கள். கூலிக்குப் போகும் பாவப்பட்ட பறையர் பெண்கள் அவர்களின் தோட்டத்தில் தங்கள் உடம்பை விற்று வருகிறார்கள். இந்த அரேபியர்களாவது சட்டப்பூர்வமாக மூன்று நான்கு திருமணம் செய்துக்கொண்டு எல்லோரையும் நன்றாகப் பார்த்துக் கொள்கிறார்கள். ஆனால் அந்தத் திருட்டுப் பசங்க? 'தன் மனைவியை ஏதாவது அந்த பட்டேஹள்ளி தேவர்கள்...?' என்ற எண்ணம் தோன்றி அதிர்ந்து போனான். அவள் மட்டும் என்னவாம்! அடம், பிடிவாதங்களில் வேகும் அவள் தன் மேல் பகை தீர்க்க என்ன வேண்டுமென்றாலும் செய்யத் துணிந்தவள். ச்சே...

அவ்வப்போது வதைக்கும் இந்த யோசனை இன்று ஏன் திரும்பவும் தோன்றுகிறது? அதுவும் இந்தக் குளிர்ந்த நேரத்தில்?

கதவு வேகமாகத் திறந்து மூடிக்கொண்டது. "வீரேச சௌக்கியமா?" உள்ளே வந்த மதுரைக்கார பஷீர் கேட்டான். திடீரென்று எழுந்த வீரேசன் 'உம்" என்று பதிலளித்து கண் படபடக்க நின்றான். பஷீர் அரேபிய இளைஞனிடம் "முஹம்மத், ரோஹ்... இந்த பாபா இந்தஸார் பர்ர" என்றான். அந்த இளைஞன் எழுந்து கண்ணாடியில் தலையில் இருந்த கோத்ரா மற்றும் அகல்களைச் சரி செய்துகொண்டு வெளியே புறப்பட்டான். நீளமான அந்த அரேபிய உடை தோபில் கண்ட அவனது பின் பாகம் வீரேசனுக்கு தன் மனைவியை நினைவுபடுத்தி உடம்பெல்லாம் புல்லரித்தது. மனைவியை விடவும் வாதி அல் தவாசிர் மருத்துவமனையின் கேரள நர்ஸ் மரியம்மின் உடல் அழகை அவன் கண்முன் கொண்டு வந்து நிறுத்தியது என்று சொல்லலாம். "வீரேச இவன் யார் தெரியுமா?" என்னும் பஷீரின் கேள்வி கோபமூட்டினாலும் சற்று பொறுமையாக "இல்லை, தெரியாது, யார் இவன்?" என்றான். அதற்கு பஷீர் "அல் தொஸரி பதூவன்களின், அல் மொஹரின் வகுப்பைச் சேர்ந்தவன் இந்த முஹம்மத் ரஷீத். இந்த வகுப்பு மக்கள் சாமானியமானவர்களல்ல. சமுதாயத்தின் கட்டுப்பாடுகளுக்கு சவாலாக தங்களுக்கே ஆன தனி நீதி நியாயங்களை அமைத்துக்கொண்டவர்கள். அடிக்கு அடி, உயிருக்கு உயிர்... எதற்கும் பயப்படாத கூட்டம். இவர்களிடம் ஒரு எழுதப்படாத சட்டம் உள்ளதாம். இவர்களில் யாராவது ஒருவன் கொலையுண்டால் பதிலுக்கு கொன்றவர் வீட்டில் இரண்டு பிணமாவது விழவேண்டுமாம். இந்த வகுப்பைச் சேர்ந்த முகமத் ரஷீதினுடைய தாத்தாவை ஐந்து வருடங்களுக்கு முன் தொஸரிகளின் அல்ரிஜ்பான் என்னும் மற்றொரு வகுப்பைச் சேர்ந்தவன் கொன்றுவிட்டானாம். அதன் பழி இன்னும் தீரவில்லை. அப்பாவிடம் இல்லாத இந்த பழியின் வெறி இவனிடம் சீப்பிடித்து அழுகிக் கொண்டிருக்கிறது. பைத்தியக்காரன் போல் அலைகிறான். வீட்டில் யார் சொன்னாலும் கேட்பதாயில்லை. இந்தக் காரணங்களுக்காக வீட்டில் சண்டைபோட்டுக்கொண்டு அவ்வப்போது பாலைவனத்திற்குப் போய்விடுவான்..."

அரேபிய இளைஞன் கூறிய அந்தக் கவிதையின் மற்றொரு பொருள் புரிந்து வீரேசன் கொஞ்சம் பயந்தான். "வெறுங்காலில்

ஓடி, கருப்பு ஒட்டகம் ஏறி வந்தேன் நண்பா, உன்னைப் பார்த்து 'எப்படி இருக்கிறாய்?' என்று கேட்க." கவிதையை தனக்குத் தெரிந்த அரேபியில் புரிந்துகொண்ட வீரேசனுக்கு கொஞ்சம் புரியாத பயம் உண்டானது. வயிற்றுக்குள் புரியாத சங்கடம். ஜுஹர் தொழுகைக்கு அதான் கூவினார்கள். சலூனைப் பூட்டியபொழுது தலை கொஞ்சம் சுற்றியது. கால்கள் நடுங்கத் தொடங்கின. வீசிக் கொண்டிருந்த சுடு காற்று அவனை எரித்தது. அந்த அரேபிய இளைஞனின் கதை கேட்ட பிறகுதான் இப்படியெல்லாம் அவன் உணர்ந்தான். ஒன்றும் தோன்றாமல் எல்லாம் சூனியமாக இருப்பதைப்போல தெரிந்தது. கால்களை முன்னே வைக்க முடியவில்லை. சிறிது சுதாரித்துக்கொண்டு தனது அறைப் பக்கம் போகலாம் என்று திரும்பினான். பஷீர் போய்விட்டான். தான் எல்லாவற்றையும் மறந்து விட்டேனா? அல்லது மறக்க வேண்டுமென்றே வெளிநாடு வந்தேனா? நாலு காசு சம்பாதித்து வீடு நிலம் வாங்க வேண்டுமென்றல்லவா இங்கே வந்தேன்? இல்லை அந்த அடங்காப்பிடாரி மனைவியின் பிடியிலிருந்து தப்பித்துக் கொள்ளவா? தேவர், கவுண்டர், நாயக்கர், குஞ்சிடிகர் எல்லாரையும் மீறும் வாழ்க்கை வாழவல்லவா இங்கே வந்தது? அது ஏதாகவாவது இருக்கட்டும், தன் தாத்தாவைக் கொன்ற அந்த 'பட்றேஹள்ளி' தேவர்களை ஒரு கதி காண வைக்கவேண்டும்... அடையாளம் இழந்துகொண்டு குப்பையாய்க் கொட்டிக்கிடந்த ஒரு வலி அவன் மனதின் பொந்திலிருந்து வெளியேறிக்கொண்டிருந்தது. பல வருடங்களுக்குப் பிறகு வந்த அவனுடைய தாத்தாவின் நினைவு கொஞ்சம் அவனை தைரியம் இழக்கவும் மற்றும் நிலையற்றவனாக உணரவும் செய்தது. மிகப் பழமையான அந்த மங்கிய நினைவு அவன் மனதின் ஆழத்தில் இன்னும் அடங்கியிருந்தது. அது அவனை திடுக்கிடச் செய்தாலும் தன் கோபத்தை அது கிளறியதை அவன் விரும்பினான்.

தமிழ்நாட்டின் பொள்ளாச்சியிலிருந்து கர்நாடகாவின் 'ஹிரியூறு' என்ற ஊருக்கு இடம் பெயர்ந்து வந்த தேவர் குடும்பங்களுக்கு விசுவாசமான நாசவனாக வீரேசனின் தாத்தா பழனிச்சாமி தன் முன்னோர்களைப் போல தேவர் மற்றும் கவுண்டர்களின் சேவை செய்வதே தன் வாழ்க்கை என்று எண்ணிக்கொண்டிருந்தான். தேவர்கள் அதிகமிருந்த 'பட்ரேஹள்ளி' அவனுடைய தொழில் இடமாக இருந்தது. வருடக் கூலி, திருமணம், சாவு இவைகளில் கிடைக்கும் சொற்பக் காசுதான் அவன்

வருமானமாக இருந்தது. தேவர்களின் வீட்டு பிறப்பு - சாவு, திருமணம் - விழா, குலதெய்வ பூசை இவை எல்லாவற்றிற்கும் பழனிச்சாமி நாசவனின் தேவை இருக்கும். எவ்வளவோ சடங்குகளை பழனிச்சாமியை கேட்டுத்தான் தேவர்களின் பெரியவர்கள் செய்வார்கள். தேவர்களுக்கு நடுவிலேயே பிறந்து வளர்ந்த அவனுக்கு அவர்களின் எல்லாச் சடங்குகளும் அத்துப்படியாயிருந்தது. இளைய தலைமுறைத் தேவர்கள் இவனைக் கேட்டுத்தான் பல சடங்குகளைச் செய்வார்கள். இது மட்டுமல்ல தேவர்களின் ஒவ்வொரு வகுப்பின் சரித்திரம், அவர்களுடைய தெய்வங்களின் வரலாறு எல்லாம் அவனுக்கு மனப்பாடம். தனது கொங்கு நாசவ குலத்தின் வழிமுறைகளை விட அதிகமாக அவன் தேவர்மார்களின் சாஸ்திர சம்பிரதாயங்களையே நன்றாக அறிந்திருந்தான். பொன்னைத் திருடியவர்கள், கோட்டையைக் காத்தவர்கள், நாட்டை ஆண்டவர்கள், அணைகளைக் கட்டியவர்கள், நிலம் உழுதவர்கள், தங்களிடையே நடந்த தாயாதி கலகங்களால் வெந்து வீதிக்கு வந்தவர்கள் என்று நூறாண்டு கால சோழ, பாண்டியர் முதல்கொண்டு, விஜயநகர அரசர்களின், நவாப்களின் மற்றும் வெள்ளையர்கள் காலத்து வரையிலான தேவர் குலத்தின் கதைகளை பாட்டாகவே பாடிக்காட்டக் கூடியவனாகவும் இருந்தான்.

அன்று 'பில்லுக்கட்டி' தேவர் குலத்தின் முதியவளான அங்கையம்மா இறந்திருந்தார். ராமசாமித்தேவரின் மருமகளும், ரத்தினத் தேவரின் மகளுமான அங்கையர்க்கரசி சிறுவயது முதலே சுகமாக வளர்ந்தவள். தன் குலத்தின் எல்லாப் பழக்க வழக்கங்களையும் நன்கு அறிந்திருந்த அவள் எட்டு ஊர்களைச் சுற்றி இருந்த தேவர்களின் குடும்பத் தகராறுகளைத் தீர்த்து வைக்கும் பொறுப்பை ஏற்றுக்கொண்டு அவர்களின் மரியாதைக்கு உரியவளாக இருந்தாள். பழனிச்சாமிக்கு இந்தக் கிழவி என்றால் உயிர். எவ்வளவோ விஷயங்களை ஒருவரிடமிருந்து மற்றவர் கற்றிருந்தார்கள். இப்படிக் குலத்திற்கே மூத்தவளாக இருந்த அங்கைப் பாட்டி, அங்கம்மா, அங்கையர்க்கரசி இவ்வுலகைத் துறந்து பரலோகம் சென்ற நேரம். சுற்றியிருந்த தேவர் குல மக்கள் எல்லாம் வேலுச்சாமி வீட்டில் கூடியிருந்தனர். சாவின் சடங்குகளில் மூழ்கியிருந்த பழனிச்சாமி நாசவன் துன்பத்துடன் அங்குமிங்கும் அலைந்து கொண்டிருந்தான்.

சாவின் தருணங்களில் மட்டுமே அவர்களின் வீட்டுக்குள் போக முடியுமானதால், ஆரம்பத்தில் கொஞ்சம் தடுமாறினான். மெதுவாக சூழ்நிலைக்குத் தன்னைப் பொருத்திக்கொண்டு சடங்குகளை ஒழுங்காகச் செய்யும் கவலையுடன் சாவின் தீட்டுக் காரியங்களை கூவிச் சொல்லி செய்துகொண்டிருந்தான். அன்று பெரிய சாவானதினால் பழனிச்சாமி மிக அக்கறையுடன் வேலை செய்துகொண்டிருந்தான். குலத்திற்குப் பெரியவளான அங்ககம்மாவின் ஈமச் சடங்குகளை சரிவர செய்யவேண்டுமென அவனுக்குள்ளேயே சொல்லிக்கொண்டான். பிணத்தின் துவாரங்களுக்கு பஞ்சடைத்து, கால் பெருவிரல்களை துணியால் கட்டி, எல்லாவிதமான சடங்கு, பூசைகளுக்குத் தயார் செய்து கொண்டிருந்தான். வீட்டு ஆட்கள் எல்லோரும் கும்பிட்டு முடித்தனர். பெண்கள் ஒப்பாரி வைத்து அழத் தொடங்கினர். வெளியே வண்ணான்மார்கள் தேர் கட்டிக் கொண்டிருந்தார்கள். பறையர்கள் தம்பட்டத்தை நெருப்பில் சூடு காய்த்துக் கொண்டிருந்தனர். எல்லாம் தயார் ஆன நிலையில், பிணத்தை வாசலில் வைத்து 'பில்லுக்கட்டி' தேவர் குலத்தவர் எண்ணெய் - சீவக்காயை பிணத்தின் தலைக்கு வைக்க பழனிச்சாமி நாசவன் உதவி செய்துகொண்டு, பெண்கள் கொண்டுவந்து வைத்த தண்ணீர் குடத்தை அங்கையர் பாட்டியின் உடம்பில் ஊற்றினான். பிறகு மற்றொரு சடங்கான 'கோடி' போட அழைத்தான். "பிறந்த வீட்டுக் கோடி போட வாங்கோ சாமியோ" என்று கூவினான். அங்கையர் பாட்டியின் பிறந்த வீடான 'காடை'த் தேவர்கள் பிறந்த வீட்டுக் கோடியை எடுத்துவர அந்த ஊரின் காடைத் தேவர் குப்புசாமி வீட்டில் கூடியிருந்தார்கள். கோடிச்சீலை, தேங்காய், பழம், ஊதுவத்தி, கற்பூரம் எல்லாம் எடுத்துவைத்துக் கொண்டிருந்தார்கள். அங்கையர் பாட்டியின் மூன்று தம்பிகளில் கடைசித் தம்பியான குழந்தைவேல் கத்திக்கொண்டிருந்தான்... வாழ்க்கை முழுதும் தன் அக்காவை இம்சைப்படுத்திக்கொண்டிருந்த அந்த வேலுச்சாமி தேவனை ஒரு வழி ஆக்கிவிட வேண்டுமென்று கூவிக் கொண்டிருந்தான். அவனை சமாதானப்படுத்த அங்கே எல்லோரும் முயன்று கொண்டிருந்தனர். அங்கையர்க்கரசியின் கணவனுக்கும் அவளது தம்பிகளுக்கும் ஏதோ ஒரு விசயத்தில் தகராறு முற்றி அடிதடியளவுக்குப் போய்விட்டது. வருடக்கணக்காக பிறந்த வீட்டிற்குப் போகமுடியாமல் தடை போடப்பட்டிருந்தவளுக்கு சாவின் தருணத்தில் தன் பிறந்த வீட்டாரைப் பார்க்கும் பாக்கியம் கிட்டியது. உயிர் பிரிவதை இரண்டு வாரங்களுக்கு

தள்ளிப்போட்டுக்கொண்ட அங்கையர்க்கரசி பாட்டி, மார்கழி மாச அமாவாசை கழிந்த மூன்றாவது நாள் உயிர் நீத்தாள். குழந்தைவேலனின் கத்தல் அதிகமாகிக்கொண்டே போக அவன் அண்ணனும் வீட்டிற்கு பெரியவனுமான முத்துராசன் வழியில்லாமல் அவன் காலில் விழுந்து - "பில்லிக்கட்டு வீட்டார் முன் நம் குடும்பத்தின் மானத்தை வாங்கதேடா" என்று அழ ஆரம்பித்தான். சாவை மறந்து எல்லோரும் குழந்தைவேலனை சமாதானப்படுத்துவதிலேயே களைப்படைந்திருந்த பெரியவனை பார்த்துப் பரிதாபப்பட்ட காடைத்தேவர்கள் "அவனை ரூமிலே போட்டு அடையுங்கள்", "வேண்டாம், இன்னும் அதிகமாக ஆர்ப்பாட்டம் பண்ணி அசிங்கப்படுத்திடுவான்..." என்றெல்லாம் அறிவுரைகளை அள்ளி வீசிக் கொண்டிருந்தார்கள். கொஞ்சம் கோபம் தணிந்த குழந்தைவேலு "ஒண்ணும் செய்யமாட்டேன்" என்று பேச்சியாத்தாளின் மேல் சத்தியம் செய்தான். கோடிச் சீரை எடுத்துக்கொண்டு புறப்பட்டனர். இதற்கிடையில் பிறந்த வீட்டு கோடிக்கு காத்து அலுத்து கோபமுற்ற அங்கையர்க்கரசியின் கணவன் வேலுச்சாமித் தேவர் "இந்த காடைப் பசங்க திமிறு அதிகமாயிடுச்சு. காக்குட்டும்னு வேணும்னே பண்றானுக. சாவிலயும் அவங்க குரங்கு புத்தியக் காட்றானுக... அநாகரிகப் பசங்க... நம்மள என்ன வண்ணா கழுதைங்கனு நினைச்சானுங்களா... டே நாசவ பளனி... புகுந்த வீட்டுக் கோடியை போடச்சொல்றா மொதல்லே... அவனுக குடுச்சு தின்னுட்டு வர்ற வரைக்கும் காக்க முடியாது" என்று கத்திக் கொண்டிருந்தார். இதற்கு அதிர்ச்சியுற்றது பழனிச்சாமி மட்டுமல்ல அங்கே கூடியிருந்த அனைவரும்தான். பிணம் எடுக்கும் முன்னே சம்பிரதாயப்படி முதல் கோடி பிறந்த வீட்டுக் கோடியாகத்தான் இருக்கவேண்டும், பிறகுதான் புகுந்த வீட்டுக் கோடி போடவேண்டும். முதலில் எண்ணெய் சீவக்காய் தலையில் இட்ட பிறகு, குளிப்பாட்டி, பிறகு இரு வீட்டாரின் கோடியை முறைப்படி சடலத்தின் மீது சாத்தி, பிணத்தை பாடையில் ஏற்றுவார்கள். இறந்தவர் பேரன் பேத்திகளைப் பார்த்திருந்தால், வெறும் பாடை கட்டமாட்டார்கள், அதை தேர் போல் சிங்காரித்து, பட்டாசுகள் வெடித்து, தாரை தம்பட்டை அடித்து இறுதியில் ஊர்வலமாக எடுத்துச் செல்வார்கள். அங்கையர் பாட்டிக்கு இதுபோல எல்லாம் தயாராகவே இருந்தது. பெரிய சாவை மிக மரியாதையோடு அனுப்ப தயாராக இருந்த தேர் அங்கையர்ப் பாட்டியின் ஸ்பரிஸத்திற்காக காத்துக்கொண்டிருந்தது. அங்கையர்ப் பாட்டியை அதில்

ஏற்றுவதுதான் பாக்கி. வேலுச்சாமியின் இந்தப் பேச்சு அங்கிருந்தவர்களில் சிலருக்கு அங்கையர் பாட்டியின் சவத்திற்கு கிடைக்கும் கௌரவங்களை பற்றிய சித்திரங்கள் மனதில் தோன்றிக்கொண்டிருந்ததால் பயமூட்டியது. நாசவன் பழனிச்சாமி காலில் விழாத குறையாக வேண்டிக்கொண்டான். "இது சரியல்ல! முதலில் பிறந்த வீட்டுக் கோடிதான் போடவேண்டும், அதுதான் நியாயம்" என்று சொன்னபோது நெஞ்சு படபடத்தது. கொதித்து வெந்துபோயிருந்த வேலுச்சாமி தேவர் 'பளீர்' என்று பழனிச்சாமியின் கன்னங்களில் அரைந்து "எனக்கே நியாயம் - அநியாயம் பாடம் நடத்தரயா நாசவப்பயலே, சூ…த மூடிக்கிட்டு உன் வேலையைப்பாரு" என்றார். சாவின் வீடு மயான மௌனம் அடைந்து நிசப்தமானது. அதிர்ச்சியுற்று நடுங்கி கீழே விழப்போன பழனிச்சாமி சுதாரித்துக் கொண்டு எழுந்து நின்றான். எல்லோரும் அவனையே பார்த்துக்கொண்டிருந்தார்கள். "தம்மாத்துண்டு சொத்துக்கே இப்படி கோவிச்சுக்கிட்டு ஆடர அந்த காடத் தேவனுங்களுக்கே அவ்வளவு இருந்தா, அம்பது அறுபது ஏக்கர் இருக்கற நமக்கு எவ்வளவு இருக்க வேணாம்… அந்தப் பசங்க கோடி போடலேனாலும் பரவால்லே… நம்ம கோடி போட்டு எடுங்கட பொணத்த…" வேலுச்சாமித் தேவர் கொதிக்கும் எண்ணெய் காலில் சிந்தியதைப்போல கோபத்தில் பறந்துகொண்டிருந்தார். பழனிச்சாமியின் கண்களிலிருந்து கண்ணீர் சிந்திக் கொண்டிருந்தது. யாருக்கும் தெரியாமல் கண்ணைத் துடைத்துக்கொண்டு அங்கையர்க்கரசிக்கு கணவன் வீட்டின் இறுதி மரியாதைகளை எல்லாம் சரிவர செய்து முடித்தான். அவன் உள் மனது இவைகளைச் செய்ய மறுத்துக் கொண்டிருந்தது. காடைத் தேவர்கள் கோபக்காரரர்கள், சிறிதும் அவமானத்தை சகித்துக் கொள்ளாதவர்கள். எல்லாவற்றிற்கும் மேலாக அவர்களுக்கு மானம் பெரிது… அவர்களின் தன்மானத்திற்கு கலங்கம் ஏற்பட்டால் உயிரை எடுக்கவும் - கொடுக்கவும் துணிந்தவர்கள்! "கருப்பா… சாமி, உன் பிள்ளைகளுக்கு நீதான் நல்ல புத்தி கொடுத்து அங்கையர்க்கரசியின் தேகத்தை எந்தக் குறையுமில்லாமல் எடுத்துச்செல்ல வழி செய்யவேண்டும். திருப்பதி வெங்கடாசலபதி நீதான் உன் பில்லுக்கட்டி தேவர்களின் நரி புத்தியை மன்னித்து நல்ல புத்தியைக் கொடுக்க வேண்டும்." பழனிச்சாமி மனதிற்குள்ளேயே வேண்டிக்கொண்டான்.

அங்கிருப்பவர்கள் எல்லாம் எதிர்பார்த்துக் கொண்டிருந்த அத்தருணம் வந்தது. 'பிறந்த வீட்டுக் கோடி'யை எடுத்துக்கொண்டு காடைத் தேவர்கள் வந்துகொண்டிருந்தார்கள். நான்கு பிளாஸ்டிக் குடங்களில் தண்ணீர் எடுத்துக்கொண்டு வர அவர்களுக்கு முன் அங்கையர் பாட்டியின் முதல் மகள் மண் பானையில் தண்ணீர் எடுத்துக்கொண்டு வர... பாட்டியின் இரண்டு சகோதரர்கள் ஒரு வெள்ளைத் துணியை அந்த ஐவரின் தலைக்கு மேல் பிடித்துக்கொண்டு வந்து கொண்டிருந்தார்கள். பின்னால் கோடித்துணி, பூசை பொருட்களுடன் சிலர் வர, கடைசியில் குழந்தைவேலு தான் தள்ளாடுவதை கட்டுப்படுத்திக்கொண்டு வந்து கொண்டிருந்தான். காடைத் தேவர்களெல்லாம் உடனே கவனித்தார்கள். பெரியவனான முத்துராசனுக்கு கோபம் சுருக்கென்று நெத்திக்கேறி "வக்களோலி பில்லிக்கட்டுங்கள பாருங்கடா... நாம அவன்களுக்கு அவ்வளவு இளக்காரமா போய்ட்டோம்... எங்கக்கா சாவிலேயும் நம்மள அவமானப்படுத்திட்டாணுங்க" என்று ஆக்ரோஷமாகக் கத்தினான். ஒருவரோடொருவார் மோதிக்கொண்டு கூச்சலிட்ட சத்தம் ஊரையும் தாண்டி மயானம்வரை கேட்டது. குழந்தைவேல் தன் மாமனை அடிக்கும் முன்னமே அவனை பில்லிக்கட்டு மைனர்கள் அடித்து நொறுக்கியிருந்தனர். அங்கையர் பாட்டியின் சவம் மௌனம்தான் இதற்கெல்லாமான பதில் என்பதைப்போல சாந்தமாக அந்த மர நாற்காலியின் மேல் அமர்ந்திருந்தது. அவள் தலையிலிருந்து நீர் கண்களின் வழியாக அவள் கன்னங்களில் இறங்கி தொண்டையில் மறைந்தது. சண்டையை நிறுத்துவதில் ஊரின் பெரியவர்கள் வெற்றி பெற்றனர். கடைசியில் எப்படியோ அங்கையர்க்கரசியின் சவம் அலங்கரிக்கப்பட்ட பாடைத்தேரில் ஊர்ப் பக்கம் முகம் காட்டி மயானம் நோக்கிப் புறப்பட்டது. சவக்குழிச் சடங்குகள் சீக்கிரமாக செய்து முடிக்கப்பட்டது. இரண்டு நாள் இடைவிடாமல் வேலை செய்த பறையர், வண்ணான், நாசவன் தங்களுக்கு கிடைக்கவேண்டிய கூலிக் காசு சரிவர கிடைக்காமல் தங்கள் ஆத்திரத்தை அடக்கிக்கொண்டனர். குழி தோண்டிய பறையன் மாயவன் மற்றும் தொந்தி பிடித்த, வண்ணான் மணி அடம் பிடித்து மற்றவரைவிட கொஞ்சம் அதிகமாகவே காசு வாங்கிக்கொண்டனர். எல்லோரை விடவும் அதிகமாகவே வேலைசெய்த பழனிச்சாமி மட்டும் கொடுத்ததை வாங்கிக்கொண்டு ஒன்றும் பேசாமல் நடந்தான். ஆண்களெல்லாம் மயானத்திலிருந்து திரும்புவதற்குள் பெண்கள் வீட்டை முழுகி நடுவில் மண் தீபம் ஏற்றி வைத்திருந்தனர்.

செருப்பைக் கழற்றி கைகால் முகம் அலம்பிய ஆண்கள் விளக்கை கையெடுத்துக் கும்பிட்டு அவரவர் வீட்டுக்குப் புறப்பட்டனர். பழனிச்சாமி "நாளானிக்கு காலேல பத்து மணிக்கு குழிக்கு பாலுத்தறது, எல்லாரும் வந்திடுங்க சாமியோ" என்று உயர்ந்த குரலில் எந்திரம் போலக் கூவிக்கொண்டிருந்தான். அவன் சொன்னதை கேட்டும் கேட்காததுமாக மக்கள் போய்க்கொண்டிருந்தார்கள். கூட்டத்தின் நடுவிலிருந்து திடீரென்று நுழைந்த குழந்தைவேலன் "எல்லாம் இந்த நாசவப் பயலாலதான் ஆச்சு" என்று கத்திக்கொண்டே கையிலிருந்த வீச்சறுவாளை பழனிச்சாமியின் கழுத்தின் பக்கம் வீசினான். குடிபோதையிலிருந்த அவன் கை நடுங்கி வீச்சறுவாள் குறி தவறி பழனிச்சாமியின் தோள்பட்டையை தாக்கி இரத்தம் பீச்சிட்டது. அவனை விடுவிப்பதற்குள் பழனிச்சாமியின் வயிற்றைக் கிழித்து இரத்தச் சிவப்பில் மூழ்கடித்திருந்தது குழந்தைவேலின் வீச்சறுவாள். அவன் கையிலிருந்து பிடுங்கப்பட்ட வீச்சறுவாளோ தன் முதலாளியை பில்லிக்கட்டுத் தேவர்கள் அடித்துக் கொண்டிருக்கையில் தன்னால் எதுவும் செய்ய இயலாமலும், ஒரு பாவமும் அறியாத பழனிச்சாமியை வெட்டியதற்கு எந்த சங்கடம் இல்லாமலும் கம்பீரமாக கீழே விழுந்திருந்தது.

பழனிச்சாமி ஒரு வாரம் மருத்துவமனையில் தன் தோள் பட்டைக்கும், வயிற்றிற்கும் சிகிச்சை முடித்துக்கொண்டு வீடு வந்து சேர்ந்தான். எப்போதும் கண்ணீருடன் வீட்டுக் கூறையையே வெறிச்சோடிய பார்வையில் பார்த்து புலம்பிக் கொண்டிருந்தான். பேரன் வீரேசன் மட்டும் கலங்காமல் தன் கூடவே இருந்தது மனதிற்கு சிறு ஆறுதலாக இருந்தது. இந்த நிகழ்வு நடந்து முடிந்த மூன்று வாரங்களில் கொஞ்சம் தெம்பு வந்ததைப்போல தென்பட்டான். அந்த ஒரு வெள்ளிக்கிழமை அதிகாலை சிறுநீர் கழிக்க எழுந்து பின்வாசல் சென்றவனுக்கு ஓர் அதிர்ச்சி காத்திருந்தது. தன் மனைவியிடம் பெரிய வீட்டு ரங்கசாமி தேவரின் மூத்த மகன் நாகராசன் இணைந்துகொண்டிருந்ததைப் பார்த்தவன் வெலவெலத்துப் போனான். உள்ளே வந்து தாளிட்டுக்கொண்டு, சில நாட்களாக சும்மா கிடந்த சவரக் கத்தியை எடுத்து தன் கழுத்தை அறுத்துக்கொண்டிருந்தான்... வலி தாங்காமல் கதறினான். அரை சாமத்தில் தன் தூக்கத்தைக் கலைத்த அந்த சத்தத்திற்கு அதிர்ச்சியுற்று எழுந்த பன்னிரண்டு வயது வீரேசன் இரத்தத்தில்

மிதந்து புரண்டு கொண்டிருந்த தாத்தாவைப் பார்த்து பயந்து கதறிக் கொண்டிருந்தான்.

வழி முடிவதாகவே தெரியவில்லை. மக்கள் தொழுகை முடித்து வெளியே வந்துகொண்டிருந்தார்கள். ரமலான் மாதத்து சூரியன் அன்று அதிகமாகவே சுட்டெரித்துக் கொண்டிருந்தான். மசூதியிலிருந்து வெளியே வந்த பஷீர் இன்னும் தன் அறைக்குப் போய் சேராத வீரேசனைப் பார்த்து “என்னடா, உடம்புக்கு சரியில்லையா?” என்று கேட்டான். அதற்கு சிரித்து ஒன்றும் இல்லை என்பதைப் போல் தலையை ஆட்டினான் வீரேசன். ஜோராக சிரித்துக்கொண்டே பஷீர் “மரியம்மின் புருசன் வந்திருக்கறதுக்கு வருத்தமா?” என்று கேலி செய்தான். குழந்தைவேலுத் தேவன் மற்றும் பெரிய வீட்டு நாகராசனைக் கொல்ல வேண்டுமென்ற ரோசம் குறைந்து அவன் மனசுக்குள் இப்பொழுது வேறொரு பலூன் விரிந்துகொண்டே போனது. சும்மா பொழுது போக்கிற்காக வளர்த்துக்கொண்ட இந்த மலையாள நர்ஸ் மரியம்மின் சகவாசம் இவ்வளவு இக்கட்டான நிலைக்கு கொண்டு செல்லுமென்று அவன் எண்ணியிருக்கவில்லை. அரேபிய இளைஞனை பார்க்கும் முன் அவனை வாட்டிக் கொண்டிருந்த இந்த மரியம்மின் நினைவுத் தொல்லை திரும்பவும் பற்றிக்கொண்டது. அறைக்கு வந்து படுத்தான். மரியம்மின் மணம் அறையெல்லாம் நிறைந்திருப்பதைப் போல உணர்ந்தான். “எல்லாரையும்-எல்லாத்தையும் விட்டுட்டு மலேசியாக்கோ சிங்கப்பூருக்கோ போயி நிம்மதியா இருக்கலாம்” என்ற மரியம்மின் வார்த்தைகளை அவன் ஒத்துக்கொண்டிருக்கவில்லை... கோபித்துக்கொண்டு சண்டை போட்டிருந்தாள்... தன் புருசன் வந்தால் நிலைமை இன்னும் மோசமாகும் என்று சொன்னது அவனை வருத்தத்தில் ஆழ்த்தியது. இதற்கு நடுவில் தாத்தாவின் நினைவு அவனை கொஞ்சம் வக்கிரமாக்கியிருந்தது. இதையெல்லாம் விட முக்கியமாக இந்த மரியம் தன்னைப்பற்றி சவுதி போலீஸிடம் புகார் எதுவும் கொடுத்தால்? என்ற சிறிய கற்பனை அவனை மிகவும் பயமுறுத்தியது. கடினமான சட்டமுள்ள இந்த நாட்டில் தன் நிலை என்னவாகும் என்பதை நினைத்தே நடுங்கினான். கொதிக்கும் எண்ணெயில் விழுந்த உயிருள்ள ஆமையைப் போல அவன் தலை படபடவென்று வெடித்துக் கொண்டிருந்தது. “எல்லாம் அந்த தேவிடி....முண்டையாலதான்.

அவ நிம்மதியைக் கொடுத்திருந்தா இப்படி நாடு விட்டு வெளிநாட்டிலே வந்து அவதிப்படும் அவசியமிருந்திருக்காது... அவ வார்த்தையால குத்திக்குத்தியே என்ன உயிரோட பொணமாக்கிட்டா... கட்டிக்கிட்ட பாவத்துக்கு அவ கழுத்து நிறைய தங்கச் சங்கிலி செஞ்சு போட்டதை நினைத்துப் பொருமினான். தன் அம்மாவைப் பேசியே கொன்னுட்டா, படுபாவி முண்ட... அத்தை, புருசன் ரெண்டுபேரும் இல்லாம சுகமா. கொழுத்திருப்பா. யாரையாவது??? திருட்டு நாயி... மொதல்ல அவளக் கொல்லனும், அப்புறந்தா மத்தவங்கள... பத்து விரல்களையும் முடிக்குள் நுழைத்து கீறிக்கொண்டான்... உய்... உய்...யிய் யீ என்றெல்லாம் கூவினான். சிறிது ஆசுவாசப்படுத்திக்கொண்டு தலையைத் தூக்கிப் பார்த்தான். மூலையில் சிலந்தி வலை தொங்கிக் கொண்டிருந்தது. அதையே பார்த்துக் கொண்டிருந்தவன் கண்களுக்கு மெல்ல குடகு, பிளிகிரிரங்கனபெட்டா தெரிந்தன. ஆதிவாசிகள் எனப்படும் சோலிகரின் அந்தப் பாட்டு மனதில் மலர்ந்தது... "கோருகன" என்றால் "சிலந்தி வலை" என்று சொல்லியிருந்தாள் அந்த சோலிகரின் மசனவ்வா... கட்டான உடலின், பெரிய முலைகளும், பின்னழகும் உடைய மசனவ்வா... குடகின் காப்பித் தோட்டத்தில் கிடைத்த பிளிகிரிரங்கனபெட்டத்தின் மசனவ்வ... காட்டின் ராணி, கோருகன பாட்டின் அரசி மசனவ்வா...

"கோருகோ கோருகோ கோருகன
கோருகோ கோருகோ கோருகன
சம்பங்கிப் பூவின் சர மாலை
செவ்வந்திப் பூவின் குண்டு மாலை
கோருகோ கோருகோ கோருகன
கோருகோ கோருகோ கோருகன
யார் முடியை அலங்கரிக்குமோ
சாமி தலையை அலங்கரிக்குமோ
கோருகோ கோருகோ கோருகன..."

மனது சந்தோசத்தில் மிதந்தது. பொழியும் அந்த மழையில் அவள் பாட்டுப்பாடி ஆடுவதைப் பார்த்துக் கொண்டிருப்பதே

ஒரு தனி அழகு. மசனவ்வாவை பார்த்தே ஆகவேண்டுமென்று மனம் துடித்தது. அவளை ஒரு முறையாவது தொட்டுவிட வேண்டுமென்று நினைத்தபோது அவளது தாய்மாமன் தன் முரட்டு முகத்துடன் எதிரில் வந்து நின்றான். சற்று பயந்து பின்னே சரிந்தாலும், பிளிகிரி மலையின் காடு, மழை, விலங்குகளின் கூவல், கியாதப்ப சாமியின் மலை எல்லாம் ஞாபகம் வந்து இதமாக இருந்தது. தீர்க்கமான பெருமூச்சு ஒன்று அவனுடைய எந்த முயற்சியுமின்றி வந்தபொழுது அவன் மனதில் மத்தி மரத்தின் கிளைகள் தூவிய நீர்த்துளிகள் ஓவியம் தீட்டிக்கொண்டிருந்தன. காயங்களை ஆற்றும் கருவாதி மரத்தின் பட்டை கண்முன் வந்துபோனது. விசாலமான மணல் - மணல் மேடுகள், காடு - வான் உயர மலைகள் எல்லாம் அவனுடைய நினைவின் பெட்டகத்தைத் திறந்து வெளியே வந்தன. வானம் தொடும் பர் - பாலைவனமும், தோண்டத்தோண்ட ஆழமாகும் காடும் ஒன்றுக்குள் ஒன்றாகி வீரேசனின் மனதை குதூகலப்படுத்தியது.

ஸ்ரீனிவாச வைத்ய

பிறப்பு: 4.4.1936, தார்வார் ஜில்லாவின் நலகுந்த என்னும் ஊரில். படிப்பு தார்வாரில். முதுகலைப்பட்டம் பொருளாதாரம் மற்றும் சரித்திரம். 1959இல் மும்பை கனரா வங்கியில் வேலை. 1996இல் இருந்து பெங்களூரில் வாசம். 2004இல் ‘ஹள்ள பந்து ஹள்ள’ என்னும் நாவலுக்கு சாகித்ய அகாடெமி விருது. 2003இல் பரமானந்த விருது. 2008இல் தேசிய சாகித்ய அகாடெமி விருது. 2010இல் கன்னட ராஜ்யோத்சவ விருது.

சிரத்தை

■ ஸ்ரீனிவாச வைத்ய

மாசி மாதத்தின் சுக்லபட்ச துவாதசி எங்கள் தந்தையின் சிராத்தத்திற்கான உகந்த நாள். அது தோராயமாக ஜனவரி, பிப்ரவரி மாதங்களில் வரும். அந்தத் தருணங்களில் சொர்க்கம் சேர்ந்த தந்தையின் நினைவு இடைவிடாமல் என்னை வாட்டமடையச் செய்யும்.

அப்படிப் பார்த்தால் எங்கள் தந்தை முரண்பாடான குணாதிசயங்களுடன் கூடிய ஆளுமை கொண்டவர். அவருடைய நினைவு வருடம் முழுவதும் இருந்தாலும், இந்த மாசி மாத சுக்லபட்ச நேரங்களில் அந்த நினைவுகள் தீவிரமடையும். வீட்டின் ஏதாவதொரு மூலையிலிருந்து அவர் எழுந்து வந்துவிடுவாரோ என்பதைப் போலான ஓர் எண்ணமும், உணர்வும் தெளிவாகவும், கூர்மையாகவும் மனதை உறுத்தும்.

எங்கள் அப்பா லோகமானிய திலகரின் பக்தர். திலகரின் தத்துவங்களையும், கடுமையான வாழ்க்கை நெறிமுறைகளையும் தானும் கடைபிடிக்கத் தீவிரமாக முயன்றவர். ஓரிருமுறை சிறையும் சென்று வந்தவர். அதனால் இந்த சில்லரைத்தனங்கள் நிறைந்த உலக நடைமுறை வாழ்க்கைக்கு அவரால் ஒத்துப் போகமுடிந்ததில்லை.

நாங்கள் நரசிம்ம குலத்தைச் சேர்ந்தவர்கள். எங்கள் தந்தையார் கம்பீரமான, கொஞ்சம் உக்கிரமான ரூபமுடையவர் என்றே சொல்லலாம். சிறிது உயரமாகவும், பருமனாகவும் உடல்வாகு கொண்டவர். வட்ட முகத்திற்குப் பொருந்தாத சிவந்த கண்கள். கொஞ்சம் தூக்கிய, பரந்த நெற்றி. முகத்தில் எப்போதும் ஒரு சோர்வுக் களை. நன்றாகத் திருத்தித் தீட்டி இருபுறமும்

கூர்மையாக முறுக்கிவிட்ட மெல்லிய மீசை. மெஷின் கட் தலைமுடி, ஆரத்தித் தட்டில் இருக்கும் திரியைப்போல மெலிதானா உச்சிக் குடுமி. நாள் தவறாமல் பூசைகள் செய்தாலும், குடும்பச் சிரமங்களை எதிர்கொள்ள முடியாமல் நொந்து வாடிய முகத் தோற்றம். சாதுவானாலும் அவருக்கு கோபம் அதிகம்.

அவர் எப்போதும் இரண்டு கைகளால் மீசையை முறுக்கி, முறுக்கி ஒவ்வொரு பக்கத்திலும் ஒரு எலுமிச்சம் பழத்தை குத்தி வைக்கும் அளவிற்கு கூர்மையாக வளர்த்திருந்தார். புரட்சி வீரர் சந்திரசேகர அஜாதைப்போல.

எப்போதும் இடது கையால் வலது பக்கத்து மீசையையும், வலது கையால் இடது பக்கத்து மீசையையும் தடவிக் கொடுப்பார். இந்தக் கையால் அந்த மீசை, அந்தக் கையால் இந்த மீசை! ஒரு கை ஏதாவது வேலை செய்து கொண்டிருந்தாலும் அரிப்பைத் தாங்கிக் கொள்வாரே தவிர அதே கையால் எப்போதும் மீசையை தடவிக் கொடுக்க மாட்டார். அப்படி ஒரு கட்டுப்பாடு!

அந்தக் காலத்து அப்பாக்கள் விசித்திரமானவர்கள். பிள்ளைகளுடன் நேராக, direct ஆக, one to one ஆக, face to face என்றும் பேசமாட்டார்கள். என்ன இருந்தாலும் அது மனைவியின் மூலமாகத்தான், அதாவது எங்கள் அம்மாவின் மூலமாகத்தான் எப்போதும் பேசுவார். திலகரும் தன் பிள்ளைகளை இப்படித்தான் வளர்த்தார் என்று கேள்விப்பட்டிருக்கிறேன். அன்பு, நெருக்கம், பாசம், நட்பு இப்படியான பலவீன உணர்ச்சிகளுக்கு இடம் தந்தால் பிள்ளைகள் கெட்டுப்போய்விடுவார்கள் என்கின்ற பயம் அவருக்கு.

அதுமட்டுமல்ல, மறைமுகமாக ஏதாவது பேசினாலும்கூட, அதிக கௌரவமாக, சுருக்கமாக, கூர்மையாக, கடுமையான ஏளனத்துடன் இருக்கும். அப்பப்பா! அதுபோலான கம்பீரமான, கடுசான, நேர்த்தியான ஏளனத்தை நான் அவருக்குப்பின் கேட்டதும் இல்லை. அனுபவித்ததும் இல்லை.

இப்படி எங்கள் பெரியவர்களின் அகம்பாவத்தாலும், கடுமையான கட்டுப்பாடுகளுடன் கூடிய வாழ்க்கை நெறிமுறைகளாலும் நானும் என் சரோஜக்காவும் வளர்க்கப்பட்டோம். அவ்வப்போது சரோஜக்காவுடன்

மட்டும் எங்கள் அப்பா சிறிது அன்பு கலந்த சலுகையுடன் நடந்துகொள்வார். அவள் திருமணமாகிப் போகிறவள் என்பதாலும் இருக்கலாம். ஆனால் என்னுடன் மட்டும் ஒரு எதிரியைப்போலவே, விளையாட்டுப் போட்டியின் எதிரியைப் போல அல்ல, போரின் எதிரியைப்போலவே நடந்துகொள்வார்.

எனக்குப் பத்துப்பனிரெண்டு வயதிருக்கும் “அம்மா, சோள ரொட்டியைத் தினமும் தின்று நாக்கு செத்துப் போய்விட்டது. இன்னைக்கு சப்பாத்தி சுட்டுக்கொடு” என்றேன். அன்று வீட்டில் கோதுமை மாவு இல்லை போல. என் நாக்கு சபலத்தின் செய்தி அறிந்த என் தகப்பானர்... பூ மழை பொழிய ஆரம்பித்துவிட்டார்.

“நான் ஒரு அதிர்ஷ்டங்கெட்ட பரம ஏழைக் குமாஸ்தா. எனக்கு கிடைக்கும் கூலிக் காசுக்குக் கோதுமை எல்லாம் வாங்க முடியாதுன்னு சொல்லுங்க. நாளைக்கு நம்ம சிரஞ்சீவி திவான் ஆவரு. அப்ப தினமும் போளி... நெய்... இட்லி... பாயசமுன்னு ருசிருசியா சாப்பிட்டு நெய்லெயே கை கழுவச் சொல்லுங்க. நெய்யால கையக் கழுவிட்டு மொட்டை அடிச்சுக்கவும் சொல்லுங்க.”

‘இந்த மொட்டை அடித்துக்கொள்ளும்’ வாக்கியம் எங்கள் தினசரி வாழ்க்கையில் ஒவ்வொரு நிமிடமும் கூடவே தொடரும் நிழலைப்போலவே இருக்கும். அது ஒரு common factor, bracketக்கு வெளியே இருப்பதைப் போல. மீதியெல்லாம் bracketக்கு உள்ளே. உதாரணத்திற்கு:

“உங்க செல்லப் பிள்ளையை குளிச்சிட்டு மொட்டையடிச்சுக்க சொல்லுங்க.”

“ராஜகுமாரனை சாப்பிட்டுவிட்டு மொட்டையடிச்சுக்க சொல்லுங்க.”

“வராந்தாவிலே சைக்கிளை நிறுத்தி வச்சுட்டு மொட்டையடிச்சுக்க சொல்லுங்க உங்க சிரஞ்சீவிக்கு.”

“இன்னைக்கு வியாழக்கிழமை, ராகவேந்திர சாமி ஸ்தோத்திரம் பாடிவிட்டு மொட்டையடிச்சுக்க சொல்லுங்க.”

“உங்க அருமைப் பிள்ளையை நாராயணாச்சார் வீட்டு வரைக்கும் போய் வைஷ்ணவர்களின் ஏகாதசி என்னைக்குன்னு கேட்டுட்டு வந்து மொட்டையடிச்சுக்க சொல்லுங்க.”

இப்படி எங்கள் மதிப்பிற்குரிய தகப்பனார் எந்தக் காரியங்களைச் செய்தாலும் கடைசியில் அது எங்கள் தலையை மொட்டையடிப்பதில் வந்து முடியும்.

எங்கள் திருவாளர் தந்தையாருக்கு என் முடிமேல் இருந்த இந்த அபூர்வ அக்கறையைக் கண்டு சிறுவர்களான நாங்கள் அவருக்கு 'மொட்டை நண்பர்' என்று கேலிப்பெயர் சூட்டியிருந்தோம்.

ராஜாக்கள் காலத்தில் அவர்களுக்கென்று ஒரு சின்னமும், கொடியும் இருக்குமாம். புலியை தூக்கிச்செல்லும் ஹொய்சளன், மகாபாரதத்தின் பாண்டவர்களுக்கு குரங்குக்கொடி, இரட்டைத்தலைப் பட்சி மைசூர் மகராஜாவிற்கு இப்படி ஒவ்வொரு அரச குலத்திற்கும் ஒரு சின்னமும், கொடியும் இருக்குமாம். அப்படி எங்கள் குடும்பத்திற்கு ஏதாவது சின்னம் பொருந்துமானால் அது ஒரு மொட்டைத்தலையுடன் கோபமான முகத்துடன் இருக்கும் தலையாகத்தான் இருந்திருக்கும். பிறகு நாங்களும் ஹொய்சளர்களைப்போல 'மொட்டைத்தலையவர்கள்' என புகழடைந்திருக்கலாம்..

வீராதி வீரர்களான எங்கள் வம்சத்து பெரியவர்கள் கதம்பர்களுடனோ, ஹொய்சளர்களுடனோ கடும் போர் புரிந்துகொண்டிருக்கும்போது, எங்கள் படையாட்கள் எங்கள் வம்சத்தின் மொட்டைத்தலைக் கொடியை ஏந்தி, "ஹொய்சளர்கள் முர்தாபாத், மொட்டைத் தலையவர்கள் ஜிந்தாபாத், மொட்டைத் தலையவர்களுக்கே வெற்றி" என்று வீரவேசமாக கோஷமிட்டுக்கொண்டு, போர்க்களத்தில் எதிரிகளைப் பிடித்து அவர் தலைகளையும் மொட்டையடித்திருப்பார்களோ என்னவோ!

எனது தந்தை கிராமத் தொழில் சங்கத்தின் எண்ணெய் விற்பனை நிலையத்தில் துணை எழுத்தராக வேலை பார்த்து வந்தார். சுதந்திரத்திற்குப் பிறகு திலகரைப் பின்பற்றிய, காந்தி பக்தர்களான, நேர்மை உணர்வால் அவதிப்பட்டுக்கொண்டிருந்த சில தேசபக்தர்களின் பிழைப்பும் நடக்கவேண்டுமென்று அரசாங்கம் காதி கிராமோத்யோகம், பதநீர் விற்பனை நிலையம், பருத்தி நூல் நெசவாளர் சங்கம் இப்படிச் சில உதவாக்கரை நிறுவனங்களை அமைத்திருந்தது. ஆனால் அப்போதே மற்ற நேர்மையற்ற தேசபக்தர்கள் சிலர் மந்திரிகளாகவும், உப மந்திரிகளாகவும் ஆகி தேசத்தைச் சூறையாடிக் கொண்டிருந்தனர்!

ஆனால் எனது தந்தையாரோ கிராமத் தொழிற்சங்கத்தில் மிக சிரத்தையுடனும், பக்தியுடனும்,

கரகா விவசாயி கதிகப்பனுக்கு எள்ளுக்
கொள்முதல் வகைச்செலவு - ரூ.12 அ. 6 பை. 4
வண்டி வாடகை வகைச்செலவு - ரூ. 0 அ. 8. பை 5
கூலி - ரூ.0. அ. 6. பை .1

இப்படிப் பைத்தியக்காரத்தனமாகக் கணக்கெழுதிக் கொண்டிருந்தார். ஆனால் அவருடைய மகனான எனக்கோ கணக்கென்றால் சுட்டுப்போட்டாலும் வராது.

அப்போது ஆறாவது படித்துக்கொண்டிருந்தேன் என்று நினைவு. கணக்குத் தேர்வில் எனக்கு அழகாக பூஜ்யம் போட்டிருந்தார்கள். அப்போது மொட்டை நண்பரின் அன்றைய ஆர்ப்பாட்டம், கோபதாபம், இரண்யனைப் போலான உக்கிர ரூபம், கத்தல், கூவல்களை என்றும் மறக்க முடியாது. அன்றுவரை யாருக்கும் கணக்குத் தேர்வில் பூஜ்யமே கிடைத்ததில்லையா என்ன? இதெல்லாம் தெரிந்திருக்க வேண்டுமே! அன்று முழுவதும் வீட்டில் அவரது ருத்ரதாண்டவம்தான் போங்கள்!

அன்று சமையலறையின் பெரிய கம்பத்திற்குப் பின்னால் மறைந்திருந்தேன் நான். பக்கத்தில் என் அம்மா ரொட்டி தட்டிக் கொண்டிருந்தார்கள். அந்த நேரம் பார்த்து நம் இரண்யன் கோபத்துடன் உள்ளே நுழைந்து என் அப்பாவியான அம்மாவிடம் "உங்கள் சிரஞ்சீவியான, வம்சத்தின் வாரிசான மகனுக்கு எத்தனை மார்க்ஸ் கிடச்சிருக்கு பாத்தீங்களா? நம்ம குடும்ப மான, மரியாதையை எல்லாம் காத்துலே பறக்கவிட்டுருவாரு. இவ்வளவு நாளா உங்க வம்சத்த வளக்கர, உங்க குல வாரிசு... அவரு தலைய மட்டும் மொட்டையடிச்சுக்கிட்டு இருந்தாரு. இப்ப அவருத மட்டுமல்ல... என்னோட, எங்கப்பனோட, எங்க பாட்டனோட... எல்லார் தலையையும் மொட்டை அடிச்சுட்டாரு. இன்ன கொஞ்சநாளைக்கு இப்படியே விட்டுட்டா பெத்த பாவத்துக்கு உங்க தலையையும் சேர்த்தே மொட்டை அடிச்சு விட்டுருவாரு. எங்க இருக்காரு... உங்க புத்திர ரத்தினம்? இந்தக் குடும்பத்து கணித மேதாவி ஸ்ரீனிவாச ராமானுஜம் சார்... எங்கே? தெய்வக்களையுடைய தரித்திரமான அவரு முகத்த பார்த்துட்டுப் போறேன். எங்க அவரு?

...இப்படிக் கூவிக்கொண்டு, வெறுப்பாக பக்த பிரகலாத நாடகத்தில் இரண்யன் மேடையின் மறுபக்கம்

வெளியேறுவதுபோல போய்விட்டார். இவ்வளவும் கணக்குத் தேர்வில் பூஜ்யம் வாங்கியதற்காக. இந்த முறைதான் பூஜ்யம். இதற்கு முன்பு எல்லாம் என்ன அப்படியா... ஏழு எட்டுன்னு மார்க்கு வாங்கிக்கிட்டுத்தான் இருந்தேன்.

என்னவாகவே இருக்கட்டும், அன்று என் தகப்பனாரின் இரண்ய கோபத்திற்கு கம்பத்திற்கு பின்னாலே என்ன கம்பத்தின் உள்ளேயே நரசிம்மரைப் போல மறைந்திருந்தது பொய்யல்ல.

சிறிது நேரத்திற்குப் பிறகு என்றும் வாயைத் திறக்காத அம்மாவும் "என்ன சீனுக்கண்ணு, இப்பிடி எதுக்கு செய்யறே? உன்னாலே நானும் எவ்வளவு கடுமையான பேச்செல்லாம் கேக்கவேண்டி இருக்கு? கொஞ்சம் நல்ல படிக்கக்கூடாதா?" என்றதற்கு நானும் அப்பாவைப்போலவே கொஞ்சம் கடுப்பாக "சும்மா இரும்மா. உனக்கென்ன தெரியும். இந்த உலகத்தில, இந்த ஆகாயத்துக் கீழ இருக்கற இவ்வளவு மனுசங்கள்ள நான் மட்டுமா பூஜ்யம் வாங்கிட்டு வரேன்..." என்று உயர்ந்த குரலில் கத்திவிட்டேன்.

அப்பா மகனின் இந்தச் சண்டையில், வார்த்தைப் பிரயோகங்களின் நடுவில் அம்மா பாவம் சிக்கித் தவித்தார். என் அப்பாவிடமிருந்து என் இரத்தத்தில் கலந்து விட்டதோ என்னமோ, இந்தப் பேச்சுத் திறமை, கோபத்திலும் வார்த்தைகள் அழகாக கோர்வையாக வந்தன.

அப்பா அவருடைய வன்மம் மட்டும் போதாதென்று, பள்ளிக்கும் வந்து ஆசிரியரிடம், "என் மகன்னு பாக்க வேண்டாம். தவறு செஞ்சா ரெண்டு சாத்து சாத்துங்க" என்று வேறு சொல்லிவிட்டுப் போனார். இனி கேட்கவேண்டுமா? என்னைக் கண்டாலே பிடிக்காத அந்த ஆசிரியர் இதுதான் சாக்கென்று தவறு செய்தாலும், செய்யாவிட்டாலும் என்னை நன்றாக மொத்துமொத்தென்று மொத்த ஆரம்பித்துவிட்டார்.

யாரிடம் போய் அழுவது? இப்படியெல்லாம் அனுபவிக்க வேண்டியதாயிற்று. அந்தக் காலத்தில் இப்போதுபோல ஜீவா காருண்ய சங்கங்கள் இருக்கவில்லை.

சில நேரங்களில் என் அப்பாவைப் பார்த்தால் எனக்குப் பாவமாகத் தோன்றும். அவர் பெருமைப்பட்டுக்கொண்டிருந்த உன்னதமான கொள்கைகளுக்கும், நம்பிக்கொண்டிருந்த சித்தாந்தங்களுக்கும் சிரத்தையுடன் பொருந்தி வாழ்வதற்கு சிரமப்பட்டுக்கொண்டிருந்தார். இந்தப் பொய், பித்தலாட்டம், வஞ்சனை நிறைந்த தினசரி வாழ்க்கையுடன் அவரால்

ஒத்துப்போக முடியவில்லை. அவருடைய அண்ணன் தம்பிகள்- மற்ற உறவினர்கள் எல்லோரும் அவரை ஏமாற்றி, அவருக்குத் துரோகம் செய்து அவருடைய சொத்தை எல்லாம் பறித்துக்கொண்டு விட்டனர். சொத்தை இழந்ததற்கான வருத்தம் அவருக்கில்லை. ஆனால் தன் சொந்த பந்தங்களே தன்னை ஏமாற்றி, மிகவும் சின்னத்தனமாக நடந்துகொண்டதால் மனித நேயத்தின் மீதே அவர் நம்பிக்கை இழந்ததால் ஏற்பட்ட வருத்தம். அவர் தனியாக இருக்கும்போதெல்லாம் "பஞ்ச மகா பூதங்களெல்லாம் பொய். மனிதன் கேவலம் மண்ணால் செய்யப்பட்டவன். வெறும் மண். ஆகாயம்... கருணை இவைகள் எல்லாம் பொய். பஞ்ச மகா பூதத்திற்கு பிறகு புரியாத புதிராக ஆறாவது பூதமாகிவிட்டான் மனிதன்" என்று தனக்குள் புலம்பிக்கொண்டும், புழுங்கிக் கொண்டுமிருப்பார். கற்பனை உலகத்தை யாருடனும் பகிர்ந்துகொள்ள முடியாத சூனியம் அவரைச் சூழ்ந்திருந்தது. ஒருவிதமான அந்நிய உணர்வு அவரை வதைத்துக்கொண்டிருந்தது. இதுபோலான சூனிய மற்றும் அந்நிய உணர்வுகளால், நேர்மையின் மதிப்பை உணராத இன்றைய சமுதாயத்தின் நடைமுறை வாழ்க்கைக்கு பொருந்திப்போக முடியாத தனது ஆற்றாமையின் மேல் கோபப்பட்டுக்கொண்டிருந்தார். ஒரு விதத்தில் அவர் ஒரு கோபக்காரக் கிழவனாகவே இருந்தார்!

எங்கள் தகப்பானார் எப்போதும் சிடுசிடுப்பாகவும், கடுப்பாகவும் இருப்பார் என்பது உண்மை. ஆனால் அவரிடம் அன்பு, பாசம் வறண்டுபோயிருக்கவில்லை. அவர் தன் அன்பையும், பாசத்தையும் கூட முரட்டுத்தனமாகவே வெளிப்படுத்துவார்.

ஒருமுறை பள்ளிக்கூடத்தில் விளையாடிக்கொண்டிருக்கையில் விழுந்து கையை முறித்துக்கொண்டு, மாவுக்கட்டுப் போட்டுக்கொண்டு வீட்டில் படுத்திருந்தேன். செய்தி கேட்டு ஓடிவந்த எனது தகப்பனார், என் படுக்கையின் பக்கம் வந்து "நீ அவ்வளவு சுகமா இருந்ததற்கு, இப்படி விழுந்து சாகனும்னு இருக்க என்ன" என்று ஆதங்கத்தால் தலையில் அடித்துக்கொண்டு போனார். அன்று அவர் என்னுடன் ஒருமையில் பேசியதைக் கேட்டு அந்த வலியிலும் எனக்கு ஒருவித விசித்திரமான திருப்தி ஏற்பட்டது.

எப்படியோ பள்ளிக்கூடம், படிப்பு, விளையாட்டு, சரோஜக்காவுடன் சண்டைகள் இப்படி பால்ய நாட்களை கழித்தது தெரியவே இல்லை.

ஒருநாள் திடீரென்று வளர்ந்து பட்டம் வாங்கி முடித்து மும்பைக்குப் புறப்பட்டு நின்றேன். அந்த நாட்களில் பள்ளி, கல்லூரிப் படிப்புகள் முடிந்தவுடன் எல்லோரும் பொதபொதவென்று மும்பைக்குப் போய்விடுவார்கள். படைத்த கடவுள் புல் மேய்க்கவைத்தாலும் அதை மும்பையில்தான் மேய்க்க வைத்தான். அப்படியாக இந்த பொதபொதாவில் நானும் ஒரு மடப்பொதாவாகி மும்பைக்குப் புறப்பட்டேன்.

1959ஆம் மே மாதம் 29ஆம் நாள் என்னால் மறக்க முடியாத நாள். அன்று நான் தார்வாட் மண்ணை வணங்கிப் புறப்பட்டேன். என் வாழ்க்கையின் பால்ய காண்டம் முடிந்து சுந்தர காண்டமோ அல்லது துறைமுகக் காண்டமோ, ஏதோ ஒரு புதிய அத்தியாயம் தொடங்கியது.

அன்று மத்தியானம் 3.58க்கு புனே மெயில்வண்டி தார்வாட் இரயில் நிலையத்திலிருந்து புறப்படத் தயாராக இருந்தது. அடுத்த நாள் காலை புனேயில் ரயில் மாறி மும்பை போகவேண்டும். கடந்த எட்டு நாட்களாக வீட்டில் மற்றும் நண்பர்களுடன் இதே பேச்சுத்தான். ‘இரயில் வண்டியில் எப்படி ஏற வேண்டும், புனேயில் எந்தப் பிளாட்ஃபாரத்திற்கு எப்படி மாறவேண்டும், புனேயில் கூலிக்காரர்கள் எப்படி ஏமாற்றுவார்கள், அவர்களுடன் எப்படிப் பேரம் பேசவேண்டும், மும்பை இரயில் நிலையத்திற்கு வெங்கண்ணா சித்தப்பா அழைக்க வரவில்லை என்றால் என்ன செய்யவேண்டும், எதெதைச் செய்யக்கூடாது…’ இப்படி எல்லோருடைய அறிவுரைகளையும் கேட்டு தலை கெட்டுப்போனது. ஆனால் ஏனோ ஓரிரு நாட்களாக என் தந்தையார் மென்மையாகவே கண்டார். எனக்குக் கேட்கும்படியாக என் அம்மாவிடம் “நேரநேரத்திற்கு சாப்பிடச் சொல்லுங்க. உடம்பைப் பாத்துக்கச் சொல்லுங்க. ஏதாவது அவசருமுனா உடனே லெட்டர் போடச்சொல்லுங்க. எவ்வளவு சிரமமானாலும் பரவால்லே பணம் அனுப்பறேன்னு சொல்லுங்க” என்று திரும்பத் திரும்பச் சொல்லிக்கொண்டிருந்தார்.

அம்மா ஒரு அலுமினிய டப்பா நிறைய பயத்தம்பருப்பு லட்டை நிரப்பிக்கொண்டிருந்தாள். சரோஜக்கா தீபாவளிக்கு கிடைத்த பத்து ரூபாயைக் கொடுத்து ஒரு ஜோடி லோலாக்கு வாங்கிவரச் சொன்னாள்.

அன்று என்னை வழியனுப்ப தார்வாட் இரயில்நிலையத்திற்கு என் நண்பர்களும், சரோஜக்காவும் அவளுடைய சில சினேகிதிகளும் வந்திருந்தார்கள். என் அப்பா அம்மா வீட்டிலேயே என்னை ஆசீர்வதித்து அனுப்பியிருந்தார்கள். பிளாட்பாரத்தில் சரோஜக்காவின் சினேகிதிகள் ஒரு பக்கமாகவும், என் நண்பர்கள் மற்றொரு பக்கமாகவும் நின்று அரட்டை அடித்துக்கொண்டிருந்தோம். இரயில் வர இன்னும் பத்துப் பதினைந்து நிமிடங்கள் இருந்தன.

"மும்பையில் எந்தெந்த சினிமா நடிகர்கள் எங்கெங்கே இருப்பார்கள், ஸ்கூல் ஆப் எகனாமிக்சில் எம்.ஏ படித்தல், மராட்டிப் பெண்கள் எப்படி ஆண்களை அசட்டையாகப் பார்ப்பார்கள்... இப்படியாகப் பலப்பல பேச்சுகளால் களை கட்டியிருந்தது. அப்போது ASM வந்து கடைசி மணியடித்தார். என் நண்பர்களில் சிலர் பெட்டி படுக்கையை கையில் எடுத்துக் கொண்டார்கள். சரோஜக்கா "இனி புகைபிடிக்கக் கூடாது" என்று சத்தியம் வாங்கிக்கொண்டாள். அவள் சினேகிதிகள் "சீனு, தீபாவளிக்கு வா பகடை விளையாடலாம்" என்றார்கள். தூரத்தில், நவிலூரின் திருப்பத்தில் புனே மெயில் புகையைக் கக்கிக்கொண்டு மெதுவாக ஊர்ந்து வந்து கொண்டிருந்தது. அப்போது பாட்டீல் பரமேசன் பக்கத்தில் வந்து: "சீனு, பார் உங்கப்பா வருகிறார்" என்றான். நான் கேட்டின் பக்கம் திரும்பிப் பார்த்தேன்.

எங்கள் தந்தை வேட்டியின் ஒரு பக்கத்து நுனியைக் கையில் பிடித்துக்கொண்டு, அகலக்கால் வைத்து மேல்மூச்சு கீழ்மூச்சு வாங்க, விறுவிறுவென்று கேட்டுக்குள் நுழைந்து வந்துகொண்டிருந்தார். நான் வேகமாக அவரிடம் சென்று "இந்த வெய்யிலில் ஏன் வரப்போனீர்கள்?" என்று சொல்லிக்கொண்டிருக்கும் பொழுதே அவர் வியர்வையைத் துடைத்துக்கொண்டே "எங்க வண்டி புறப்பட்டுவிடுமோ என்று ஓடோடி வந்தேன்" என்று சொல்லிக்கொண்டு, அவரது கோட்டுப் பையிலிருந்து இரண்டு நூறு ரூபாய் தாள்களை எடுத்து என் கைக்குள் வலுக்கட்டாயமாகத் திணித்தார். நான் "அப்பவே குடுத்திருக்கியல்லப்பா, திரும்பவும் எதுக்கு" என்று மறுக்கும்போது "இருக்கட்டும் வச்சுக்கோ, தேவைப்படும்" என்று சொல்லிக்கொண்டே என் கைகளை சில விநாடி இறுகப்பற்றி, என் முகத்தை கண்கொட்டாமல் பார்த்தார். நான் குனிந்து அவர் காலைத் தொட்டு வணங்கினேன். உடனே அவர்

என்னைத் தூக்கி நிறுத்தி, என் முதுகைத் தடவி, நான் அதை உணரும் முன்பே என்னை தழுவிக்கொண்டு "நட, வண்டி புறப்பட்டுவிடும்" என்று தழுவலைத் தளர்த்தினார். அதற்குள் பரமேசி மற்றும் சரோஜக்கா ஓடி வந்து "வண்டி புறப்படுகிறது, ஓடு…" என்று என்னை விரட்டினார்கள். நான் அவர்களுடன் சேர்ந்து ஓடிக்கொண்டே ஒரு கணம் நின்று திரும்பிப் பார்த்தேன். அப்படிப் பார்த்திருக்கக்கூடாது.

இரண்யகசபுவான என் தந்தை, தார்வாட் இரயில் நிலையத்தின் அந்தத் தடித்த, பெரிய உலோகக் கம்பத்தின் மீது சாய்ந்துகொண்டு, வலதுகையால் பிடித்துக் கொண்டிருந்த வேட்டியால் கண்களைத் துடைத்துக்கொண்டு, நடுங்கும் இடது கையை வீசி எனக்கு விடை அளித்துக்கொண்டிருந்தார். அவர் முகத்தில் என்றும் இல்லாத வாட்டமும், சோர்வும் சேர்ந்து ஒருவிதமான அநாதை உணர்வை ஏற்படுத்தியிருந்தது. அவருக்கு திடீரென்று இருபது வயது கூடி, கிழவனைப்போல தளர்ந்து கண்டார்.

என் வாழ்க்கையின் முதல் பகுதி முடியும் தருவாயில், அன்று தார்வாடை விட்டுப் போகும்பொழுது, நான் என் கண்ணுக்குள்ளும், மனதுக்குள்ளும், நெஞ்சுக்குள்ளும், என் தந்தையின் அந்த கருணை நிறைந்த, இயலாமையுடன் கூடிய அந்த உருவத்தை நிரப்பிக்கொண்டே புறப்பட்டேன்.

வண்டி புறப்பட்டது. நண்பர்கள் கூடவே சிறிது தூரம் ஓடிவந்து டாட்டா காட்டிவிட்டுப் போனார்கள். கண்ணீர் நிறைந்த கண்களுடன் சரோஜக்காவுடன் அவளின் சினேகிதிகளும் இருந்தார்கள். தார்வாட் இரயில்நிலையம், பாரக்கோட்ரி, பல்கலைக்கழக லெவல் கிராசிங், எல்லாம் பின்னால் போய்க்கொண்டிருந்தது. ஆனால் பிளாட்பாரத்துக் கம்பத்தின் மேல் சாய்ந்து நின்று, வேட்டியால் கண்களைத் துடைத்துக் கொண்டு நின்ற எங்கள் கிழத் தந்தை மட்டும் என் கூடவே வந்துவிட்டார்.

அன்று ரயில் பெட்டிக்குள் விதவிதமான மக்கள் இருந்தார்கள். பிச்சைக்காரர்கள், பொருட்கள் விற்பவர்கள் எல்லோரும் கூவிக்கொண்டிருந்தார்கள். சன்னலுக்கு வெளியே நாகலாவி, கம்பாரா கனவி பிறகு அளனாவரத்தின் காடுகள் எல்லாம் கடந்துபோயின. எனக்கு இவைகளைப் பற்றிய கவனமே இல்லை. தார்வாட் இரயில்நிலையத்தில் விட்டுவிட்டு

வந்த என் கிழட்டுத் தகப்பனிடம் நான் மனமிறங்கி, பணிவுடன் கேட்டுக்கொண்டேன். “அப்பா, அப்பா... இந்த கருணை, இரக்கம் உங்களுக்குப் பொருந்தவில்லை. நீங்கள் முன்னைப்போலவே உக்கிரமாக இருக்கவேண்டும். நீங்கள் முகம் சிறுத்து, கண்ணீர் வடித்தால் அது குடும்பத்திற்கு நல்லதல்ல அப்பா. என்னைப்பற்றிய கவலை வேண்டாம். நான் சரியாக உணவருந்தி, என் நலத்தைப் பேணிக் காத்துக்கொள்வேன். கவலைப்படவேண்டாம். என்றும் உன் பெயருக்குக் களங்கம் விளைவிக்காமல், குடும்ப கௌரவத்திற்கு எந்தக் குறையும் ஏற்படுத்தாமல் வாழ்வேன் அப்பா. உங்கள் இருவரையும் கடைசி காலம்வரை கண்கலங்காமல் காப்பாற்றுவேன் அப்பா. அக்காவிற்கு திருமணம் செய்யலாம், நான் பணம் அனுப்புகிறேன். நீ எந்தக் கவலையும்படவேண்டாம். நான் மும்பைக்குப் போனதும் மொட்டை அடித்துக்கொள்கிறேன் அப்பா.

• • •

அதெல்லாம் பழைய கதை. சரோஜக்காவிற்கு திருமணம் முடிந்தது. அக்காவை ஹுப்பள்ளியில் கட்டிக் கொடுத்தோம். இப்போது அவர்கள் இருவரும் வெளிநாட்டில் போய் நிலைத்துவிட்டார்கள். செய்தி இல்லை. சுகம், துக்கம் எதுவும் தெரியாது. பிறகு எட்டுப்பத்து வருடங்களில் அப்பா அம்மா இருவரும் காலமாகிவிட்டார்கள். இப்போது நான், என் மனைவி, பிள்ளைகள் எல்லோரும் சேர்ந்து பெரியோர்களுக்கு திவசம் செய்கிறோம். மாசி மாதத்து சுக்லபட்சத்தின் துவாதசியன்று எங்கள் தந்தையின் சிராத்தம். வாத்தியார்கள் சுலோகங்களை முணுமுணுக்கிறார்கள். சிரத்தையுடன் செய்வதுதான் சிராத்தம் என்கிறார்கள். எள்ளையும், நீரையும் தர்ப்பணம் விடச்சொல்கிறார்கள்.

ஒவ்வொரு மாசி மாதம் சுக்லபட்ச துவாதசியன்று தார்வாட் இரயில் நிலையத்தின் கம்பத்தில் சாய்ந்து வேட்டியால் கண்களைத் துடைத்துக்கொண்டு நின்ற எங்கள் தந்தையின் நினைவு தீவிரமாக வருகிறது. அவரை நினைத்துக்கொள்வதே நான் அவருக்குக் காட்டும் சிரத்தை. அப்போது என் கண்ணோரத்திலிருந்து கசியும் இருதுளிகளே நான் அவருக்கு அளிக்கும் தர்ப்பணம்.

•

சேதுராம்

கன்னடத்தில் பிரபலமான நடிகர் – இயக்குனர் – நாடகக்காரர் 'மந்தன' சேதுராம். 'நாவல்லா' (நாமல்ல) இது அவருடைய முதல் சிறுகதைத் தொகுப்பு. அந்தத் தொகுப்பில் இருக்கும் ஆறு கதைகளில் 'மௌனி' ஒன்று. இவர் வருமானவரித் துறையில் அதிகாரியாக வேலை பார்த்தவர். ஓய்விற்குப் பிறகு எழுத்து, நடிப்பு, இயக்கம் இவைகளில் தீவிரமாக ஈடுபட்டுள்ளார். தற்போது பெங்களூரில் வசிக்கிறார்.

மௌனி

■ சேதுராம்

மந்தாகினி உட்கார்ந்தே இருந்தாள்.

நடந்தது இதுதான். மந்தாகினி நிறைமாதக் கர்ப்பிணி. இரவு படுத்தபோது எல்லாம் நன்றாகவே இருந்தது. சாப்பிட்டு முடித்திருந்தாள். பிள்ளை சிகப்பாகப் பிறக்கட்டும் என்று சூடான பாலில் குங்குமப்பூ கலந்து குடித்து முடித்தாள். என்றும்போல அன்று புரண்டுகொண்டிருக்கவில்லை. படுத்த உடன் தூக்கம் வந்தது.

குழந்தை பிறந்தது. ஆண் குழந்தை. அத்தை மாமா களிப்பில் ஆடுகிறார்கள். அப்பா, அம்மா கொண்டாடி மகிழ்கிறார்கள். கணவன் புன்னகையுடன் "எப்புடீ" என்ற எண்ணத்துடன் பார்க்கிறான். இன்பத்தை அடைந்த உணர்வு மெய்மனங்களை நிறைக்கிறது. 'நசிகேதன்' என்று பெயர் வைக்கவேண்டும். யமனுடைய கழுத்துப் பட்டையைப் பிடித்து என் மகன் அமரனாகவேண்டும் என்று தோன்றியபோது, ஏதோ மெல்ல கால் இடையில் ஈரமானதுபோலத் தெரிந்து திடுக் என்று எழுந்தாள். கனவு கிழிந்திருந்தது. சிறிது இரத்தம் கசிந்தது. கணவனை எழுப்பினாள். காரை எடுத்துக்கொண்டு நேராக நர்சிங் ஹோமுக்கு வந்தார்கள்.

டாக்டருக்குப் போன் போயிருந்தது. அவர் அப்போதே உதவியாளர்களுடன் தயாராக இருந்தார். வந்ததும் ஸ்ட்ரெச்சரில் படுக்கவைத்து தள்ளிக்கொண்டுபோய் ஆபரேஷன் தியேட்டரில் சேர்த்தார்கள்.

மந்தாகினிக்கு அதிர்ச்சி. பேசும் தைரியம் வரவில்லை. டாக்டரை முறைத்துப்பார்த்தாள். கண் அகலமானது. வேண்டுதல் இருந்தது. "இது தேவை, பறித்துக்கொள்ளாதீர்கள்." முடி கலைந்திருந்தது. நடுங்கும் குளிரில் நெற்றியின் மீது வேர்வை ஓவியமாக இருந்தது. வலிக்குப் பல்லைக் கடித்தாள். மூக்குத் துவாரங்களிலிருந்து சூடான மூச்சு வெளியேறியது.

மந்தாகினி அன்று வலியுடன் இருந்தாள். டாக்டர் எதையோ குத்திய நினைவு அவ்வளவுதான். மயங்கிக்கொண்டே, டாக்டர் தோள்களை இறுக்கமாக அழுத்தி, கடைசி வார்த்தை சொன்னாள். "இது தேவை, வெளியே கணவன் காத்துக்கொண்டிருக்கிறான். இது ஆண் குழந்தை. அதுவும் தெரியும். அவனுக்கு இது தேவை. நானல்ல. இது தேவை கொடுத்துவிடுங்கள்."

இறந்து விட்டேன். சுமந்ததைப் பெற்று கணவனின் கையில் வைத்து இறந்தே போனேன் என்ற எண்ணத்தில் மயங்கிப்போனாள்.

வெள்ளைத் துணியை உடுத்தினார்கள். அது என்னமோ இவள் அளவுக்குச் சரியாகத் தைத்திருந்தார்கள். மென்மையாக இருந்தது. உடல் லகுவாகி மிதந்தது. எல்லாப் பக்கமும் குளிர். எல்லாப் பக்கமும் வெண்மை. ஆகாயம், மேகம், செடி, மரம், பூ, காய், நிலம், புல், காக்கை, கிளி, விலங்குகள் எல்லாம் வெண்மை.

இறந்து சுவர்க்கத்துக்கு வந்து சேர்ந்தாகிவிட்ட்து. இனி நிம்மதி. ஒரு ஆண் குழந்தையைப் பெற்று கணவன் கையில் கொடுப்பது ஒரு பெண்ணின் கடமை. அது முடிந்தது. இப்போது நிம்மதி என்று நினைத்தபடியே கண்ணைத் திறந்தாள். படுக்கையில் இருந்தாள். வெள்ளைப் படுக்கை. வெள்ளை விரிப்பு, வெள்ளைக் கட்டில், வெள்ளைத் திரைகள். பக்கத்தில் வெள்ளை ஆடையில் நர்ஸ். இவள் கண் திறந்ததைப் பார்த்து, நர்ஸ் டாக்டரை அழைக்க ஓடினாள்.

மந்தாகினிக்குப் புரிந்தது. தான் இறக்கவில்லை. மருத்துவமனையில் இருக்கிறேன். வயிற்றைத் தொட்டாள். அங்கே ஒன்றும் இருக்கவில்லை. பெரிய பேண்டேஜ் இருந்தது. அறுத்திருந்தது போலத் தெரிந்தது. பக்கத்தில் பார்த்தாள். குழந்தை இல்லை. எப்படிப்பட்ட கொடூரமானவர்கள். என் குழந்தையை எனக்குக் காட்டாமல், எடுத்துக்கொண்டு போயிருக்கிறார்கள் என்று நினைத்தபோது டாக்டர் வந்தார்.

கையைப் பிடித்துக்கொண்டு சொன்னார், "சாரி, மந்தாகினி, இட் வாஸ் அன் அபார்ஷன். ரேரெஸ்ட் ஆஃப் த ரேர் கேஸ், ஆறு மாதம் ஆனா பிறகு அபார்ஷன் ஆனதே கிடையாது. யூ ஹேட் கம் ஜஸ்ட் இன் டைம், வி குட் அட்லீஸ்ட் சேவ் யூ. உன்னைக் காப்பாற்றி விட்டோம்."

பல்லைக் கடித்தாள் மந்தாகினி. தவடைகளை அழுத்தி கண்கள் அகன்றிருந்தன. சிகப்பாகி இருந்தன. கண் ஓரத்தில் நீர் வழிந்தது. நெற்றியில் வரிசையாக வியர்வை முத்துக்கள். மூக்கின் துவாரங்களில் சுடு மூச்சு, நெஞ்சு கொல்லனின் தோல் பையாகி வாழ்க்கையின் எல்லா வலிகள், ரோஷம், இயலாமை ஒன்றாகப் பொங்கி நரம்புகள் புடைத்து, உடம்பு விறைத்து மூன்று உலகுக்குக் கேட்பதுபோல மந்தாகினி அழுதாள்.

"எங்கே மீதம் வைத்தீர்கள்? என்ன மீதமானது? திருமணம் ஆனவுடன் கன்னி கழிந்தது. கர்ப்பமானேன். மந்தாகினி! சிறுபிள்ளை, மந்தாகினி! உயிருடன் இல்லை. அவள் இறந்திருந்தாள். குழந்தை பிறந்து தாயாகி வரவேண்டும். குழந்தை இறந்தது. அம்மாவும் இறந்தாள். இப்போது இருப்பது இரத்தமும் சதையுமான தேகம், மேலே தோல் போர்வை, பல ஜன்மங்களின் கருமம் கழிக்க ஆத்மா ஊசலாடிக்கொண்டிருக்கிறது அவ்வளவுதான். பாழடைந்த கோவிலில் காற்று அழும் இடத்தில் மூச்சுவிட்டுக்கொண்டிருக்கிறது உயிர்." மந்தாகினி கட்டிலின் மூலையில் மெல்லக் குறுகி மௌனத்தில் ஆழ்ந்தாள்.

• • •

பிறந்தது வெள்ளிக்கிழமையாம். லட்சுமி என்று அழைத்தார்கள். பள்ளியில் சேர்க்கும்போது அது பழங்காலத்துப் பெயர் என்று மந்தாகினி என்று மாற்றினார்கள். சஹ்யாத்ரி நிலத்தின் ஒரு கீழ் மத்திய வர்க்கக் குடும்பத்துப் பிள்ளை. காட்டின் வலுவும் இருந்தது. நாட்டின் மென்மையும் இருந்தது. அப்பா மேல்நிலைப்பள்ளி ஆசிரியர். அம்மா தபாலாபிசில் எழுத்தர். தேவைக்கு செலவு செய்யுமளவு இருந்தது. வேண்டாததற்கு கொட்டுமளவு இருக்கவில்லை.

புத்திசாலி. பள்ளி, கல்லூரிப் படிப்பில் முதல். அதற்காக மற்றதில் இல்லை என்றல்ல. பாடினால் சௌந்தர்ய லகரி; வாசித்தால் அடிகர்; பேசினால் அனந்தமூர்த்தி; வாதத்திற்கு காரந்தா,

பைரப்பா; பக்திக்கு சிருங்கேரி, ஹொரநாடு; பயணத்திற்கு குடசாத்ரி, குதிரேமுகா; குடிக்கத் துங்கை; உண்ண மா, பாலா, கொய்யா. சுவர்க்கத்தில் இருந்தாள் அப்சரை.

என்னமோ கல்லூரியில் படிக்கும்போது நண்பன் ஒருவனுடன் காதல் முளைத்தது. வாட்டசாட்டமாக இருந்தான். வண்டி ஓட்டுவான். இவளுடைய பொழுதுபோக்கிற்குத் துணையாக இருந்தான். அவனும் புத்திசாலி. இருவர் வீட்டிலும் செய்தி தெரிந்தது. எல்லாம் சரி, சாதி சிறிது வேறு. அதிகம் ஒன்றுமில்லை. அவர் வேகவைக்கும் நார் வேறு! இவர்களுடையதும் அப்படித்தான்! இங்கே இவள் ஒரே மகள். அங்கே அவன் ஒரே மகன். அவன் அப்பா காண்ட்ராக்டர். அம்மா வங்கியில். எல்லோரும் படித்தவர்களாகவே இருந்ததால், மற்றபடி இருவர் வீட்டிலும் ஒண்ணே ஒண்ணு கண்ணே கண்ணு என்று இருந்ததால் பிரச்சினையாகவில்லை.

அவன் சிவில் சர்வீஸ் தேர்வு எழுதி இருந்தான். அதில் தேர்வு பெறும்வரை காத்திருந்தார்கள். தேர்வடைந்தான். பயிற்சிக்கு டார்ஜலிங் போகவேண்டும். திருமணம் செய்துகொண்டு பயிற்சியுடன் தேன்நிலவும் என்று முடிவானது. குடும்பமும் தொடங்கியது. முதல் மூன்று ஆண்டுகள் எப்படிக் கடந்தது என்று தெரியவில்லை. பெங்களூருக்குப் போஸ்டிங் ஆனது. இங்கே வீடு அமைத்தார்கள். வேண்டியதை வாங்கினார்கள். பெரிய பதவி. அங்கே அறிமுகம், மக்களுடன் சுற்றித் திரிதல், நகரத்தில் இருந்த பிரோக்ரெஸ்ஸிவ் என்ற கூட்டத்துடன் நட்பு இப்படி அடுத்த மூன்று ஆண்டுகள் கழிந்தன. அம்மா போன் செய்யும்போதெல்லாம் கேட்பார் - “நல்ல செய்தி இல்லையா? பூச்சிபுழு ஏதாவது?” சிரித்துக்கொண்டே சொன்னாள், “சுகமா இருக்கோம். அவசரம் எதற்கு?”

அம்மா சொல்வார், “நான் நல்லா இருக்கறப்பவே ஒண்ணுக்கு ரெண்டா பெத்துக்கடீ. பிள்ளைப்பேறு பாக்கற பொறுப்பை முடிச்சடறேன்.”

அம்மா சொல்வாள். இவள் சிரிப்பாள்.

காலம் கடந்தது. ஒரு நாள் ஊரில் இருந்து போன் வந்தது. அவனுடைய அம்மாவுக்கு உடல் நலமில்லை. இருவரும் ஓடினார்கள். டாக்டர் சொன்னார். “மைல்ட் அட்டாக் ஆகியிருக்கு. இரண்டு பிளாக் இருக்கு. பைபாஸ் செய்யணும்.”

பெங்களூருக்கு அழைத்துக்கொண்டு வந்தார்கள். பைபாஸ் ஆனது. உடல்நிலை தேறியது. அதிக சிரமம் கூடாது என்று சொன்னார்கள். அவள் விருப்ப ஓய்வு வாங்கிக்கொண்டாள். அங்கே ஊருக்குப் போனால் கை, வாயைக் கட்டுப்படுத்திக்கொண்டு சமைக்க வேண்டும். இங்கே சமையல்காரர் இருக்கிறார். அதனால் இங்கேயே இருப்பது என்று முடிவானது.

ஒரு ஆறு மாதங்களில் மாமன், "அங்கே நானொருத்தனே இருந்து என்ன செய்ய? இங்கேயே இருக்கேன்" என்று வந்தார். இந்தக் குழப்பத்தில் இன்னும் இரண்டு ஆண்டுகள் கடந்தன. அத்தை மாமாவுக்கு அப்படி ஒன்றும் வயதாகவில்லை. 50க்கு அக்கம் பக்கம். நன்றாக இருந்தார்கள். உடல்நிலை சரியாக இருந்தது, கணவன் மனைவி கண்ட இடமெல்லாம் சுற்றுவார்கள். மாலை நான்கு பேரும் டின்னருக்குப் போனார்கள். நான்கு பேரும் வீக் எண்ட் பார்ட்டிக்குப் போனார்கள். அவர் கோயிலுக்குப் பட்டுச் சேலை உடுத்திப் போனார். இவர் ரெசார்ட்டுக்கும், வீக் எண்ட் பிக்னிக்குக்கும் பெர்முடாவில் வந்தார்.

அப்பா அம்மா இருவரும் தம் இளவயதில் கனவு கண்டு, நிறைவேறாத வாழ்க்கையை பிள்ளைகளின் வாழ்க்கையுடன் இணைத்து வாழ்ந்தார்கள். பிள்ளைகளுக்கோ அவர்களுடைய தனிப்பட்ட வாழ்க்கைக்கான நேரம் குறைந்தது.

மந்தாகினிக்கு 34 வது பிறந்தநாள். கொஞ்சம் முதுகு வலி என்று தோன்றியது. காலையில் கண்ணாடியைப் பார்த்தபோது ஓரத்தில் ஒரு வெள்ளைமுடி எட்டிப்பார்த்தது போலத் தெரிந்தது. அப்பா, அம்மா, அத்தை, மாமன் எல்லோருக்கும் அப்போது ஞானோதயம் ஆனது. 'மந்தாகினிக்குக் குழந்தை இல்லை.'

இந்தப் பிள்ளைகள் என்பது ஒருவிதமாக நைந்துபோன விஷயம். அறியும் முன்பே பிறந்துவிடவேண்டும். அப்படி இல்லை என்றால் பாழப்போனவர்கள் பிறப்பதே இல்லை. இங்கே நடந்ததும் அதுதான். இவர் பாட்டி சொல்வது, இயற்கையாய் ஆனால் எளிது. இல்லை என்றால் சிக்கல்.

டாக்டர் பார்த்தார். "பிரச்சினை எதுவும் இல்லை. நீங்கள் நேரம் ஒதுக்கவில்லை அவ்வளவுதான்" என்று சொன்னார் அவர்.

எல்லாப் பரிசோதனைகளும் செய்தார்கள். எங்கேயும் எந்த பிரச்சினையும் இல்லை. சில அறிவுரைகளை மட்டும் சொன்னார்.

ஆறு மாதம் கடந்தது. அம்மாவின் போன் வாரம் இருமுறை வரும். மெல்ல இரண்டு நாட்களுக்கு ஒருமுறை வந்தது. ஒரு செய்தியும் இருக்காது. 'இல்லையா? ஒண்ணும் இல்லையா?'

அத்தை மெதுவாக பூசை, வழிபாடு என்று தொடங்கினார். வியாழன், சனி, அமாவாசை, அங்கே பூசை, பௌர்ணமிக்கு இங்கே. தனிப்பட்ட வாழ்க்கை இறந்துவிட்டது. கணவன் மிகவும் நல்லவன். எந்தப் பழக்கமும் கிடையாது. கோபமே வராத சாந்த சொரூபி. வேலை, தொழில் என்று ஒட்டிக்கொண்ட பிறகு சின்னச் சின்ன பார்ட்டி என்று தொடங்கியது. தண்ணி தாராளமாகப் பரிமாறப்பட்டது. மெல்ல அதிகமானது. அமைதியானவன் அவ்வப்போது எரிந்து விழுந்தான்.

அத்தை சொன்னார் "அவனுக்கு குழந்தைகள் மிகவும் பிடிக்கும். வாயைத் திறந்து சொல்லமாட்டான். அதுதான் கொஞ்சம் தடுமாறுகிறான். கவனம்."

அம்மா சொன்னார். "ஆண் பெண்ணை இன்பத்திற்காகத் துரத்திப் பிடிப்பான். அனுபவித்து முடிந்ததும், கதை முடிந்துவிடும். பிறகு பெண்ணின் பொறுப்பு. வாழ்க்கை முழுவதும் அவனைப் பிடித்து வைத்துக் கொள்ளவேண்டும்."

ஒரு வேலைக்குப் போய்க்கொண்டிருந்தாள். எம்.காம். முடித்திருந்தாள். பகுதி நேர கல்லூரி ஆசிரியர். பணத் தேவை இருக்கவில்லை. ஆனால் இயல்பு! வாரம் 8 மணி நேரம் வகுப்பு. சுகமாக இருந்தது. அதை விட்டுவிட்டாள். தோழிகளுடன் சுற்றித் திரிந்தாள். மால், சினிமா- அதையும் விட்டுவிட்டாள். 24 மணி நேரமும் ஒரே பிதற்றல் - குழந்தை...குழந்தை...

டாக்டர் முன் உட்கார்ந்து அழுது தீர்த்தாள். "எனக்கொரு குழந்தை வேண்டும். ஏதாவது செய்யுங்கள். எனக்கொரு பிள்ளை வேண்டும்."

"பிரச்சினை எதுவும் கிடையாது. விஞ்ஞானம் முன்னேறி இருக்கிறது. போதுமான சிகிச்சை முறைகள் வந்திருக்கின்றன. சிலருக்கு இயற்கையாக உண்டாகாது. வயதானால் சிறிது சிரமம். அதுமட்டுமல்ல வாழ்க்கை முறையும் மாறிக்கொண்டிருக்கிறது.

முயற்சி செய்யலாம். நீங்களும், உங்கள் கணவரும் ஒத்துழைக்கவேண்டும்.'' தொடங்கியது. வாரம் இருமுறை நர்சிங் ஹோம் படி ஏறுவது. செயற்கைக் கருவை உருவாக்கும் காரியம். ஆரம்பத்தில் கணவன் ஒன்றும் சொல்லவில்லை. அன்புடன் இருந்தான். ஓரிருமுறை போய்வந்த பிறகு குணத்தில் சிறிது மாற்றம் தெரிந்தது. 'உன் கருமம், என்னை வாட்டி வதைக்கிறது.' அவன் சொல்லவில்லை. ஆனால் மலைப்பகுதியில் வளர்ந்த மந்தாகினிக்கு விலங்கு, பறவைகளின் முகபாவம் புரியும். அவனுடையது பிரச்சினையாகத் தோன்றவில்லை.

குழந்தைகள் பிறக்காதது பெண்கள் தலை எழுத்துதானே? அவளுக்குத் தோன்றியது! - விவரம் எடுபடாது. ஒரே வார்த்தையில் சொல்வதென்றால், 'விஞ்ஞானத்தில் பெண், பசு இரண்டும் ஒன்றுதான். செயற்கைக் கருவின் விஷயத்தில்.' இன்பச் செயல் படைப்புடன் இணைந்துவிட்டால் எல்லாம் எளிது, கொண்டாட்டம். படைப்பதற்கு என்று வலுக்கட்டாயமாக உடலைப் பணயம் வைத்தால் எல்லாம் வலி, சங்கடம். அங்கே மறைக்க ஒன்றும் இருக்காது. இங்கே இருக்கும் அவ்வளவுதான்.

மந்தாகினி கருவுற்றாள். மகிழ்ந்தார்கள். எல்லோரும் மகிழ்ந்தார்கள். எல்லோருக்கும் கொண்டாட்டம். எழுந்திருக்காதே, உட்கார், படி ஏறாதே, குனியாதே, அதிகம் தூங்கவேண்டாம், அதிகம் விழித்திருக்காதே, படிக்காதே, எழுதாதே...வேண்டாம் - களைக் கொட்டினார்கள்!

டாக்டர் சொன்னார் - இதைச் சாப்பிடாதே, அதைச் சாப்பிடாதே. காலையில் இந்த மாத்திரை, மதியம் இந்த மாத்திரை, பிறகு இது இரவுக்கு! இயற்கையான கர்ப்பத்திற்கு விருப்பங்கள் குவியும்! செயற்கையானதற்கு பத்தியங்கள் குவிந்தன! எல்லோரும் சொல்கிறார்கள் தாய்மை சுகம் என்று. அது என்னமோ மந்தாகினிக்கு நரகமாகத் தோன்றியது. பெற்றுப் போட்டால் போதும் போல இருந்தது.

தாங்கமுடியாத புழுக்கம் இருப்பதுபோலத் திடீர் என்று தோன்றும். சாப்பிட முடியாது. தின்னால் சேராது. தாகம். எப்போதும் தாகம். காய்ச்சல். காய்ச்சல், சளிப் பிடிக்கக் கூடாது. காப்பாத்தணும். ஆரோக்கியத்தைக் காப்பாத்திக்கணும். ஏன் என்றால் மாத்திரை விழுங்கக்கூடாது. குழந்தைக்கு சிரமம் ஏற்படும். ஒரு தடவை முழங்கையில் கட்டி வந்தது. உஷ்ணம்

என்றார்கள். மாத்திரை விழுங்கக்கூடாது. குழந்தை சிரமப்படும். அது தானாகப் பழுத்து, வீங்கி உடையவேண்டும். அதுவரை தாங்கிக்கொள்ளவேண்டும்.

மந்தாகினிக்குத் தோன்றும். 'குழந்தையைப் பாதுகாக்கிறேனா? இல்லை கட்டியை வளர்க்கிறேனா?' என்று.

சாப்பிட்டது, குடித்தது எதுவும் தனக்காக இல்லை. உள்ளே இருக்கும் குழந்தைக்காக. யாருடையதோ பசி, தாகம்! அதற்கு தான் உண்ணவேண்டும், பருகவேண்டும். கருமம்! ஆறு மாதம் முடிந்தது. வளைகாப்பு விழா நடந்து முடிந்தது.

"அங்க அனுப்புங்க குழந்தைப்பேறுக்கு." - அம்மா.

"டாக்டர் இங்க இருக்காங்க. இங்கேயே நடக்கட்டும்." - அத்தை.

"ஒரே பொண்ணு, நாங்க நடத்தணும்." - அம்மா.

"எனக்குப் பெண் பிள்ளை இல்லை. எங்ககிட்ட இருந்து அந்த சுகத்தை பறிக்காதீங்க." - அத்தை.

இருவரும் இருந்து பார்ப்பது என்ற முடிவில் ஜுகல்பந்தி முடிந்தது.

படுத்திருந்தாள் மந்தாகினி. பெற்றது போலக் கனவு. சிறிதாக ஈரம் என்று எழுந்தாள். ஆறு மாதக் குழந்தை பிண்டமாக நழுவியது. மந்தாகினி மௌனமாய் கட்டில் மூலையில் உட்கார்ந்திருந்தாள்.

முதலில் வந்தது அம்மா. அருகில் அமர்ந்தார்.

"குழந்தை..." பொல பொல என்று அழுதாள்.

மந்தாகினி இரக்கத்துடன் கண்களைத் திருப்பினாள். 'ஒரே ஒரு தடவை என்னைத் தொடு அம்மா. நான் உனக்கு மகள். துயரமா இருக்கு. சாய்ந்துகொள்ள, அணைக்கத் தோள் தேவை. மடியைக் கொடு சோர்ந்துபோயிருக்கேன். நான் குறுகிப் படுக்கவேண்டும். அழ வேணும் ஆறுதல் சொல்... சொல்.' இந்த மனதின் பேச்சுகள் அந்த இதயத்தை அடையவே இல்லை. பெருமூச்சுவிட்டு மந்தாகினி தலையைத் தொங்கப்போட்டுக்கொண்டு மௌனத்தில் ஆழ்ந்தாள்.

அத்தை வந்தார். அவரும் அழுதார். பின்னாடியே மாமா, அப்பா. வெறும் அழுகை. கண்கள் கணவனைத் தேடியது. அவசியமாக இப்போது அவன் தேவை எனக்கு. அவன் சுவடே இல்லை. புரிந்துகொண்ட அத்தை ஆறுதலாகச் சொன்னார். "ரொம்பவும் ஆசையாய் இருந்தான்டி. ஏமாற்றமாப் போச்சு. 'தலை கெட்டுப்போயிருக்கு. இன்னைக்கு அவள் முகத்தைப் பார்க்க துணிவு இல்லை. நீங்க இங்க இருந்து பாத்துக்கங்க. நான் அவளை பிறகு வந்து பாக்கறேன்' ன்னு சொல்லிவிட்டுப் போனான்."

மந்தாகினிக்குத் தோன்றியது. 'பிணமா விழுந்திருந்தா வந்து முகத்தைப் பார்த்திருப்பாரு. உயிரோட இருக்கேன். அதனால வந்து பார்க்கலை. குழந்தை இறந்ததற்காக அழுகிறாரா! நான் உயிரோட இருப்பதற்காக அழுகிறாரா? நான் உயிரோட இருந்து குழந்தை இறந்தது! அழுகிறார்! அதே குழந்தை இருந்து நான் இறந்திருந்தால் அழுவாரா? இவ்வளவு அழுவாரா?'

அத்தை சொன்னார், "ஆண் குழந்தை, கொன்னுட்டியேடி."

மந்தாகினிக்குக் கோபம். "போதும், புறப்படலாம். நான் வீட்டுக்குப் போகணும்!"

உடம்பில் அவ்வளவாகத் தெம்பில்லை. அசைந்துகொண்டே இருந்தாள். கட்டிலைப் பற்றிக்கொண்டாள். சுவரில் சாய்ந்துகொண்டாள். தடுமாறிக்கொண்டே சன்னலைப் பிடித்து கதவைத் திறந்து நின்றாள். அறையைவிட்டு வெளியே வரும் முன் ஒருமுறை திரும்பிப் பார்த்தாள். ஒரு ஆசை, சின்ன ஆசை... நான்கு சொந்தம் இருக்கிறீர்கள். உடம்பில் தெம்பில்லை. ஒத்தாசை தேவை. தோள் தேவை. யாராவது கொடுப்பார்களா? மனிதர்கள் உட்கார்ந்து அழுதுகொண்டிருந்தார்கள். அவர்களுக்குத் தெரியவே இல்லை. நெருங்கியவர்கள் துணையாகாமல் அழும் படலத்திலிருந்தார்கள். மரணத்தைக் கொண்டாடுவதில் வாழ்க்கை துவண்டுபோனது.

* * *

இரண்டு நாட்களானது. மந்தாகினி அறையைவிட்டு வெளியே வரவே இல்லை. கணவன் வந்தான். இரவு 12 வரை மூக்கு முட்டக் குடித்திருந்தான். விடியக்காலையில் அறைக்கு வந்தான். மந்தாகினி படுத்திருந்தவள் எழுந்து அமர்ந்தாள். அவன் கட்டில்

ஓரத்தில் உட்கார்ந்தான். முடி கலைந்திருந்தது. உடம்பெல்லாம் வியர்வை. புகைத்த சிகரெட் வாசம் வந்தது.

பாவம். துயரத்தில் இருக்கிறான். ஆறுதல் சொல்லவேண்டும்; தாயாக வேண்டும். மடியில் படுக்கவைத்துக்கொள்ள வேண்டும். முடியை கோதிக்கொண்டே சொல்லவேண்டும், 'போகட்டும் விடுடா, இன்னொன்னு பிறக்கும். ஓவியம் அழிந்திருக்கிறது. சுவர் விழவில்லை. மறுபடியும் சித்திரம் வரையலாம். நான் பெண், இன்னும் பத்துப் பெத்துக்கொடுப்பேன்.'

அவன் எழுந்தான். தடுமாறிக்கொண்டிருந்தான். சொன்னான், "ஐ ஆம் சாரி, யூ டிசப்பாயண்டெட் மீ." எழும் முயற்சியில் மந்தாகினி விழுந்தாள்.

அம்மா சொன்னார், "வந்து நாலு நாளாச்சு. புறப்படறோம். எனக்கும் வேலை. அவருக்கும் வேலை. இங்க ஒண்ணும் வேலை இல்லை." மந்தாகினி எழுந்து சன்னலுக்கு வெளியே பார்த்தாள். "குழந்தை இறந்துபோச்சு. நம்ம கையில என்ன இருக்கு. உன் உடம்பு, பிள்ளைத்தாச்சி உடம்பு. பச்சை உடம்பு. உடம்பைத் தேத்தணும். இங்க இருந்து பாக்கமுடியாது. உங்க அத்தை அப்படி நினைக்கறாங்க. அம்மா மகளுடைய பிள்ளைப்பேறு பாக்கறது நிக்காது. அங்கே வர்றயா?"

மந்தாகினியின் மனது சொன்னது, 'போதும்டீ இந்தக் குடும்பம். இந்தக் கணவன் பிள்ளைங்க தொந்தரவு! காதல், அன்பு, ரோதனை! கூட்டிக்கிட்டுப் போடி. என்னை என் பாலியத்திற்கு திரும்ப அழைத்துக்கொண்டு போடி. நீ அம்மா நான் பிள்ளை. திரும்பவும் வராந்தாவில் கோடுகளைத் தாண்டிக்கிட்டு பாண்டி விளையாடலாம்.'

மனதின் எண்ணம் வார்த்தைகளாக மாறும் முன்பே அம்மா சொன்னார்.

"சொல்லி வச்சாப்பில நீ காதல் திருமணம் பண்ணிக்கிட்டவ. அவன் அப்பா அம்மாவுக்கு இந்தக் கல்யாணத்தில விருப்பம் இருக்கலை. ஒரே பையன்னு எதுத்துக்கவும் முடியலை. எல்லாம் சும்மா இருந்தாங்க. இப்ப அவங்களுக்கு ஒரு காரணம் கிடைச்சுப்போச்சு. இனி உன் புருஷன் டிப்ரஷன்னு திரியறான். குடி அதிகமாச்சு. வயசும் ஆயிட்டிருக்கு. இந்தக் கர்ப்பத்தால உன் அழகும் களையும் குறைஞ்சுபோச்சு. கவர்ச்சிகரமான

வயசைத் தாண்டியாச்சு! தேவைன்னு ஒட்டிக்கிற வயசு! உன் உடம்பைத் தேத்த அங்க ஆறுமாசம் கூட்டிக்கிட்டுப் போக பயமா இருக்குடி. அவன் உன்னைத் திரும்ப கூட்டிக்காமப் போயிட்டா? எங்களுக்கும் வயசாச்சு. அவன் தானே உன் வாழ்க்கைக்கு இனி எல்லாம்?''

எழுந்து புறப்பட்டார்கள். நின்று மறுபடியும் சொன்னார்கள்.

``உங்க அப்பா உள்ள வரமாட்டாராம். அவருக்கு உன்னைப் பாத்தா அழுகை வருதாம். உடம்பைப் பாத்துக்கனுமாம், சொல்றார்'' புறப்பட்டார்கள்.

மந்தாகினி மௌனமாக உட்கார்ந்தாள். மூன்று மாதங்கள் கடந்தன. உடம்பு மெல்ல குணமானது. வீட்டில் எல்லோரும் மௌனமாக இருந்தார்கள். எவ்வளவு தேவையோ அவ்வளவுதான் பேச்சு. எல்லாம் இருந்தது. வீடு மௌனமாக இருந்தது. எல்லோருக்கும் சுதந்திரம் இருந்தது. தாய்மைக்கு இடமிருந்தது. வேலை ஆட்கள் இருந்தார்கள். சமையல்காரர் இருந்தார். எல்லாம் வேளாவேளைக்கு நடந்தன.

ஆனால் பேச்சில்லை. கதை இல்லை. மயான மௌனம்.

மலைப்பிரதேசத்தின் பெண்ணுக்கு தீட்டு மிக நாள் ஒத்துக்கொள்ளவில்லை. மனதுக்கு ஆறுதல் தேவைப்பட்டது. பேச்சு வேண்டும். ருசி தேவை. கொண்டாட்டம் வேண்டும். இறந்தது குழந்தை; அம்மா இல்லை.

அத்தையைப் பேச்சுக்கு இழுத்தாள். அவர் ஒரே வார்த்தையில் சொன்னார்: ``அது என்னமோப்பா இந்தக் காலத்துப் பொண்ணுங்க துயரத்தை அவ்வளவு சீக்கிரமாக மறந்தறீங்க. எங்களால அது முடியாது. இன்னும் ஆறு மாசத்துக்கு எங்கிட்டப் பேசவேண்டாம். உனக்குப் புரியாது. ஒரே பையன். அவனுக்குக் குழந்தை இல்லையின்னா பிறகு என்ன எங்களுக்குத் தேவை? பேரப் பிள்ளைகளின் சுகம் வேண்டும். அவர்களின் திருமணம், பூணூல் விழா பாக்கணும். கொண்டாடணும். எங்கள் கருமம் எங்களுக்கு இன்னும் 55 வயசுதான். உடல்நிலை நல்லா இருக்கு. எத்தனை வருசத்துக்கு உங்க மூஞ்சியையே கண்கொட்டாமப் பாத்துக்கிட்டே இருக்கறது?''

அத்தையுடனான உறவு முடிந்தது.

மாமா நல்லவர். அவருக்குப் புரியும் என்று தோன்றியது. மாமாவை உட்காரவைத்துக்கொண்டு சொன்னாள்.

“முடிஞ்சு போகல மாமா. எனக்கு அப்படி ஒன்னும் வயசாகல. திரும்பவும் டாக்டர்கிட்டப் போறேன். பிறக்கும். குழந்தைங்க பிறக்கும்.

அந்த நல்லவர் சொன்னார்,

“உனக்குத் தெரியாதும்மா. உனக்குத் தெரியாது. நீ என்னமோ சொல்ற. திரும்பவும் டாக்டர்கிட்டப் போறோம். மறுபடியும் முயற்சி செய்யறோம். நடக்கணுமே? வெறும் முயற்சி மட்டுமல்ல? பலனும் கிடைக்கணுமே?”

“அப்படீன்னா...?”

“இயற்கையா நடந்திருக்கணும். நடக்கலை. முயற்சி செஞ்சீங்க. உயிரோட இல்லையே. மறுபடியும் முயற்சி செஞ்சாலும் என்ன உறுதி? அவன் நிலையில இருந்து யோசிச்சுப் பாரு. பெரிய உத்தியோகத்தில இருக்கான். ஓய்வு குறைவு. அதில்லாம இந்த செயற்கை முறைகள், கருமம் தானே? அப்படி அவன் நினைக்கிறான். நான் எதற்கு இதை அனுபவிக்கணும்? டாக்டர்கிட்டப் போ. அவங்க பரிசோதனைகளுக்கு உடம்பைக் கொடு. எதுக்கு அதெல்லாமுன்னு தோனலையா? அது சிரமம்மா - எங்க கதை என்ன. ஒரே மகன். அவனுக்குக் குழந்தை இல்லையின்னா? சொத்து இருக்கு. கனவு கண்டிருக்கோம். சின்ன சின்ன கரும காரியங்களுக்காவது வாரிசு வேணுந்தானே?”

“தத்து எடுத்துக்கலாம். அப்படீன்னா அடாப்ட் செஞ்சுக்கலாமா?”

“அது எனக்கு விருப்பமில்லைம்மா. யாரோ வந்து சொத்த தின்னது போல இருக்கும். யாருடையதோ விதை. நான் ஏத்துக்கணுமா? முடியாதும்மா. மகனுடைய மகன் வேணும்.”

பேச்சு முடிந்தது.

காதலனுக்கு நேரமில்லை. காலை சீக்கிரமாக எழுந்து ஓடுவான். நடு இரவில் வருவான். பகலில் தனிமை கிடைக்காது. அத்தை, மாமா இருப்பார்கள். இரவு குடி போதையில் இருப்பான். மனசுக்குள்ள பேச்சு நுழையாது.

ஒருநாள் காலை பதினோரு மணிக்கு ஆட்டோ ஏறினாள். நேராக அலுவலகம் போனாள். சேம்பரில் இருந்தான். வெளியே இருந்த ஆள் அடையாளம் கண்டு வணக்கம் போட்டு, கதவைத் திறந்தான். அறையில் நான்கைந்து பேர் இருந்தார்கள். சக ஊழியர்களாக இருக்கலாம். வேலை ஆட்களாக இருக்கலாம். இவளுக்குத் தெரியவில்லை. பேச்சு, கிண்டல் அழகாக நடந்துகொண்டிருந்தது. கொண்டாட்டம், சிரிப்பு, கூச்சல் நிறைந்து வழிந்தது. உலகம் எப்போதும்போல இருந்தது. வீட்டில் தினம் பார்க்கும் முகம் இதுதானா என்ற சந்தேகம் வரும் அளவிற்கு மாறி இருந்தது.

இவளைப் பார்த்தான். உற்சாகம் சர்ரென்று இறங்கியது. எல்லோரையும் வெளியே அனுப்பினான்.

“என்ன?”

“பேசணும்.”

“வீட்டில பேசலாமே.”

“அங்க நீ... கிடைக்க மாட்டே.”

“என்ன சொல்லு. நேரம் இல்லை.”

“என் தவறு என்ன? என் வாழ்க்கையை ஏன் நரகமாக்கறீங்க. பேச்சில்லை. ஒண்ணுமில்லை. மறுபடி முயற்சி செய்வோம். குழந்தை பிறக்கும். தத்து எடுக்கறதா இருந்தாலும் சரி. எல்லாம் மொதா மாதிரி இருக்கணும். என்ன செய்யணும் சொல்லுங்க. நான் தயார். என்ன நரகமா இருந்தாலும் சரி. சொல்லுங்க அனுபவிக்கிறேன். எனக்கு நீங்க வேணும். பழைய நீங்க வேணும்.”

“ஐ ஆம் சாரி. ஐ காண்ட் அண்டர் கோ திஸ் எகேன்! தத்து அப்பாவுக்கு விருப்பமில்லை.”

“பிறகு...?”

“ஐ டோன்ட் நோ. எனக்குத் தெரியாது.”

நேரடியாகக் கேட்டாள். “எதைக் காதலிச்சீங்க நீங்க? என் படிப்பை? என் அறிவை? என் அழகை? இல்லை என் ஆளுமையை? எதைக் காதலிச்சீங்க. இப்படிப் பிரிச்சுப் பிரிச்சு

நீங்க என்னைக் காதலிச்சிருக்கலாம். ஆனா நான் இருக்கறதோ முழுமையா. இந்த அழகான உருவம், மெய்மறக்கச் செய்யும் ஆளுமையின் கூடவே குழந்தை பிறக்காததும் சேர்ந்தே இருக்கு. மெய்மறக்கச் செய்ய அழகு, ஆளுமை ஒரு தொடர்பாக இருக்கலாம். இப்போ அழகு கெட்டுப் போயிருக்கு. அழகின் இனிமை முடிந்தது. குழந்தை பிறக்காத ஊனம் மீதமிருக்கு. இந்த மந்தாகினி தேவை இல்லை தானே?"

"ஐ ஆம் சாரி. நான் என்றால் வெறும் நானல்ல. என் அப்பா அம்மா எல்லாம். எனக்கு குழந்தைகள் பிடிக்கும். அது என்னுடைய சொந்தக் குழந்தைகளாக இருக்கவேண்டும்."

"பிறக்கலேனா...?"

"ஐ டோன்ட் நோ."

"காதல் காதல் காதலுன்னு அலைஞ்சப்ப ஒரு கேள்வி கேட்டிருக்கலாமே. பத்துப் பெக்கறதா இருந்தா சரி. இல்லையின்னா வேணாமுன்னு. நான் காதலிக்கிறது பெக்கறவளை. அது முடியாதவளை அல்லன்னு சொல்லி இருக்கலாமே?"

சும்மா இருந்தான்.

சொன்னாள். "நாளைக்கு விடுமுறை சொல்லுங்க. அப்பா அம்மா வர்றாங்க. உங்க அப்பா அம்மாவையும் இருக்கச் சொல்லுங்க."

* * *

மந்தாகினி மௌனத்தைக் கலைத்தாள்.

"குழந்தை வேண்டாமுன்னு நான் என்னைக்கும் தடுக்கலை. அது நடக்கலை. எல்லாம் வேணுமுன்னு சொன்னீங்க. எல்லோரும் சொன்னதைச் செஞ்சேன். உயிரோட இல்லை. போச்சு. ஆனா செத்தது அது. நான் இல்லை. நான் வாழனும்."

அத்தை வாய் திறந்தார்.

"இப்ப என்ன குறைச்சல்? வசதி இருக்கு. எல்லாம் செஞ்சு கொடுத்திருக்கான்."

மந்தாகினி சீறினாள்.

“அது எப்படி? நீங்க எம் எஸ் சி படிச்சிருக்கீங்க? வங்கியில பிரோபஷனரி அதிகாரியா இருந்தீங்க. பாக்க அழகா இருந்தீங்க? மாமா மேல்நிலைப் பள்ளி டிராப் அவுட். அப்பாவுடைய காண்ட்ராக்ட் தொழில் இருந்தது. அதைத் தொடர்ந்தார். எதுக்கு உங்களை அவருக்கு திருமணம் செஞ்சு வச்சாங்க? அதுவும் 22 வயசிலேயே?”

அத்தை எழுந்தார்.

“உக்காருங்க. உக்காந்து கேளுங்க. பதில் தேவை எனக்கு. ஊரெல்லாம் பேச்சா இருந்தது. பேருந்து கழிவறையிலே உங்க பெயரோட மற்றொருவன் பெயரைச் சேர்த்து எழுதினது. வேலையை விட்டுட்டு நீங்க மூணு மாசம் மாயமா போயிட்டீங்களாம். அப்பா அம்மா தேடி, போலீஸ் உதவியோட அது எங்கயோ இருந்து உங்களைத் தூக்கிக்கிட்டு வந்து அவசர அவசரமா கல்யாணம் செஞ்சாங்களாம்.”

அத்தை சீறினாள்.

“எல்லா வண்ணத்துப் பூச்சிகளும், நேற்று கம்பளிப் புழுக்கள்தான். இவங்களை நீங்க எதுக்காகத் திருமணம் செஞ்சுக்கிட்டீங்க மாமா? இவங்க அம்மா உங்களுக்குக் கசின். நெருங்கிய உறவுன்னா? அழகா இருந்தாங்க, நல்ல வேலையில இருந்தாங்க, படிச்சிருந்தாங்க அதுக்காகவா? அந்தக் காலத்தில உங்க அப்பா உங்களை 10 இலட்சத்துக்கு வித்துட்டாறாம்? 10 இலட்சம் குடுக்கறாங்க திருமணம் செஞ்சுக்க. உனக்குப் படிப்பில்லை, வேலை கிடையாது. குடும்பமுன்னு ஒண்ணு ஆகட்டுமுன்னு சொன்னாங்களாம். அப்படித்தானே உங்க திருமணம் நடந்தது? மரபப் பத்தி பேசக்கூடாது மாமா. இங்க யாருடைய மரபணுவும் அதன் மூல உருவத்தில இல்லை.”

மாமா சொன்னார், “அசிங்கம்.”

அதற்கு அவள் சொன்னாள், “ஆமா, அசிங்கம். நாலு அண்ணன் தம்பிங்க, ஆறு அக்கா தங்கச்சிங்க உங்களுக்கு. அப்பா இறக்கும்போது ஒரு உயிலை வலுக்கட்டாயமாக எழுத வைச்சு அவங்க யாருக்கும் சொத்தில சல்லிக் காசுகூட கிடைக்காதபடி நீங்க அபகரிச்சுக்கிட்டீங்களே? நீங்க கௌரவமானவரு! எதுக்கு அசிங்கமுன்னு அவங்கவங்க வழியைப் பாத்துக்கிட்டுப் போனாங்க. ஆனா உங்க பெரிய அக்கா, பாவம் கணவர்

இறந்திருந்தார். பிள்ளைங்களும் கைக்கு வந்திருக்கலை. வந்து கெஞ்சுனாங்க. எங்க அப்பா சொத்து. கொஞ்சமாவது குடுடா. பொழைச்சிக்கிறேன். நீங்க கொடுக்கலையே? அப்போ எனக்குத் திருமணம் நடந்து ரெண்டு மாசமாச்சு. உங்க அக்கா வந்து கூச்சல் போட்டு, சண்டை வந்து, வீட்டுக்கு முன்னாடி கூட்டம் கூடியிருந்துச்சு. அவ போறப்ப ஒரு பிடி மண்ணை எடுத்துத் தூவி சொன்னா, 'இரத்தத்தை பகிர்ந்துகிட்டு, தூக்கி வளத்தினவ வயித்தை எரியவைக்கற... இந்தச் சொத்து உனக்கு தங்காமப் போகும்டா... உன் வம்சம் அழிஞ்சு போகும்... ஊரு பேரு தெரியாதவங்களும், அயோக்கியங்களும் தின்னுட்டுப் போவானுங்க.' சாபம் மாமா... சாபம்... உங்க பாவத்துக்கான பலன் என் மகன் இறந்து போனது. என் மகனை கொடுக்க முடியுமா... எனக்கு என் மகன் வேணும்... கொடுங்க..."

மாமா கல்லானார்.

அப்பா அம்மாவிடம் சொன்னாள். "நான் என்ன சுயம்பூவா? பூமியை உழுகிற சமயத்தில் பெட்டியில கிடைச்ச சீதையா? உங்க மகள். உங்க வம்சம். கெட்டுப் போயிருக்கலாம். குழந்தையைப் பெத்துக் கொடுக்க முடியாத துப்பில்லாதவளா இருக்கலாம். எங்கிட்ட இருக்கற இயற்கைக் கோளாறுகளுக்கு நீங்களும் பாத்தியதை. என் குணத்தில் குறை இருந்தா சொல்லுங்க திருத்திக்கிறேன்."

அப்பா அழுதார். அம்மா ஆறுதல் சொல்ல அருகில் வந்தாள்.

"தொடாதீங்க. புறப்படுங்க. காலையில இங்க யாரும் இருக்கக் கூடாது. உங்க வாழ்க்கை உங்களுக்கு. என் வாழ்க்கை எனக்கு." புயல் அடித்தது. பெருத்த மழை. எல்லா இடங்களிலும் வெள்ளம். "பிறகு எப்பவாவது எல்லாம் அமைதியானால் மறுபடியும் சேர்ந்து வாழலாம்."

எல்லாம் புறப்பட்டார்கள். கணவனும் பின் தொடர்ந்தான். அவனிடம் சொன்னாள்,

"டே, அழகா! உனக்கும் ரெண்டு வார்த்தை இருக்கு! நில்! குழந்தை பிறக்கவில்லை. எனக்கா? உனக்காடா? விதை முளைச்சிருந்தது. செடியா துளிர்விட்டது. வேர் விட்டிருக்கலாம். பெரும் மரமாகவும் வளர்ந்திருக்கலாம். நானும் ஒத்துழைத்தேன். அது வளரலை. அது நிலத்துப் பிரச்சினையா? விதையும்

புழுத்திருக்கலாம். பழசாகி இருக்கலாம். தெற்கே ஒரு கோயில் இருக்காம். தேவியின் இருப்பிடமாம். காமன் பண்டிகை பௌர்ணமி இரவு முழுவதும் அங்கே திருவிழா நடக்கும். பிள்ளைகள் இல்லாத பெண்கள் திருவிழாவுக்குத் தனியாகப் போவார்களாம். அங்கே வயசுப் பசங்க கேளிக்கைக்கு வருவாங்களாம். காமக் கேளிக்கைக்கு யாரை வேண்டுமானாலும் தேர்ந்தெடுக்கலாமாம். முழு இரவும் அவனுடன் தங்கலாமாம். விடிஞ்சதும் ஊர் சேரலாமாம். தேவியின் மகிமையால் கர்ப்பம் உறுதி. போய்வரட்டுமாடா?"

அவன் நின்றே இருந்தான்.

இவள் சொன்னாள், "பிறக்கும்போது எல்லாப் பெண்களும் தேவதைகள்தான்! நீங்களும் கடவுளாகுங்கள். அதை விட்டு சைத்தான் ஆனால், ஒத்துப்போக அல்லல்பட்டு அவர்கள் பேய்களாகிறார்கள்."

"..."

"கல்லூரி முதல்வரிடம் பேசி இருக்கிறேன். மறுபடியும் நான் வேலைக்குப் போகிறேன். எனக்கு வீட்டில் உங்கள் தேவை இல்லை. இது உன் வீடு. அதில் நான் இருப்பேன். அப்பா அம்மாவை ஊருக்குப் போகச்சொல். என் அப்பா அம்மாவை நான் அனுப்பிவைக்கிறேன். ஒழுங்கு மரியாதையாக தினமும் வீட்டுக்கு வர்றதா இருந்தா இது ஒரு குடும்பமாக இருக்கும். இல்லையென்றால் உடைந்துபோகும்? அதற்குப் பிறகு உன் வழி உனக்கு. என் வழி எனக்கு."

புறப்பட்டான்.

"ராஜகுமாரா தலை நிமிர்ந்து பாருடா. என் கண்ணை நேருக்கு நேர் பார்த்துப் பேசு... காதலிக்கிறேன்... அபரிமிதமாகக் காதலிக்கிறேன். பெண் நான். இயற்கை. காதலிக்கிறேன். உயிரோடு இருப்பதை எல்லாம் காதலிக்கிறேன். இறந்தால் என்ன செய்ய சொல்? கரைத்து மண்ணாக்கி என்னுடைய பாகமாக ஆக்கிக்கொள்கிறேன். அறையில் இருந்து வெளியேறும்போது முகத்தில் சிரிப்பு இருக்கட்டும். இங்கே பிணம் விழவில்லை. இது தீட்டு வீடு அல்ல."

கடைசியாகச் சொன்னாள்.

“கல்விக் கடவுள் சரஸ்வதிக்கு பிள்ளைகள் இல்லை. சுகம் தரும் இலட்சுமிக்கு குழந்தை பாக்கியம் கிடையாது. பசியைப் போக்கும் அன்னபூரணிக்கோ வாரிசே உண்டாகவில்லை. காக்கும் கடவுள் துர்க்கையும் மலடிதான். பெற்றவர்கள் அம்மா ஆனார்கள். பெறாதவர்கள் கடவுள் ஆனார்கள். தாயாக முடியவில்லை, விடு. கடவுளாகிறேன்.”

• • •

யாருடைய திருமணத்திலோ முந்தாநாள் மந்தாகினி கிடைத்தாள். கலகலவென்று இருந்தாள்.

“எப்படி இருக்கிறாய்?” கேட்டேன்.

“நல்லா இருக்கேன்.”

பக்கத்தில் வந்து கண் சிமிட்டி, காதில் குசுகுசுத்தால் அழகி.

“எல்லோரும் ஆண்டவனுக்குப் பிறந்ததைப்போல... நான் ஒருத்தி மனிதனைப்போல என்று நடந்துகொண்டார்கள். ஒரு தடவை மிரட்டினேன் பார் - அது என்ன நீங்க மட்டும் மனிதர்களா? நான் என்ன சுயம்பூவா? என் பாட்டிற்கு என்னை விட்டிருந்தால் முளைத்திருப்பேன், வேர் விட்டிருப்பேன், வளர்ந்திருப்பேன், வளர்த்திருப்பேன். சுயநலத்திற்குப் பாத்தி கட்டுனா பாசி கட்டுமப்பா. இன்னைக்கு சோத்தை நாளைவரைக்கும் வச்சிருந்தா பழைய சோறு... கங்கை சுத்தமான அமிர்தம். உயிர் நீர். அழுக்கைக் கழுவி விஷமாக்கியவங்க நாமதானே? சும்மா இருந்தது என்று சஹ்யாத்ரி மலையையே தரையாக்கினோம். சுயநலக்காரர்கள். பூமி ஒருமுறை அதிரவேண்டும். மண் முக்க வைக்க வேண்டும் என்று தோன்றியது. திட்டினேன். வேடிக்கை காட்டிக்கொண்டே இருந்தேன். விரைத்துக்கொண்டே இருந்தார். கழுத்துப் பட்டையைப் பிடித்து கன்னத்தில் அறைந்தேன் பார், எல்லாம் மனிதர்கள் ஆனார்கள்.” கலகல என்று சிரித்தாள்!

கேட்கவேண்டும் என்று நினைத்தேன்.

‘குழந்தை உண்டானதா மந்தாகினி?’

அவள் கன்னத்தில் அறைந்தால்? சிரித்து சும்மா இருந்தேன்!

•

ராமசந்திர தேவ

முனைவர் ராமசந்திர தேவ கர்நாடகா சூல்யா தாலுகாவின் முண்டுகரை கிராமத்தில் 1948 இல் பிறந்தவர். மைசூர் பல்கலைக்கழகத்தில், ஆங்கில இலக்கியத்தில் முதுகலைப் பட்டம் பெற்றவர். பல கல்லூரிகளில் ஆங்கிலப் பேராசிரியராக பணியாற்றியவர். பல சிறுகதை, கட்டுரை, கவிதைத் தொகுப்புகள் வெளியாகியுள்ளன. 'இந்திரப்ரஸ்தா', 'ஐது கவனகளு', 'மாதாடுவா மர', 'முகேலா மத்து இதர கதேகளு' முக்கியமானவை. கன்னடத்தில் ஒரு முக்கியமான எழுத்தாளர். 2013 ஆண்டு செப்டம்பர் 11 ஆம் நாள் இயற்கை எய்தினார்.

மூக்கன்

■ ராமசந்திர தேவ

1

மூக்கனுக்கு சுமார் ஐந்து வயதாகும்வரை அவன் மூக்கில் விசேடமாக எதுவும் இருக்கவில்லை. அதன்பிறகு அவன் மூக்கு வளர்ந்து நீளமாகத் தொடங்கியவுடன், அதுவரையிலோ அல்லது பிறந்த பொழுதோ ஏதாவது அதிசயமாக இருந்ததா என்று வைத்தியர்கள் வினவினால் அப்படியான எதுவும் அப்பா அம்மாவின் நினைவுக்கோ அல்லது அவனை வளர்த்த பாயம்மாவின் நினைவுக்கோ வந்ததில்லை.

மூக்கு அரிப்பதை மூக்கன் ஒருநாள் சொன்னது அவன் அம்மாவிற்கு நினைவிருக்கிறது. அவன் அரிப்பெடுக்கும் இடத்தைக் காட்ட நகம் படாமல் மெல்ல அம்மா கீறிவிட்டாள். மூக்கனும் அரிப்பு குறைந்ததென்று அமைதியானான். மூக்கனின் இந்த வரலாறு காணாத வளர்ச்சியுற்ற அதி நீளமான அந்த மூக்கின் அதிகம் முகரும் சக்தி அன்றிலிருந்துதான் ஆரம்பித்திருக்க வேண்டும். அடுத்த ஒரு மாதத்தில் அவன் மூக்கு சுமார் கால் இஞ்சளவு நீளமாகவும், அதற்குப் பொருத்தமான அளவு தடிமனாகவும் வளர்ந்திருந்தது. மாமிச வியாபாரியான அவன் அப்பா மூக்கு வீங்கியிருப்பதாக வைத்தியரை அழைத்துக் காண்பித்தார். வைத்தியரும் மூக்கு ஊதியிருப்பதாக நினைத்து பூச மருந்து கொடுத்துச் சென்றார். மறுநாள் எழுந்தபொழுது மூக்கு கால் இஞ்சளவு இன்னும் அதிகமாக நீண்டிருந்தது. வைத்தியரை திரும்ப அழைத்தபொழுது இன்னொரு தடவை மருந்தைப் பூசச் சொல்லி ஒரு ஊசிபோட்டுச் சென்றார். அதற்கு அடுத்த

நாளும் மூக்கனின் மூக்கு இன்னும் அரை இஞ்சளவு அதிகமாக வளர்ந்திருந்தது.

அன்றிலிருந்து அவனது அப்பா அம்மா பார்க்காத வைத்தியர்களில்லை; பார்க்காத மந்திரவாதிகளில்லை; போகாத கோவில்களில்லை. ஆனால் மூக்கு மட்டும் தினம் தினம் நீளமாகிக்கொண்டு, மூக்கனுக்கு ஆறு வயதாகும் பொழுது, அவன் மூனேமுக்கால் அடி உயரமிருந்தால், அவனது மூக்கு மூன்றடி நீளமிருந்தது. எட்டு வயதின்போது மூக்கன் நான்கடியிருந்தால், அவன் மூக்கு நாலேகால் அடி நீளமிருந்தது.

இப்படியே நீண்டு கொண்டிருந்த அவன் மூக்கின் வளர்ச்சி நின்றது அவன் இறந்தபோதுதான். அவன் ஐந்தாவது வயதிலிருந்து இருபத்தியோராம் வயதுவரையான அந்தப் பதினாறு ஆண்டுகளில் இயற்கை அவன் மேல் நடத்திய இந்த அபத்தமான போரால் அவன் அனுபவித்த சங்கடங்கள் ஏராளம். அதை எதிர்த்த அவனது தீரமான போராட்டமும்கூட.

இந்த மூக்கு வளர்ச்சியினால் மூக்கனுக்கு ஆன முதல் விளைவு அவன் பள்ளிக்குப் போவது நின்றது. மூக்கு முக்கால் இஞ்சிருக்கும்போதே அவனை பள்ளிக்கு அனுப்பிக் கொண்டிருந்த தருணம் அவன் வகுப்புச் சிறுவர்கள் அவனது மூக்கைத் தொட்டுப் பார்க்க, ஆசிரியர்கள் குதூகலத்துடன் அதைப் பரீட்சை செய்ய, மாலையில் மூக்கன் அழுதுகொண்டே வீடு வருவான். அன்றிலிருந்து பள்ளிக்கு அனுப்புவதை நிறுத்தி வீட்டிலேயே பாடம் சொல்லிக்கொடுக்க ஏற்பாடாயிற்று. வீட்டில் வந்து பாடம் சொல்லிக் கொடுக்கும் ஆசிரியருக்கும் மூக்கை ஒரு முறையாவது தொட்டுப்பார்த்துவிட ஆர்வம். யாரும் இல்லாதபொழுது அதை ஒரு தடவை தொடுவது, கிள்ளி வலிக்கிறதா என்று கேட்பது வழக்கமாகியிருந்தது. இதை பொறுக்கமுடியாமல் மூக்கன் ஒருநாள் அப்பாவிடம் புகார் கொடுத்தான். பிறகு மூக்கன் ஒரு அறையில் சன்னலோரம் உட்காருவது, அதன் அடுத்த அறையில் ஆசிரியர் அமர்ந்து பாடம் சொல்லிக்கொடுப்பது என்ற ஏற்பாடாயிற்று. வாழ்க்கை முழுதும் அவன் கைதியாய் இருந்த அனுபவத்தின் தொடக்கம் அப்போதுதான் ஆரம்பமாயிற்று.

அறையிலிருந்தாலும் உச்சரிப்பில் சிக்கல்களிருந்தன. வாய்க்குக் குறுக்கால் மூக்கு வந்து தடைபடுவதால் அது ஒருவகையாக

எதிரொலித்து அவன் ‘கு’ என்றால் ‘ங்கு’ என்றும் ‘ம’ உச்சரித்தால் ‘ம்யா’ என்றும் கேட்கும். இதனால் அவன் பேசுவது பிறருக்குப் புரியாத பல சந்தர்ப்பங்களிருந்தன. பேசுவது சிரமமாவது போலவே நீளமான மூக்கால் சாப்பிடுவதும் சிரமமாகவே இருந்தது. நடப்பதோ அதைவிடவும் சிரமமாக இருந்தது. மூக்கைப் பிடித்துக்கொண்டு நடப்பது மூக்கனுக்கு மிகவும் சிரமமாகவே இருந்தது. இதனால் அவன் குளிக்கவோ, மலம் கழிக்கவோ போகும் பொழுது அவன் மூக்கைத் தூக்கிப் பிடித்துக்கொண்டிருக்க ஒரு வேலைக்காரனை அவன் அப்பா நியமனம் செய்யவேண்டியிருந்தது.

தன் தேகம் தன் மேல் விதித்த சிறை வாசத்திலிருந்து விடுபட மூக்கன் முயற்சிக்காமல் இல்லை. ஒருமுறை அவனது மாமன் மகனான தன் மச்சானை வீட்டிற்கு அழைத்து அவன் வாழ்க்கையில் முதல் முறை தன் மீது அனுதாபப்படும் நண்பர்களை சம்பாதிக்கும் முயற்சியில் ஈடுபட்டதுண்டு. ஆனால் அந்த மச்சானோ- அவன் மூக்கைப் பிடித்து இழுத்து கிண்டல் செய்து போதும் போதுமென்றாக்கி விட்டான். அன்றிலிருந்து நண்பர்களைத் தேடும் படலமும் முடிவடைந்தது.

அவனுக்கு அதிக சிரமம் கொடுத்தது அறையின் தனிமையும், முகரும் சக்தியும் அதிகமாகிக்கொண்டே போனதுதான். ஆனால் இந்த முகரும் திறமை எவ்வளவு சக்திவாய்ந்ததென்று மூக்கனைத் தவிர வேறு யாரும் அறிந்திருக்க வாய்ப்பில்லை. மூன்று மைல் தூரத்திலோ பதினாறு காதம் தொலைவிலோ ஒரு பருந்தோ பெருச்சாளியோ செத்துக் கிடக்கிறதென்றாலோ, அதன் நாற்றம் வருகிறதென்றாலோ அது சரியா தப்பா என்பதை தெரிந்துகொள்வதாவது எப்படி? தான் உணரும் நாற்றத்திற்கு வீட்டிலுள்ளோர்கள் முதன்முதலில் அலட்சியமாக இருந்தது மூக்கனுக்குக் கோபமூட்டியது என்னவோ உண்மைதான். ஆனால் தன்னொருவனுக்கு விட்டு மீதம் எல்லோருக்கும் இந்த விதமான வாசங்கள் பைத்தியக்காரத்தனமானது என்று அறிவுக்கு எட்டிய பொழுது தான் அறைக்குள் அடைந்திருப்பதைப் போலவே இந்த வாசத்திற்கும் அவன் கட்டுப்படவேண்டியதாயிற்று. ஆனால் இந்தத் தீவிரமான முகரும் சக்தியே அவனை எல்லாக் கட்டுப்பாடுகளிலிருந்தும் விடுபடவைத்தது என்பது வேறு சங்கதி.

இவைகளைத் தவிர அவனது அப்பா அம்மா அவனை நன்றாகவே பார்த்துக்கொண்டார்கள். இது ஒரு அநிஷ்டம். இதை கோயில் குளம் எங்காவது விட்டு விடுங்கள் என்று சொன்னவர்களுக்கு குறைவில்லை. ஆனால் அவர்கள் அது எதையும் காதில் போட்டுக்கொள்ளவில்லை. வரும் உறவுக்காரர்கள் அவர்களின் ஆர்வம், கிசுகிசுப் பேச்சு, பரிதாபம் போன்றவைகளால் துன்புறுத்திக்கொண்டிருந்தார்கள். நாளடைவில் மூக்கனின் அம்மா-அப்பா நண்பர்கள்-சொந்தக்காரர்களுடன் நடப்பு வாழ்க்கைக்கு தேவையான அளவு மட்டும் பழகக் கற்றுக்கொண்டார்கள். இதனால் இவர்களின் எண்ணிக்கை நாளடைவில் மிகக் குறைந்து வீட்டுக்கு வருபவர்கள் விவகாரத்திற்கு சம்பந்தப்பட்டவர்களாக மட்டுமே இருந்தார்கள்.

இதற்கு இடையில் மூக்கனின் மூக்கு அளவுக்கு மீறி வளர்ந்துகொண்டே இருந்ததால் அவனை சிறிய அறையிலிருந்து பெரிய அறைக்கும், அங்கிருந்து இன்னும் பெரிய அறையொன்றை மாடியில் கட்டி அங்கும் மாற்றவேண்டியதாயிற்று. ஆசியர்களிடமிருந்து கற்ற இரண்டெழுத்துகளிலிருந்து ஏதாவதொரு புத்தகத்தைப் படித்துக்கொண்டோ இல்லை சும்மா தூங்கிக்கொண்டோ அவன் பொழுதைப் போக்கிக்கொண்டிருந்தான். பொழுதைப் போக்க அவன் கற்றுக்கொண்ட இன்னொரு வித்தை எதுவென்றால் மூக்கை நிலத்தின் மேல் இப்படியும் அப்படியுமாக திருப்பி விதவிதமாக சுழற்றி ஆட்டுவது. சில சமயம் மூக்கை சன்னலோரம் வைத்து குளிர்ந்த காற்றை சுவாசித்து, கண்ணை உயர்த்தி வெளியே மேலே தெரியும் ஆகாயத்தைப் பார்த்துக்கொண்டே, அந்த ஆகாயத்து மேகங்களின் வாசம் எப்படியிருக்குமென்று முகர முயற்சித்து காலம் கழித்துக்கொண்டிருந்தான்.

இப்படி மூக்கனின் வாழ்க்கையில் பதினைந்து வருடங்கள் கழிந்தன.

2

எல்லா நாட்களும் ஒரே மாதிரி இருப்பதில்லை. மாமிசத்தை ஊரின் பெரிய மனிதர்களுக்கும், பணக்காரர்களுக்கும்

விற்று போதுமான அளவு பணமும், அதனால் கொஞ்சம் புகழும் அடைந்திருந்த மூக்கனின் அப்பனுக்கு ஏழ்மை சூழ்ந்துகொண்டது. அப்படி ஏழ்மை அடையக் காரணம் மற்ற மாமிச வியாபாரிகள் மூக்கனின் அப்பா விற்பதைவிடவும் தரமான மாமிசத்தை குறைந்த விலையில் விற்கத் தொடங்கியிருந்ததுதான். இதனால் அவருக்கு மெல்ல வியாபாரம் குறைந்தது. திடீர் என்று ஏழ்மை நிலைக்கு வரக் காரணம், ஒரு தடவை பணக்கார வாடிக்கையாளர்களுக்கு இவர் அனுப்பிய மாமிசம் அழுகியதாய் இருந்ததுதான். அழுகிய மாமிசத்தை மூக்கனின் அப்பாவின் எதிரி ஒருவன் அப்பாவின் பெயரில் அனுப்பியிருந்ததாக பிறகு ஒரு வதந்தியும் பரவிக்கொண்டது.

மாமிசக் கடையில் நட்டமுற்றபின் சேமிப்புப் பணத்தை எடுத்து மூக்கனின் அப்பா வெற்றிலை வியாபாரம் தொடங்கினார். ஒரு முறை மின்னலடித்ததில் வெற்றிலைக் கொடிகள் எரிந்து கருகிப் போனதால் அவர் இப்பொழுது பரம ஏழையாகிவிட்டார். விதி தன்னோடு கொடூரமாக நடந்துகொண்டதாக கொஞ்சம் வருத்தம் அவருக்கு இருந்தது. புரளி பேசுவோரின் எண்ணிக்கையும், கடன்காரர்களின் தொல்லையும் அதிமாகி அவர் ஊரைவிட்டு வேறொரு ஊருக்குப் போய் செட்டியார் கடையொன்றில் கணக்கெழுதச் சேர வேண்டியதாயிற்று. மூக்கனை இரவோடு இரவாக சாமான்களுக்கு நடுவில் அமர்த்தி அனுப்பினார்கள்.

மூக்கனின் வாழ்க்கையில் இந்த ஊர் மாற்றமும் ஏழ்மையின் தாக்கமும் இல்லாமல் போகவில்லை. முதலில் அவனை சகித்துக்கொண்டிருந்த அப்பா அம்மா இப்போது அவன் மேல் சிடுசிடுக்க ஆரம்பித்தனர். இதற்கான முக்கியக் காரணம் மூக்கனுக்காகும் செலவுகள். மூக்கனை கவனித்துக்கொள்ள ஒரு ஆள் அவசியமாயிருந்ததால் அதைத் தவிர்க்க முடியவில்லை. இத்துடன் அப்பாவின் சம்பளம் போதாமல் அம்மாவும் பல வீடுகளில் வேலை செய்து சம்பாதிக்க வேண்டிய சூழ்நிலை ஏற்பட்டது.

மூக்கனுக்கு அதிகம் நெருடலாக இருந்தது அப்பா அம்மா வீட்டைவிட்டு வேலைக்குச் சென்றபின் தன் அறைக்கு முன் எப்போதும் கூட்டமாக வரிசையில் நின்றிருக்கும் சனங்கள். சில நேரங்களில் இந்த வரிசை தன் வீட்டின் வாசலையும் தாண்டி வீதியின் அடுத்த பக்கம்வரை நீண்டிருக்கும். அதில் சிலர் இவனுடன் பேச விரும்புபவர்கள், சிலர் இவன்

மூக்கை இழுப்பவர்கள், சிலர் இவனை மிருகம் போல சீண்டி வேடிக்கை பார்ப்பவர்கள். இப்படி சனங்களை பார்க்க விடக்கூடாதென்று மூக்கன் சொன்னால், வேலையாள் உன் அப்பா எனக்கு சரியாக சம்பளம் தந்தால் இப்படி செய்திருக்கமாட்டேன் என்றும், சனங்கள் வந்து பார்ப்பதை மூக்கன் அவன் அப்பாவிடமோ அம்மாவிடமோ சொன்னால் அவன் மூக்கைத் துண்டித்துவிடுவதாகவும், அவனை அவனது அறையிலிருந்து வெளியே கொண்டுவந்து வராந்தாவின் நடுவில் வைத்து வேடிக்கை பார்க்க வருபவர்களை மூக்கைத் தொட்டோ, இழுத்தோ பார்த்து அவனுக்குத் தொல்லை கொடுக்கச் சொல்வதாகவும் பயமுறுத்தினான். தன்னுடைய பாதுகாப்பிற்காகவே இந்த அறையில் தான் சிறையிருக்க வேண்டியது அவசியமென்று அறிந்திருந்த மூக்கன் வாய் மூடிக்கொண்டு சும்மா இருக்க வேண்டியதாயிற்று. ஆனாலும் அந்த நாட்களைச் சகித்துக் கொண்டானென்றால் மேகங்களின் மணத்தைக் கண்டுபிடிக்கும் அவனது ஆசை. அதற்கான முயற்சியில் இருக்கும் தருணம் புதிதாக ஒரு வாசம் வந்ததைப் போல் உணர்ந்து, அது மேகத்தின் மணமாக இருக்கலாமென்று அறிவதற்குள் அது மறைந்து, மறுபடியும் வேடிக்கையாளர்களின் வியர்வை நாற்றம் மூக்கைத் துளைக்கத் தொடங்கும்.

ஆனால் வெகு நாட்களுக்கு மூக்கன் வேலையாளின் பிடியிலிருக்கத் தேவையிருக்கவில்லை. ஒருநாள் வீட்டின் முன் வேடிக்கை பார்ப்பவர்கள் இருக்கும்பொழுது அப்பா வீட்டுக்கு வந்தார். வீட்டின் முன் நின்றிருந்தவர்களை அங்கிருந்து விலகச் சொல்லி அப்பா மிரட்ட, அவர்கள் தாங்கள் பணம் கொடுத்திருப்பதாகத் தகராறு செய்யத் தொடங்கினார்கள். அப்பா வேலைக்காரனுடன் கத்தி சண்டை போட்டு, திட்டி வேலையிலிருந்து அவனை விலக்கினார். அவனும் மீதி சம்பளம் கேட்டு தகராறு செய்தான். அப்பா இப்போ நீ சம்பாதித்திருப்பது போதாது என்று இன்னும் அதிகமாகவே திட்டி அனுப்பினார்.

அதற்கு மறுநாள் அப்பா கடைக்குப் போகவில்லை. அம்மாவும் வேலைக்குப் போகவில்லை. ஆனால் அம்மா மிகவும் வருத்தமுற்றவளாய் காணப்பட்டாள். மூக்கனை திருட்டுத்தனமாய் பார்த்துக்கொண்டிருந்தாலும் நேரடியாக பேசும் அவகாசம் வரும்பொழுது அதைத் தவிர்த்துக் கொண்டிருந்தாள். அப்பா மட்டும் மிகவும் அக்கறையுடனும், அன்புடனும் பேசினார். அதற்கு மறுநாள் வீட்டிற்கு சுண்ணாம்பு அடிக்க

ஆட்கள் வந்தார்கள். சீருடை அணிந்த ஒரு ஆளும் வந்தார். கூடவே புதிதாக ஒரு பெயர்ப் பலகையும், அந்தப் பலகையில்:

நீள மூக்குள்ள பேசும் அதிசய விலங்கு

பார்வை நேரம்: காலை ஏழு மணியிலிருந்து இரவு எட்டு மணிவரை

டிக்கெட் விலை: ஒரு ரூபாய்

...என்று எழுதியிருந்தது.

3

இப்பொழுது மூக்கனின் வாழ்க்கையில் ஒரு புதிய அத்தியாயம் ஆரம்பமானது. காலை ஏழு மணிக்கே ஜனங்கள் வரத் தொடங்குவார்கள். மாலை டிக்கெட் கொடுப்பதை நிறுத்திய சில நேரங்களுக்குப் பிறகே கூட்டம் குறையத் தொடங்கும். சிலர் அவனுடன் பேசுவார்கள், இன்னும் சிலர் அவனை நடக்கச்சொல்லிப் பார்த்து வியப்படைவார்கள். மற்றும் சிலர் அவனுக்கு பிஸ்கோத் கொடுத்து எப்படிச் சாப்பிடுகிறான் என்று பார்ப்பார்கள்.

அம்மாவின் முகம் நாளெல்லாம் தென்படாது. வீட்டில் எங்கே இருக்கிறாள் என்று தேடிப் பார்க்கலாம் என்றால், வெளியே பூட்டியிருக்கும். அவனது அறையின் கதவு திறப்பதோ சாப்பாட்டு நேரத்தில், மற்றும் பார்வை நேரம் முடிந்த பிறகுதான். அப்பா வெளியே டிக்கெட் விற்க உட்கார்ந்திருப்பார். ஒரு சமயம் அப்பா-அம்மா இருவருடனும் பேசி மாதங்களாகியிருந்த பொழுது மூக்கன் "அப்பா" என்று கூவி அழைத்தான். அப்பா பேசவில்லை. கூடியிருந்த பார்வையாளர்கள் சிரித்தார்கள். திரும்பவும் அப்படி அழைக்கக் கூறினார்கள். இரவு சாப்பாடு எடுத்து வருபவள் கௌரவமானவர்களை அப்படியெல்லாம் அழைக்கக்கூடாது என்று சொன்னாள். மற்றொருநாள் இதற்கு முன்பு இங்கு பார்வையாளர்களை விட்டு பணம் பண்ணிக்கொண்டிருந்த ஆளைப் பார்த்திருந்த பார்வையாளர்களில் ஒருவன் அப்பாவிடம் கேட்டான்: "இங்கே முதலில் ஒருவர் இதை நடத்திக் கொண்டிருந்தாரே அவர் இப்போது இல்லையா?" அப்பா "இல்லை" என்றார். "எப்படி? அவரிடமிருந்து இந்த விலங்கை நீங்கள் வாங்கினீர்களா?

எவ்வளவு கொடுத்தீர்கள்?" என்று வினவினார். அப்பா என்ன சொன்னாரோ மூக்கனுக்குக் கேட்கவில்லை. "நீங்கள் விற்பதாக இருந்தால் சொல்லுங்கள் நான் வாங்கிக்கொள்ளத் தயாராக இருக்கிறேன்" என்றான்.

இந்த பேச்சையெல்லாம் கேட்ட பின் மூக்கன் பாடுவது, ஆடுவது மூக்கை அப்படியும் இப்படியுமாக ஆட்டி பார்வையாளர்களை சந்தோஷப்பட வைக்க ஆரம்பித்தான். இதனால் வரும் பார்வையாளர்களின் எண்ணிக்கை அதிகமானது. முதலில் வந்தவர்களே மறுபடியும் வர ஆரம்பித்தனர். பல நாட்களுக்குப் பிறகும் அப்பா தன்னை விற்க யோசிக்காமலிருந்ததால், மூக்கன் தன் உபாயம் பலித்தது என்று மிக சந்தோசமடைந்தான் என்றே கூறவேண்டும். ஏனென்றால் இப்படி ஆடிப்பாடி வேடிக்கை காட்டும் முன்பே அவனுக்கு இதனால் அதிக வருமானம் வரலாம், அதனால் அப்பா ஆனந்தபடுவார், ஆதலால் தன்னை விற்கமாட்டார் என்று எண்ணியிருந்தான்.

இந்த சமயத்தில் மூக்கனின் நிழற்படம் பத்திரிகைகளில் வந்திருந்தன. அதன் கீழ் அவனுடைய அதிசயமான மூக்கு, அவனுடைய புத்திசாலித்தனம் இவைகளை வர்ணித்து எழுதியிருந்தார்கள். இது நடந்த சில நாட்களிலேயே விஞ்ஞானிகளின் குழுவொன்று மூக்கனை சோதனை செய்ய வந்தது. அவர்கள் கண், வாய், முடி, இதயத்துடிப்பு, பேச்சு இவைகளையெல்லாம் கவனித்த பிறகு மூக்கை அளந்தார்கள். அதன் பிறகுதான் பிரச்சனை ஆரம்பமாயிற்று. அவர்கள் அவனது ஆடைகளை நீக்கி உடம்பை சோதிக்க உத்தேசித்திருந்தார்கள். மூக்கன் இதற்கு மறுக்க, விஞ்ஞானிகளில் ஒருவன் அவனை விளையாட்டுக்கூட்டி சமாதானப்படுத்த முயற்சித்தான். மூக்கன் கோபத்தால் தன்னைக் கீறிக்கொண்டு கத்த ஆரம்பித்தபொழுது வேலையாள் குச்சியால் அவன் முதுகில் ஒரு அடி அடித்தான். அப்பா-அம்மா எங்கே இருந்தார்களோ? அந்த அடி மட்டும் மூக்கனின் கற்பனைக்கும் மீறியிருந்தது. பிறகு அவன் விஞ்ஞானிகளின் ஆசைக்கு எதிர்ப்புத் தெரிவிக்கவில்லை.

விஞ்ஞானிகள் பிரகடனப்படுத்திய அறிக்கையில் மூக்கைத் தவிர மூக்கனுக்கும் பிற மனிதர்களுக்கும் எந்த வித்தியாசமும் இல்லையென்றும், இயற்கை சில உயிர்களின் மேல் அவ்வப்போது இப்படி அர்த்தமற்று விசித்திரமாக பழி தீர்த்துக்கொள்ளுமென்றும், அந்தத் தருணங்களில் இம்மாதிரி

விலங்குகள் ஜன்மமெடுக்குமென்றும், ஆனாலும் அது தன் நிலையிலிருந்து வெளிவர நடத்திய முயற்சிகள் ஒரு எடுத்துக்காட்டாகுமென்றும் எழுதியிருந்தார்கள்.

ஆனால் எந்த விஞ்ஞானியாலும் மூக்கனின் இந்த வித்தியாசமான முகரும் சக்தியை விவரிக்க முடியவில்லை. ஒருமுறை பார்வையாளர்கள் நிறைந்திருந்த நேரம் ஏதோ ஒரு நறுமணம் மூக்கனின் மூக்கைத் தொற்றிக்கொண்டது. அப்போது அவன் முகத்தில் படர்ந்த சந்தோசம் மற்றும் அதீத காமத்தில் ஆழ்ந்திருப்பவர்கள் மட்டுமே எழுப்பக்கூடிய அந்த முனங்கள் ஓசைகள் பார்வையாளர்களை சிரிப்பில் ஆழ்த்தியது. இதுவும் கூட மூக்கன் தினம் காட்டும் வேடிக்கைகளில் ஒன்றென்று நினைத்து அதைத் திரும்பவும் செய்துகாட்டச் சொன்னார்கள். ஆனால் மூக்கனுக்கு அதுபோல் வாசனை மூக்கை எட்டியது அவனுடைய கடைசி காலத்தில்தான்.

4

விஞ்ஞானிகள் வந்து போன பிறகு வெகு நாட்களுக்கு அப்பா டிக்கெட் விற்றுக்கொண்டு உட்காரவில்லை. அதற்கு இப்போது வேறொருவன் நியமிக்கப்பட்டிருந்தான். அதற்குப் பிறகு வெகு நாட்கள் அப்பா-அம்மா அந்த வீட்டிலும் இருக்கவில்லை. ஆனால் இதை அவன் தெரிந்துகொண்டது அவனுக்கு உணவு கொடுக்கும் வேலைக்காரி மூலமாக. அதுவும் அவர்கள் வீட்டை விடும் முதல் இரவு. அப்பா இப்போது பெரிய பங்களா ஒன்றை வாங்கி இருந்ததும், மறுநாள் அவர்கள் அங்கு மாற இருப்பதும் தெரியவந்தது.

வீடு மாறும் முன் அம்மா ஒரு தடவையாவது அவன் அறைக்கு வந்து பேசலாம் என்று காத்திருந்தான். ஆனால் அவள் வரவில்லை. இரவு அழும் குரல் கேட்டது. பிறகு அவன் தூக்கக் கலக்கத்தில் இருந்தபொழுது யாரோ வந்து தலையைத் தடவி நெத்தியில் முத்தமிட்டதைப்போல் தோன்றியது. விழித்துப் பார்த்தால் யாருமில்லை.

மறுநாள் காலை மூக்கனுக்கு அம்மா தெரிந்தது அப்பா-அம்மா கார் ஏறும்பொழுது. அம்மாவின் முடி இப்போது கொஞ்சம் வெளுத்திருந்தது. முன்னைவிட மெலிந்திருந்தாள். அவள்

வயிற்றைப் பார்த்து அம்மா கர்ப்பமாக இருக்கலாம் என்று நினைத்தான். கார் கிளம்பும் முன் அவள் ஒரு விநாடி அறைப் பக்கம் திரும்பி உடனே முகத்தை திருப்பிக்கொண்டாள். அப்பாவோ மிகவும் தடித்திருந்தார். அவர் முகத்தில் இப்போது கடமைக்கு பதில் கெட்ட நேரம் தந்த ஏழ்மையை வென்றவனின் பெருமிதமிருந்தது.

5

இப்போது மூக்கனின் நாள் முழுதும் பார்வையாளர்களுக்கு "கிமிக்ஸ்" செய்வதிலேயே கழிந்துவிடுகிறது. வீட்டில் இப்போது அவனது துணை அவனைப் பார்த்துக்கொள்ளும் வேலைக்காரப் பெண் மட்டுமே. இந்த பெண்ணிற்கும் மூக்கனுக்கும் தொடர்பு காலை அவன் பலகாரம் சாப்பிடும்பொழுதும் மதிய உணவின் பொழுதும். ஆனால் அவை மௌனமாகவே கழிந்துவிடுகின்றன. ஏனென்றால் அவன் சாப்பிடுவதைப் பார்க்கவே நிறைய கூட்டம் இருக்கும். அவர்கள் பேச அவகாசம் கிடைப்பது இரவு சாப்பிடும் பொழுதுதான். டிக்கெட் விற்பவன் பணத்தைக் கணக்கு செய்து, கணக்கு ஏட்டில் பதிவுசெய்து, அப்பா வந்து அந்தப் பணத்தை எண்ணிப் பார்த்து எடுத்துச் சென்ற பிறகுதான். ஆரம்பத்தில் அவனது உடல் நலத்தைப் பார்த்துக்கொள்ள மட்டுமே இருந்தாள். ஒரு தடவை அவள் அவனது வயதைக் கேட்டு, இவன் அதைச் சொல்லும்பொழுது இவர்கள்தான் என் அம்மா அப்பா என்று சொன்னபோது, கப்சா விடவேண்டாமென்ற அவளது கிண்டலுக்கு ஆளானான். மூக்கனுக்கு படிக்கத் தெரியுமென்று தெரிந்தபொழுது அவனுக்குப் புத்தகம் வாங்கிவர ஆரம்பித்தாள். ஆனால் மூக்கனுக்கு அவள் மேல் அன்பு வரக் காரணம் அவள் செண்டு போட்டு வருவதை நிறுத்தியபோது. செண்டின் வாசத்தை மூக்கனால் தாங்கிக்கொள்ள முடியாததால், அதை ஒருநாள் அவளிடம் சொல்லியும் விட்டான். மறுநாளிலிருந்து அவள் செண்டு போட்டு வருவதை நிறுத்திவிட்டாள். அவனைக் காட்சிப் பொருளாக்கிய பின் அவனுக்குக் கிடைத்த முதல் மனித மரியாதை இதுதான்.

இப்போது அவள் அவன் அருகில் நெருங்கினால் போதும், தேகத்திலும் மனதிலும் என்னென்னமோ ஆக ஆரம்பித்தது. இந்த உணர்ச்சியை அதிக நாள் மனதிலேயே அடக்கி வைத்துக்கொள்ள

முடியவில்லை. அசாத்தியமான அப்படியான ஒரு நாளிலிருந்து மூக்கனுக்கு நறுமணம் நிறைந்த நாட்கள் ஆரம்பமானது.

அன்று இரவு அவள் உணவு பரிமாறி கொஞ்சம் தள்ளி தூரம் நின்றிருந்தாள். எது நடந்தாலும் சரி, நடக்கட்டுமென்று அவன் தனது மூக்கு நுனியை அவள் கால்களின் இடுக்கில் நுழைத்து அவளது சேலையை மேலே தூக்கிவிட்டான். அவள் விறுக்கென்று சேலையை கீழே இறக்கிவிட்டாள். இவள் ஏதாவது செய்துவிடுவாளோ என்ற அச்சத்திலும் ஆதங்கத்திலும் மூக்கனிருந்தான். ஆனால் அவன் பயந்ததுபோல் அவள் அவனை அடிக்கவில்லை, திட்டவுமில்லை. ஆனால் பக்கம் வந்து அவனை அணைத்துக்கொண்டு "வாலுப்பய" என்றாள்.

அன்று எல்லாம் முடிந்தபின் அவள் சொன்னது அவனுக்கு இன்னும் நினைவிருக்கிறது. "மூக்கு ஒன்றைத் தவிர்த்து மீதி எல்லா விசயங்களிலும் நீ மற்ற ஆண்களைப் போலத்தான்." தான் மனிதன் என்பதற்கு இது மூக்கனுக்கு இரண்டாம் முறை கிடைத்த ஆறுதலாக இருந்தது.

6

ஆனால் இது அதிக நாள் நீடிக்கவில்லை. முதலில் இது வாட்ச்மேனுக்குத் தெரிந்து, பிறகு மூக்கனின் அப்பாவின் காதுக்கெட்டியது. பின்னொரு நாள் ஓர் ஆராய்ச்சியாளனுக்கு சேதி கிடைத்தது. மூக்கன் மற்றும் அந்தப் பெண்ணின் உறவு ரீதிகளையும், மூக்கனுக்கு இயற்கையாக மனித சகஜமான முறையிலேயே குழந்தை பிறப்பது சாத்தியமா, அப்படிப் பிறக்கும் சிசு எப்படியிருக்கும் என்பதை அறியும் ஆர்வத்தில் அவன் மூக்கனின் அப்பாவைத் தொடர்பு கொண்டான். மொத்தத் தொகையை முடிவு செய்தபின் மூக்கனின் உடலுறவை படம்பிடிக்க எல்லா ஏற்பாடுகளையும் செய்துகொண்டு ஆராய்ச்சியாளன் ஆஜரானான். குழந்தை பெரிய மூக்குடையதாக இருந்தால் அதை மூக்கனின் அப்பாவிடம் கொடுத்துவிட வேண்டுமென்றும், அது சாதாரண மூக்குடன் இருந்தால் அதை ஆராச்சியாளனே வளர்க்க வேண்டும் அல்லது வளர்ப்பதற்கான செலவுத் தொகையை கொடுக்க வேண்டுமென்று நிர்ணயிக்கப்பட்டது.

ஆனால் படப்பிடிப்பு நடக்கவில்லை. இதன் சுளிவு கிடைத்த மூக்கன் தகராறு செய்ய ஆரம்பித்தான். எல்லோர் முன்னிலையிலும் உடலுறவு கொள்ளவேண்டிய சேதி அறிந்து வேலைக்காரப் பெண் சொல்லிக் கொள்ளாமல் ஓடிவிட்டாள்.

அன்று மூக்கனின் அப்பாவிற்கு கடுமையாக கோபம் வந்தது. மூக்கனின் அறைக்குள் நுழைந்தவர் மூக்கனை அடிக்க ஆரம்பித்தார். அப்பா அறையை விட்டு வெளியே போனபின் மூக்கன் கதவை அடைத்துத் தாழிட்டுக்கொண்டான்.

மறுநாள் காலை பலகாரமெடுத்துக்கொண்டு வேறு ஆள் வந்தபோது மூக்கன் கதவைத் திறக்கவில்லை. பார்வையாளர்கள் வந்தால் அவன் முகத்தை வேறு பக்கம் திருப்பிக் கொண்டு உட்கார்ந்திருந்தான். குச்சியால் அவனைக் குத்தி அவனை இந்தப் பக்கம் திருப்பும் முயற்சி பலிக்கவில்லை.

மறுநாளும் அவன் கதவைத் திறக்காமல், சன்னல் பக்கம் முதுகைக் காட்டி உட்கார்ந்திருந்ததைப் பார்த்த அப்பாவிற்கும் அம்மாவிற்கும், வேலையாட்களுக்கும் உண்ணாவிரதம் பூண்டிருக்கிறான் என்பது புலப்பட்டது. வேலையாட்கள் வந்து பயமுறுத்தினார்கள். அப்பா வந்து சத்தம் போட்டார். மூக்கன் அசையவில்லை. சாப்பிடச் சொல்லி கெஞ்சவும் செய்தார்கள். அந்தப் பெண்ணையே கூட்டி வருவதாகச் சொல்லி அவளைத் தேடி, அவள் கிடைக்காமல் வேறு ஒரு பெண்ணை கூட்டி வந்தார்கள். மூக்கன் சாப்பிடுவதிருக்கட்டும், அந்தப் பெண்ணை ஏறெடுத்தும் பார்க்கவில்லை. பிறகு அம்மா வந்து, இந்த படப்பிடிப்பு போன்றவைகளையெல்லாம் நிறுத்துவதாகவும் மூக்கன் சாப்பிட வேண்டுமென்றும் சொன்னாள். அவளுடனும் மூக்கன் பேசவில்லை. சன்னல் கம்பியைப் பிடித்துக் கொண்டு அவளை ஒரு முறை பார்த்து பிறகு முகத்தைத் திருப்பிக்கொண்டான்.

உண்ணாவிரதத்தின் செய்தி மாறி இப்போது அந்த நீளமூக்கு விலங்கு ஜடமாகி விட்டதென்ற செய்தி பத்திரிகைகளில் பிரசுரமானது. இதைப் பரிசோதிக்க விஞ்ஞானிகளும், வைத்தியர்களும் வந்தனர். மூக்கன் கதவைத் திறக்கவில்லை. மிகவும் வற்புறுத்தி, கதவை உடைப்போம் என்று பயமுறுத்திய பின் கதவைத் திறந்தான். ஆனால் பிறகு எதற்காக கதவைத் திறக்கச்செய்தோமோ என்று வருத்தப்பட வேண்டியதாயிற்று.

மூன்று நான்கு பேர் உள்ளே வரும் முன்பே மூக்கன் யானையைப் போல் தும்பிக்கையைச் சுழற்றி தன் மூக்கால் அவர்களின் காலைப் பிடித்து நிலத்திலிருந்து மேலே தூக்கினான். அவர்கள் கதற ஆரம்பித்தவுடனேயே கெக்களித்துக்கொண்டே தன் மூக்கின் பிடியைத் தளர்த்தி அவர்களை கீழே வீழ்த்தினான். அதன் பிறகு யாரும் மூக்கனை பலவந்தப்படுத்தப் போகவில்லை. அப்போது மூடிய கதவை அதன் பின் எப்போதும் திறக்கவே இல்லை.

உண்ணாவிரதமிருக்க ஆரம்பித்த சில நாட்களிலேயே சகித்துக் கொள்ளமுடியாத அளவுக்கு ஒரு துர்நாற்றம் அவன் மூக்கைத் துளைக்க ஆரம்பித்தது. பின்னென்ன வாந்தி வரும். மூக்கின் துவாரங்களை விரல்களால் அழுத்தி அந்த வாசனையைத் தடுக்கவேண்டும் போலதானா ஒரு வாசனை அது. பிறகு அந்த துர்நாற்றத்தின் நடுவேயும் ஏதோ ஒரு நறுமணம் மூக்கை அவ்வப்போது வந்து நிறைத்தது. ஏதோ ஒன்றின் வாசம் - மேகங்களினுடையதாக இருக்கலாம், அல்லது மேகங்களைத் தாண்டிய நட்சத்திரங்களுடையதோ- எதுவோ தெரியாது. எல்லா எல்லைகளையும் கட்டுப்பாடுகளையும் மீறிய, எல்லாப் பூட்டுகளையும் உடைத்த, எல்லாக் கதவுகளையும் திறந்து வெட்ட வெளியான, தேகம் விதித்த சிறையிலிருந்து தேகத்தின் மூலமாகவே சுதந்திரமடைந்து பரவசப்படக்கூடிய நறுமணம். மூக்கன் தன் உண்ணாவிரதத்தின் கடைசி நாட்களை எந்த வேண்டுதல்களுக்கும் செவிசாய்க்காமல் அமர்ந்திருந்தால் அதற்கான காரணம் அந்த வாசம் வேறு எதற்கும் இடமளிக்காமல் மூக்கை நிரப்பியிருந்ததுதான்.

இதுபோல் ஒரு நறுமணம் தாங்க முடியாத அளவான நறுமணமாக நிறைந்த ஒருநேரம் மூக்கன் தீர்க்கமாக மூச்சை இழுத்துவிட்டு இறந்து போனான்.

அவன் இறந்தது முதலில் தெரியவில்லை. மூக்கையே சும்மாடு போல சுருட்டி உடலை அதன் மேல் வைத்திருந்தபடியே உயிர் போயிருந்தது. மூக்கின் ஓரத்தில் சுல்லெறும்புகளும், கட்டெறும்புகளும் மொய்த்துக்கொண்டிருப்பதைப் பார்த்த வாட்ச்மேன் வந்து சொல்ல, மூக்கனின் அப்பா வந்து கதவை உடைத்து, சோதித்த பின், இறந்தது உறுதிப்படுத்தப்பட்டது.

7

மூக்கன் இறந்த பல நாட்களுக்கு பிறகும் அவனைப் பற்றி பேசப்படுவது விசேடமல்ல. பல வருடங்களுக்குப் பிறகும் அவனொரு கட்டுக் கதையாகவும், பிறகு குழந்தைகளுக்கு சொல்லும் அதிசயம் நிறைந்த கதை போலவும் ஆனான்.

மூக்கனின் அப்பா மாமிசக் கடையை திரும்பவும் ஆரம்பித்தார். இப்போது வெவ்வேறு இடங்களுக்கு மாமிசத்தை ஏற்றுமதி செய்யும் நிறுவனம் ஆரம்பித்து, நிறைய லாபம் ஈட்டினார். அவன் அம்மா ஒரு பெண் குழந்தையைப் பெற்றெடுத்தாள். இவளின் மூக்கு சாகும்வரை, எல்லோருடைய மூக்கைப்போலவே சாதாரணமாகவே இருந்தது. மூக்கன் இப்போதும் உயிருடன் இருந்திருந்தால் இவளுக்குத் திருமணம் செய்ய முடிந்திருக்காதோ என்று மட்டும் மூக்கனின் அம்மாவிற்கு மகளின் திருமண நாளன்று ஒரு விநாடி தோன்றியது.

ஜயந்த் காய்கிணி

கர்நாடகாவின் கோகர்ண என்ற ஊரில் பிறந்தவர். அப்பா கௌரீஷ் காய்கிணி பள்ளி ஆசிரியர் மற்றும் எழுத்தாளர். அம்மா சந்தா சமூக சேவகி.

தார்வாரில் உள்ள கர்நாடகா பல்கலைக்கழகத்தில் உயிர் வேதியியல் பட்டம் பெற்றவர். மும்பையில் பல வருடங்கள் வேதியியல் நிபுணராக வேலை செய்தவர். 1974இல், பத்தொன்பதாவது வயதில் அவருடைய கவிதைத் தொகுப்பிற்கு சாகித்திய அகாதமி பரிசு பெற்றவர். பிறகு அவருடைய சிறுகதைத் தொகுப்புகளுக்கு 1982, 1989 மற்றும் 1996 களில் சாகித்திய அகாதமி பரிசு பெற்றுள்ளார்.

பல சிறுகதைத் தொகுப்புகளும், கவிதைத் தொகுப்புகளும் வெளிவந்துள்ளன. கன்னட சினிமாப் பாடலாசிரியர். கன்னட தொலைக்காட்சிகளில் பல நிகழ்ச்சிகளை நடத்தியுள்ளார்.

தற்போது பெங்களூரில் வசிக்கிறார். பல சமூகப் பணிகளில் ஈடுபட்டுள்ளார்.

மூன்று சக்கர வண்டி

■ ஜயந்த் காய்கிணி

எங்கோ ஒரு மலைப் பிரதேசத்திற்கு மாற்றலாகிப் போயிருந்த நாயக் வாத்தியார் நான்கைந்து வருடங்களுக்குப் பிறகு கோகர்ணத்தின் ரத வீதியிலுள்ள பஸ் ஸ்டாண்டிற்கு சிர்சி பஸ்ஸிலிருந்து ஒரு மதியம் திடீரென்று வந்திறங்கியதை பேட்டையிலுள்ள கடைக்காரர்கள் உடனே கவனிக்கவில்லை. ஓர் அரை விநாடி நின்ற வாத்தியார் சுற்றிலும் பார்த்தார். தான் ஐந்து வருடம் உழைத்து விட்டுச் சென்ற ஊர் இது. மனதிற்கு கொஞ்சம் பிடித்தமான கடற்கரையில் அமைந்த புனித சேத்திரம். தாற்காலிகமாக அமைக்கப்பட்ட கடைகளைப் போல தோற்றமளித்தாலும் நிரந்தரமாக அங்கேயே இருக்கும் கடைகள். ரத வீதியில் ஒழுங்காக நிறுத்தப்படாத சிவப்பு பஸ்கள்.

கர்நாடக சங்கத்துக்கு எதிரில் உடைப்பதற்காக குவித்து வைத்திருந்த பழைய மரக் கட்டைகள் எல்லாம் அப்படியே இருக்கின்றன என்று நினைத்துக் கொண்டிருக்கையிலேயே, புதிதாக அமைத்த எஸ்டிடி பூத், பெரிய குளிர்சாதனப் பெட்டியுடன் அமைந்த ஐஸ்க்ரீம் கடை வாத்தியாரின் கண்களைக் கவர்ந்தன. அட, உலகம் எவ்வளவு விரைவாக வளர்ந்து கொண்டிருக்கிறது என்று வியப்புடன் நின்றுகொண்டிருந்த வாத்தியாரை "எப்ப வந்தீங்க நாயக் வாத்தியாரே", "வணக்கம் சார்" என்றெல்லாம் பேட்டை வீதிகளில் தொனிகள் கேட்க ஆரம்பித்தன. ஜோசியரோ வெற்றிலை போடாமல் விடுவதாக இல்லை என்று வாத்தியாரின் தோள்களைப் பிடித்து அழுத்தி கடையிலிருந்த வெற்றிலைத் தட்டின் முன்பு உட்கார வைத்தார்.

தாம்பூலத் தட்டின் பசுமை மணத்திற்கு வாத்தியாரின் மனது நிறைந்து வந்தது. ஜோசியர் பட்டென்று தொடையைத் தட்டி, எப்போதும் போல நூலைத் திரிக்கும் தன் வேலையைத் தொடங்கினார். இங்கிருந்தபோது நாள் தவறாமல் இந்த தாம்பூலம் கிடைக்கும். தனக்கு மட்டுமல்ல இந்த ரத வீதியில் போய் வந்துகொண்டிருக்கும் எல்லோருக்கும் ஜோசியரின் பாசத்துடன் தாம்பூலத் தட்டில் வெற்றிலை நிறைந்தே இருக்கும். இங்கே எல்லோரும் போட்டு மெல்லும் வெற்றிலையால்தான் கடற்கரையில் மாலை நேர சூர்யாஸ்தமம் அவ்வளவு சிவப்பாகத் தெரிவதுபோல இருந்தது. ஜோசியர் "என்ன திடீரென்று வந்திருக்கீங்க?" என்றதற்கு வாத்தியார் "ஒண்ணுமில்லை சும்மாதான் வந்தேன். மகனுக்கு தர்மஸ்தளாவின் இன்ஜினியரிங் காலேஜில் அட்மிஷன் கிடைத்துள்ளது. மகளுக்குப் போன வருடம் திருமணமானது. ஹுப்பள்ளியில் இருக்கிறாள். மாப்பிள்ளை கிர்லோஸ்கர் ஃபேக்டரியில் வேலையிலிருக்கிறார். இரண்டு மாதங்களுக்கு முன்புதான் அவளுக்கு மகன் பிறந்தான். ஹுப்பள்ளியில் ஆஸ்பத்திரி வசதியாக இருந்ததால் அங்கேயே பிரசவம் பார்த்தோம். நானும், வீட்டுக்காரம்மாவும் அங்கதான் இருந்தோம். இப்போ அவள் மகளையும் பேரனையும் பார்த்துக்கொண்டு அங்கயே இருக்கா. வேண்டிக் கொண்டிருந்தாளாம், அதுக்காக இங்கே வந்து தேங்காய் உடைத்து பூசை செய்துவிட்டுப் போகலாம் என்று வந்தேன்" என்று ஒரே மூச்சாக சொல்லி முடித்தார். ஆனால் வந்த முக்கியமான காரணம் தனக்குள்ளேயே முடங்கிப் போவதைப்போல வாத்தியாருக்குத் தோன்றியது. கொஞ்சம் மௌனம் தாழ்ந்தார். பிறகு சுதாரித்துக் கொண்டவரைப் போல "சிர்சிக்குப் போக கடைசி பஸ் எப்போது?" என்றார். ஜோசியர் "இன்னைக்கு தங்கிவிட்டு நாளைக்கு போங்களேன்" என்று வற்புறுத்தினார். "இல்ல இல்ல" என்று சொல்லிக் கொண்டிருக்கும்போதே எதிரில் சைக்கிளை காலூன்றி நிறுத்திய மீசைக்காரப் பையன் ஒருவன் "சார், திரியம்பகம். உங்க மாணவன். ஐஸ்க்ரீம் கடை வைச்சிருக்கேன், கடற்கரை பக்கம்தான் இருக்கு, தயவுசெய்து வந்து ஒரு ஐஸ்க்ரீம் சாப்பிட்டுப் போங்க" என்று பூஜைப் பிரசாதம் வாங்க அழைப்பதைப்போல வாத்தியாரை வேண்டினான். வாத்தியார் "ஆகட்டும்" என்றார். "ஜோசியிரே, நான் கஞ்சிகத்தே என்னுமிடத்தில் வாடகைக்கிருந்தேனல்லவா அப்ப என் பக்கத்து வீட்டில் குடியிருந்த கம்பவுண்டர் பிரபாகரன் இன்னும்

அங்கேயே இருக்கான், இல்லையா?" என்று கேட்டார் வாத்தியார். பிரிந்த நூலிலைகளை இணைத்துக்கொண்டே, "அவன் எங்கே போவான் இங்கேதான் இருக்கான்" என்றார் ஜோசியர்.

நாயக் வாத்தியார் வாடகைக்குக் குடியிருந்த வீட்டின் பக்கத்திலேயே பிரபாகரனின் வீடு. அவனும் வாடகைக்கு இருந்து வந்தவன்தான். அவன் மனைவிக்கு இரண்டு முறை மாதம் நிறைவடையும் முன்னமே வயிற்றிலேயே சிசு இறந்து, மூன்றாம் முறை சிரமத்துடன் குழந்தை பிழைத்துக் கொண்டது. அந்தக் குழந்தையை மிகவும் அக்கறையுடன் கணவன்-மனைவி பராமரித்தார்கள். அந்தக் குழந்தை எப்போதும் நாயக் வாத்தியார் வீட்டிலேயே விளையாடிக் கொண்டிருக்கும். வாத்தியாரின் மூத்த மகள் அப்போது அங்கோலாவிலுள்ள காலேஜுக்குப் போய்க்கொண்டிருந்தாள். மகன் ஹைஸ்கூலில் படித்துக் கொண்டிருந்தான். சிறிது வயிறு பெருத்த இந்தக் குழந்தையுடன் வாத்தியார் மனைவி திம்மக்கா கொஞ்சம் அதிகமாகவே ஒட்டிக் கொண்டிருந்தார். வாத்தியார் பள்ளிக்கூடத்திலிருந்து வந்தவுடன் அவரின் சட்டைப் பையிலிருந்து பேனா, காகிதங்களை எடுப்பது, நாற்காலியில் உட்கார்ந்திருக்கும் வாத்தியாரின் முதுகைச் சொரிவது, அவர் யாருடனாவது பேசிக் கொண்டிருக்கையில் அவரது முகவாய்க்கட்டையைப் பிடித்து தன் பக்கம் திருப்புவது. இப்படியெல்லாம் கொஞ்சி விளையாடிக்கொண்டு வாத்தியார் வீட்டிலேயே தூங்கிவிடும் அந்தக் குழந்தையை பிரபாகரனோ அல்லது அவனது மனைவி பிரியாகியோ வந்து தூக்கிச் செல்வார்கள். அனந்தன் என்று பெயர் வைத்திருந்தாலும் எல்லோரும் அவனை அனு என்றே அழைத்தனர். வாத்தியார் வீட்டில் ஒரு குட்டி மூன்று சக்கர சைக்கிள் இருந்தது. அவரது மகன் இப்போது வளர்ந்துவிட்டதால் அது மூலையிலேயே கிடந்தது. வாத்தியார் பிள்ளைகள் பொம்மையைப் போல இருந்த இந்தக் குழந்தையை சைக்கிளில் உட்கார வைத்து தள்ளி விளையாடுவார்கள். அனு அந்த சைக்கிளை கண்கொட்டாமல் பார்த்து குதூகலிக்கும். வாத்தியாருக்கு மாற்றலாகி அவரது குடும்பம் புறப்படும் நாளன்று பிரபாகரன், பிரியாகி இருவரின் கண்களும் நிறைந்து வழிந்தன. காமத் அவர்களின் ட்ரக் வண்டி சிர்சிக்கு புறப்பட இருந்ததால், அந்த வண்டியிலேயே வீட்டு சாமான்களை எல்லாம் ஏற்றினார்கள். அனு திம்மக்காவின் கழுத்தை இறுகக் கட்டிக்கொண்டிருந்தான். ட்ரைசைக்கிளை

வண்டியில் ஏற்றும்போது வாத்தியார் “இது இங்கேயே இருக்கட்டும் அனுவிற்கு ஆகும்” என்றார். பிரபாகரனும் பிரியாகியும் “சே சே வேண்டாம் வேண்டாம் கூடிய விரைவில் உங்களுக்கு பேரப்பிள்ளைகள் வருவார்கள் அவர்களுக்காகும்” என்று மறுத்தாலும் வாத்தியார் “பரவாயில்லை, பரவாயில்லை... இப்போது இது அனுவிற்கு இருக்கட்டும்” என்று சொல்லி அனுவின் தொப்பையில் தன் வாயை வைத்து புர்ரென்று ஊதிவிட்டுப் புறப்பட்டார்.

சிர்சிக்குப் போன கொஞ்ச நாட்களுக்கு ஓரிரு போஸ்ட் கார்டுகளின் பரிமாற்றத்திற்கு பிறகு கோகர்ணத்துடன் அவ்வளவு தொடர்பு இருக்கவில்லை. மாற்றலாகிப் போகும் தொழில்களின் தலையெழுத்தே இப்படித்தான். புது ஊர், புது நீர், புது வாடகை, புது போஸ்ட்மன், புது பலசரக்குக் கடை, புது கோவில்- இப்படி எல்லாப் புதுசுகளுடனும் ஒன்றிப் பழகிப்போகும் தருணத்தில் திரும்பவும் மாற்றல் ஏற்படும். ஒரு முறை கடற்கரைப் பக்கம், மறுமுறை மலைப் பிரதேசம், இன்னொரு முறை சமவெளிப் பகுதி. நிரந்தரமற்ற ‘மாற்றலாகிபோகும்’ இந்தப் போக்கினாலோ என்னவோ, இந்தக் குடும்பத்திற்கு யாருடனும் சலுகையுடன் பழகும் உற்சாகமே இருந்ததில்லை.

காரண, காரியங்களை மீறி அப்படி ஒரு சலுகை வளர்ந்தால் அதை புண்ணியம் என்று நினைத்தார்கள். மகளின் கல்யாணத்திற்கும் பிரபாகரனுக்கு கடிதம் எழுத முடியவில்லை. அச்சடித்த பத்திரிக்கையை மட்டும் அனுப்பிவைத்தார். அதனால் அவர்களின் வருகையின் எதிர்பார்ப்பும் இருக்கவில்லை. ஆனால் வாத்தியார் சந்தோசமடையும்படியாக பிரபாகரனிடமிருந்து கடிதம் வந்தது. தன்னை நினைத்துக்கொண்டதைப் பற்றி மகிழ்ச்சியை வெளிப்படுத்தியும் மணமக்களுக்கு வாழ்த்துக் கூறியும், “அனு நீங்கள் கொடுத்த சைக்கிளிலேயே தினம் விளையாடுகிறான். உங்களை தினம் நினைத்துக் கொள்கிறோம்” - என்றும் எழுதியிருந்தான். அன்று வாத்தியார் வீட்டில் எல்லோருக்கும் கோகர்ணத்தின் நினைவு வந்து, ஆண்டவன் தரிசனத்திற்காக ஒருமுறை போய் வரவேண்டுமென்று எண்ணினார்கள். ஆனால் அது அப்படியே நின்றுவிட்டது. அது நடந்து பல மாதங்களுக்குப் பிறகு மகளின் பிரசவ சமயத்தில் ஹுப்பள்ளி மருத்துவமனையில் வாத்தியார் மற்றும் திம்மக்கா இரவில் கண் விழித்துக்கொண்டு தலைப் பேரனை பராமரித்துக்கொண்டு, அவனின் பொக்கை வாய்

சிரிப்பின் அழகையும், அவனது பாலலீலைகளையும் பார்த்து பூரிப்படைந்து கொண்டிருந்த நேரம் அனுவின் நினைவு வரும். ஆனால் அனுவுடன் அந்த ட்ரைசைக்கிளும் நினைவுக்கு வந்து வாத்தியாருக்கு கொஞ்சம் குழப்பம் தொடங்கியது. மகனின் பெயர் சூட்டு விழா நாளன்று மகள் அந்த ட்ரைசைக்கிளைப் பற்றி பேச்செடுத்தாள். எவ்வளவு தவிர்த்தாலும் அதைக் குறித்த சர்ச்சைகள் எழுந்து "இப்போது அனு பெரியவனாகியிருப்பான். எவ்வளவு நாள்தான் அந்த ட்ரைசைக்கிளை ஓட்டுவான்" என்ற சமாதானங்களுக்கு இறங்கி வாத்தியார் கோகர்ணம் சென்று அந்த குட்டி சைக்கிளை பேரனுக்கு எடுத்து வருவதென்று முடிவாயிற்று. பிள்ளைகளின் மற்றும் மருமகனின் கட்டாயங்களுக்கு முன் திம்மக்காவிற்கும், வாத்தியாருக்கும் வேறு எதுவும் தோன்றவில்லை.

வழி நெடுக வாத்தியார் "சரிதானே, நான் கொடுத்தேனென்று இதுநாள்வரை அந்த குட்டி அனு விளையாடிக் கொண்டிருந்தான், இனி இந்த புதுப் பேரன் விளையாடுவான்" என்று பலவிதமாக தன்னைத்தானே சமாதானப்படுத்திக் கொண்டார். ஆனால் கோகர்ணம் வந்தவுடன் கொஞ்சம் தயங்கினார். ஜோசியர் பேசுவதற்காக வெற்றிலை போடும் சாக்குச் சொல்லி அழைக்காவிட்டால் அவர் நேராக கோவிலுக்குப் போயிருப்பார். இல்லை அருகிலிருந்த கடற்கரைக்குப் போய் உட்கார்ந்திருப்பார். ஜோசியரின் திண்ணையில் அமர்ந்து எதிரே தெரியும் தனக்கு பழக்கப்பட்ட ரத வீதியின் காட்சிகளைப் பார்த்துக் கொண்டிருந்த வாத்தியார் வேண்டாமென்று சொன்னாலும் ஜோசியர் பேப்பர்க்கார பையனை அழைத்து பிரபாகரன் வீட்டிற்கு "வாத்தியார் வந்திருக்கிறார்" என்ற செய்தியைச் சொல்லிவிட்டு வரச் சொன்னார்.

வாத்தியார் வந்த செய்தி அறிந்து கைவேலையை அப்படியே விட்டுவிட்டு, உடுத்தியிருந்த சேலையுடன் ரத வீதிக்கு ஓடி வந்தாள் பிரபாகரனின் மனைவி. எங்கே தன் வீட்டிற்கு வராமல் போய்விடுவாரோ என்ற ஆதங்கம் அவளுக்கு. வாத்தியார் கோவில் பக்கம் போயிருப்பது தெரிந்தவுடன் அந்தத் திசையில் கால்களை வேகமாகச் செலுத்தினாள். பேப்பர்க்காரப் பையனையே மேல்வீதி மருத்துவமனையில் வேலை செய்யும் தன் கணவனிடம் "வாத்தியார் வந்திருக்கிறார், உடனே வரனுமாம்" என்று சொல்லிவர கேட்டுக்கொண்டாள். கோவில் வளாகத்துக்குப் பக்கத்திலேயே இருந்த நர்சரிப் பள்ளியில்

விளையாடிக் கொண்டிருந்த அனுவை இழுத்துக்கொண்டு கோவிலின் அக்கம்பக்கம் வாத்தியாரைத் தேடிக் கொண்டிருந்தாள். வாத்தியார் பூசையை முடித்து எதிரிலிருந்த ராமண்ணனின் கடையில் சின்ன சங்கு மாலையை வாங்கிக் கொண்டிருந்தார். அவர் கொடுத்த பணத்தை ராமண்ணா வாங்க மறுத்துக்கொண்டு "நீங்கள் எங்கள் குரு சார், ஆசீர்வதியுங்கள் அதுபோதும்" என்று கெஞ்சிக் கொண்டிருந்தான். பிரியாகி கலைந்த கூந்தலுடன் மேல்மூச்சு கீழ்மூச்சு வாங்கியவாரே "வாத்தியாரே" என்றதும் வாத்தியாருக்கு ஒருவிதமான தயக்கம் ஏற்பட்டது. அகலமாக கண்விரித்துக் கொண்டு அந்த குண்டான குட்டி அனு தலை நிமிர்ந்து நின்றிருந்தான். "அய்... அனு? உன் தொப்பை எங்கே காணோம்?" என்று குனிந்து அவனைத் தூக்கிக் கொண்டார். விரைத்துக் கொண்டிருந்தவனை "உனக்கு சைக்கிள் கொடுத்தவர் இவர்தான்... வாத்தியார் மாமா... வணக்கம் சொல்" என்று பிரியாகி சொல்ல தன் குட்டிக் கைகளைக் குவித்தான். "புத்திசாலி, பள்ளிக்கூடம் போறியாடா?" என்று வாத்தியார் கொஞ்சினார். "திம்மக்காவை ஏன் அழைத்து வரவில்லை? நிர்மலாவிற்கு குழந்தை இருக்கா? நிர்மலாவின் கல்யாணத்திற்கு வரவேண்டுமென்றிருந்தோம். ஆனால் அந்த நேரம் அனுவிற்கு ஏதோ உடம்புக்கு ஆயிடுச்சு" என்று படபடவென்று மூச்சிரைக்கச் சொல்லிக்கொண்டே "எங்க வீட்டிலேயே தங்கிக்கங்க" என்று பிரியாகி கேட்டுக்கொண்டாள். "இல்லை இரவு வண்டிக்கே போகணும்" என்றதற்கு "இரவு சாப்பிட வாங்க" என்றாள். "இல்லை... நேரமாயிடும், வந்து போறேன்" என்று சொன்னதும் பிரியாகி அனுவை நர்சரிப் பள்ளியில் விட்டு, மீன் கடைப் பக்கத்துக் குறுக்குச் சந்தில் வீட்டை நோக்கி வேகமாக நடந்தாள்.

பிரபாகரன் வீட்டிற்கு வந்தவுடன் வாத்தியாருக்கு பேரன் பிறந்திருப்பது, அவர் மகனுக்கு அட்மிஷன் கிடைத்திருப்பது, வாத்தியார் வேண்டுதல் நிறைவேற்ற கோவிலுக்கு வந்திருப்பது, அவரை வீட்டிற்கு அழைத்திருப்பது எல்லாவற்றையும் பிரியாகி ஒரே மூச்சில் சொல்லி முடித்தாள். பிரபாகரன் சந்தோசத்தில் வீட்டை ஒழுங்குப்படுத்த ஆரம்பித்தான். போன வருஷம் புதிய வர்ணம் பூசிக்கொண்டு சிவப்பாய் ஜொலித்துக்கொண்டு மூலையில் இருந்த குட்டி ட்ரைசைக்கிளைப் பார்த்து அசையாமல் நின்றான். இவ்வளவு நாட்களாக ஏதோ ஒரு பொறுப்பை மறந்துவிட்டதைப் போல கம்பீரமானன். திம்மக்காவிற்கு கொடுத்து அனுப்ப அடுப்புக்கு முன் நின்று

தேங்காய் வெல்ல பர்பி செய்துகொண்டிருந்த பிரியாகியின் அருகில் சென்று "வாத்தியாருக்கு பேரன் பிறந்திருக்கிறான். இந்தச் சைக்கிளை இப்போது நாம் அவருக்குத் திருப்பி கொடுத்து விடவேண்டும். அதை அனுவிற்கு நம்மால் வாங்க முடியவில்லை. நான்கு வருடங்களாக அவன் வாழ்க்கையின் ஒரு அங்கமாகவே இருந்த இந்த ட்ரைசைக்கிளின் நன்றிக் கடனை அடைக்க இதைவிட உகந்த நேரம் இருக்கமுடியாது" என்று மெல்லச் சொன்னான். பிரியாகி அவன் வார்த்தைகளுக்கு மனப்பூர்வமாக ஒப்புதலளித்தாள். "ஆமாம், அவராகவே கேட்கும் மனிதரல்ல வாத்தியார். கொடுப்பது நம் தர்மம்" என்றாள். ஆனால் அனுவிடமிருந்து அதைப் பிரிப்பது எப்படி என்று சங்கடமடைந்தாள். தூங்கும் போதும் கண்ணுக்குத் தெரியும் தூரத்திலேயே வைத்துக்கொண்டு படுக்கிறான். இதற்காக எப்படிப்பட்ட நண்பர்களையும் விட்டுவிட்டு வீட்டிலேயே இருகிக்கிறான். யாருடைய திருமணம், பூணூல் விழாக்களுக்கு சென்றாலும் இதையே நினைத்துக் கொண்டிருப்பான். இதை எப்படி விட்டுவிட்டு இருப்பான் இந்தக் குட்டிப்பையன்.

வாத்தியாருக்குக் கொடுப்பதற்காக வீட்டின் பின்புறமிருந்த கொடியிலிருந்து பசலைக் கீரையைப் பறிக்க ஆரம்பித்தான். சைக்கிளை திருப்பிக்கொடுப்பது உறுதி. ஆனால் மகனுக்குத் தெரியாமல் திருப்பிக்கொடுப்பது எப்படி என்று யோசிக்கத் தொடங்கினான். அதைவிட அதிகமாக, சைக்கிளைத் திருப்பிக் கொடுத்தால் வாத்தியார் சங்கடப்பட்டுக் கொள்வாரோ? என்றும் ஆதங்கமடைந்தான். அன்புடன் அவர் கொடுத்தது. அதை இப்படி திடீரென்று திருப்பிக்கொடுப்பது சரியா? அவருடைய அன்பை இழிவுபடுத்துவதாகாதா? பிரபாகரனுக்கு ஒன்றும் தோன்றவில்லை. அதற்குள் நர்சரிப் பள்ளி சிறுமியின் கையைப் பிடித்துக்கொண்டு வீட்டிற்குள் நுழைந்த அனு சைக்கிளில் ஏறி விளையாட ஆரம்பித்தான். பிரியாகிக்கு நெஞ்சம் நிறைந்து வந்தது. வேண்டிய அளவு விளையாடிக் கொள்ளட்டும் என்று அவனை சைக்கிளில் உட்கார வைத்துக்கொண்டே உப்புமாவை ஊட்டிக்கொண்டே, 'வாத்தியார் மாமா பாத்தையல்ல, அவர் வீட்டுக்கு ஒரு குட்டிப் பையன் வந்திருக்கானாமா, அவனுக்கு இந்த சைக்கிளைக் கொடுக்கலாமா?" என்று கேட்டாள். அனு உப்புமா நிறைந்த வாயுடன் இறுக்கமாக சைக்கிளின் ஹேண்டிலைப் பிடித்துக்கொண்டு முடியவே முடியாது எனபதைப்போல தலையை ஆட்டினான். பிறகு பீம்பீம் என்று

ஆரன் ஓசையை வாயால் எழுப்பிக்கொண்டு முன்னும் பின்னும் சுற்றிச் சுற்றி வீட்டுக்குள் சைக்கிளை ஓட்டிக் கொண்டிருந்தான். பசலைக்கீரயை ஒரு வாழை மட்டையில் சுற்றி நாரால் கட்டி வைத்த பிரபாகரன் "வாத்தியாரைப் பார்த்து வருகிறேன்" என்று வெளியே புறப்பட்டான்.

ரத வீதியில் அனந்த செட்டி கடைப் பக்கத்தில் வாத்தியார் தன் பழைய நண்பர்களுடன் பேசிக் கொண்டிருந்தார். பிரபாகரனைப் பார்த்தவுடன் தழுவிக்கொண்டார். "என்ன பிரபாகரா, நீ கண்ணாடியெல்லாம் போட ஆரம்பிச்சிட்டே? கிழவனாயிட்ட போல, என்ன?" என்று கிண்டலடித்துச் சிரித்தார். அனு மிக அழகா வளர்ந்து விட்டான் என்றார். "நீங்கள் கொடுத்த சைக்கிள் என்றால் அவனுக்கு உயிர்" என்று சொல்லிக்கொண்டிருந்த பிரபாகரனை வாத்தியார் வேறு ஏதோ சொல்லி பேச்சை மாற்ற முயற்சித்தார். "வீட்டுக்கு வந்து போங்க..." என்றதும் "கண்டிப்பாக, ஆனால் கடற்கரை வரை போய் வருகிறேன்" என்று சொன்னார். அவரை கடற்கரை வரை விட்டுவிட்டு பிரபாகரன் வீடு வந்தான். "வாத்தியார் வரும் சமயம் அனுவை கடற்கரைக்கு அனுப்பி வைப்போம். அப்போ சைக்கிளை திருப்பிக் கொடுக்க சரியாகும்" என்றான். அதற்கு பிரியாகி "வாத்தியார் கையில் கொடுத்தனுப்ப அதென்ன காய்கறியா. நீங்களே போய் பஸ்ஸில் ஏற்றிவைத்துவிட்டு வாங்க" என்றாள். அப்போது அனு சைக்கிளை தலைகீழாக வைத்து முன் சக்கரத்தை கையால் சுற்றிக்கொண்டு வேறுவிதமான விளையாட்டை விளையாடிக் கொண்டிருந்தான். பிரபாகரன் கீழே குனிந்து தன் உதட்டால் அவன் காதை வருடிக்கொண்டு "உன் இந்த சைக்கிளுக்கு புது கலர் பூசலாம், என்ன? ஊதா? பச்சை? என்றான். ஏதோ சுளிவு கிடைத்து சந்தேகம் உண்டானது போல அவன், "வேண்டாம் இதே நல்லாயிருக்கு" என்றான்.

கடலைப் பார்த்துக்கொண்டு நின்றிருந்த வாத்தியாருக்கு அருவருப்பாகவும், வேதனையாகவும் இருந்தது. இந்த கரையில் வெயில் குறைந்துகொண்டிருக்கும் மாலை வேளையில் ஊரிலுள்ள எல்லாப் பிள்ளைகளும் வந்து விளையாடுவார்கள். அப்போது நானும் இங்கே வந்து அமர்ந்திருப்பேன். அப்போது விளையாடிக் கொண்டிருக்கும் சில பிள்ளைகள் ஓடிவந்து "வணக்கம் சார்" என்று சொல்லி திரும்ப விளையாடப் போவார்கள். அந்தக் குழந்தைகளே இப்போது கடை வைத்துள்ளார்கள், வியாபாரம் செய்கிறார்கள்.

பிறகு புதுக் குழந்தைகள் விளையாட வருகிறார்கள். அப்படி எவ்வளவு குட்டிகுட்டியான கால் தடங்கள் இந்த மணலில் பதிந்திருக்கின்றன. தினம் கடலில் இறங்கி மூழ்கி எத்தனை குழந்தைகள் இருட்டினாலும்கூட விளையாடிக்கொண்டே இருக்கிறார்கள். அடையாளம் காணமுடியாத நிழல்களுடன், தோனிகளுடன் இந்தக் கடல் பிள்ளைகளை விளையாட வைத்துக் கொண்டு அப்படியே இங்கேயே இருக்கிறது என்று எண்ணும் பொழுதே நெஞ்சு கனக்கிறது. ஒவ்வொரு குழந்தைகளாக கடலை விட்டு கரைக்கு வந்துகொண்டிருக்கும் நேரம் வாத்தியார் மெல்ல ரத வீதி வழியாக பிரபாகரன் வீட்டுப் பக்கம் நடக்க ஆரம்பித்தார்.

என்றும் இல்லாத அக்கறையுடன் பிரபாகரன் அனுவை கடற்கரைக்கு புறப்பட வைக்க தயார்படுத்திக் கொண்டிருந்தான். புது நிக்கர், சட்டையெல்லாம் போட்டுவிட்டாலும் ஏனோ அனு வீட்டை விட்டுப் போகும் எந்த லட்சணங்களும் தென்படவில்லை. பிறகு பிரியாகி பக்கத்து வீட்டு ராயர் சிறுமியை அழைத்து "இவனுக்கு ஐஸ்க்ரீம் கடையில் ஐஸ்குச்சி வாங்கிக் கொடு" என்று கையில் காசு கொடுத்து கடற்கரைக்கு அனுப்பி வைத்தாள். "எவ்வளவு நேரமானாலும் பரவாயில்லை" என்று சொன்னாள். அவசரமாக வாத்தியாரை வரவேற்க கஞ்சிகத்தே சந்து வாயில்வரை வந்தான். சந்துமுனையிலிருந்த கடையில் வாத்தியார் பிஸ்கட் வாங்கிக் கொண்டிருந்தார். பிரபாகரனைப் பார்த்தவுடன் அவசரமாக பணத்தைக் கொடுத்து சிரித்துக்கொண்டே வந்தார்.

வீட்டிற்குள் நுழைந்த உடன் "அனு? அனு?" என்று பிஸ்கட் பொட்டணத்தைக் காட்டி அங்கேயும் இங்கேயும் தேட ஆரம்பித்தார். "கடற்கரைக்கு..." என்று சொல்ல ஆரம்பித்த பிரபாகரன் பக்கத்து வீட்டில் வாடகைக்கு இருப்பவரைப் பற்றி சொல்லத் தொடங்கினான். வாத்தியார் "சே...சே...அனுவைப் பார்க்க வந்தேன், அவனை ஏன் கடற்கரைக்கு அனுப்பினீர்கள்?" என்று அலுத்துக்கொண்டார். பிறகு செருப்பு வைத்திருந்த இடத்தில் இருந்த ட்ரைசைக்கிளை கண் சிமிட்டாமல் பார்த்தார். பிரியாகி "போன வருஷம் கலர் பூசினோம், பெல்லும் பொருத்தினோம்" என்று சொன்னாள். வாத்தியார் "அனு நன்றாக வளர்ந்து விட்டான். ஆனால் கொஞ்சம் இளைத்ததுபோல் தெரிகிறான். ஆறு மாதத்திற்கு ஒரு முறையாவது வயிற்றிற்கு பூச்சி மருந்து கொடுங்கள்" என்றார். பிரியாகி கொண்டுவந்த அவல் உப்புமாவை மென்றுகொண்டே நிர்மலாவின்

குழந்தை எப்படி இருக்கிறது? கண்ணு எப்படி? மூக்கு யாருது மாதிரி? தொட்டிலில் போட்ட நாள், உறவினர் யாரெல்லாம் வந்திருந்தார்கள்? என்ற பிரியாகியின் கேள்விகளுக்கு பொறுமையாக பதில் சொல்லிக் கொண்டிருந்தார். பிரபாகரனுக்கு ஒன்றும் தோன்றவில்லை. வாய் திறந்து எதுவும் பேச முடியாதவனாக இருந்தான். வாத்தியாரை வீட்டின் பின்புறம் அழைத்துக்கொண்டு போய் பசலைக்கொடி, கத்திரிக்காய்ச் செடிகளைக் காண்பித்தான். அங்கிருந்த பழைய கிணறைக் குனிந்து பார்த்த வாத்தியார் "இந்தக் கிணத்துத் தண்ணியைப் போல ருசியான தண்ணியை நான் குடித்ததே இல்லை" என்று சொல்லிக்கொண்டிருந்த பொழுது, பிரியாகி, பிரபாகரன் இருவரும் சைகையில் பரஸ்பரம் ஏதோ சொல்ல முயன்று கொண்டு அவஸ்த்தைபட்டுக் கொண்டிருந்தார்கள். அதற்குள் "ஆயி" (அம்மா) என்று கூப்பிட்டுக்கொண்டே அனு வீட்டுக்குள் வரும் சத்தம் கேட்டது. பிரியாகி வாசலுக்கு ஓடி வந்தாள். கூட்டிச் சென்ற சிறுமி "கடற்கரையில் விளையாட மாட்டேனென்று அடம் பிடித்து ஓடி வந்துட்டான்" என்றாள். வாத்தியாரைப் பார்த்தவுடன் அனு பதட்டமுற்றான். குரங்கைப்போல தாவி ட்ரைசைக்கிளில் ஏறி அழுத்தமாக உட்கார்ந்துகொண்டான். பிஸ்கட் வாங்கிக்கொள்ளத் தயங்கினான். வாத்தியாருக்குப் பத்து வருடத்திற்கு முந்தைய தன் மகனின் நினைவு வந்தது. கண் நிறையப் பார்த்தார். சிறிது நேரம் அமர்ந்தார். பிறகு புறப்பட எழுந்தார். பேச்சுகள் எல்லாம் தொண்டைக் குழியை அடைத்துக் கொண்டதைப்போல ஒரு விநாடி மௌனமாக இருந்தது. பிரியாகி எங்கே சைக்கிளைப் பற்றிய பேச்சை ஆரம்பிப்பாளோ என்று பிரபாகரன் ஆதங்கப்பட்டான். வேகவேகமாக அனுவை "எங்கே உன் நர்சரி பாட்டுப் பாடு" என்று பிரபாகரன் கெஞ்சத் தொடங்கினான். அனு தன் குட்டிக் கைகளை முன்னும் பின்னும் ஆட்டி பல முகபாவங்களுடன் தயக்கத்துடன் "இது என் சிசு விஹாரம்" என்று பாடினான். வாத்தியார் பாசம் தாங்கமுடியாமல் அவனைத் தூக்கி நெஞ்சோடு அணைத்துக்கொண்டு கொஞ்சி கண்ணைத் துடைத்துக் கொண்டார். சட்டைப் பையிலிருந்த இங்க் பேனாவை அவன் கையில் எடுத்துக் கொடுத்தார்.

வாசலைத் தாண்டிக் கொண்டிருந்த வாத்தியாரை ஒரு விநாடி தடுத்து நிறுத்தி பிரியாகி "திம்மக்காவிற்குக் கொடுங்கள்" என்று அவசரமாக ஒரு டப்பாவை ஒரு பையில் போட்டுக் கொடுத்தாள். பிரபாகரன் பசலைக்கீரைப் பொட்டணத்தை கையில் எடுத்துக்

கொண்டு வாத்தியாரை பஸ் ஏற்றிவிட கூடவே போனான். பஸ் புறப்படும்வரை அங்கேயே இருந்தான். சைக்கிளை திருப்பிக் கொடுக்க ஆண்டவனே தைரியம் கொடுக்கவில்லை என்று எண்ணிக்கொண்டே அனுவை இழுத்துக்கொண்டு சந்தின் வாயில்வரை வந்து நின்றுகொண்டான்.

மங்கலான ஒளியில் வாத்தியார் பஸ்ஸில் எங்கே அமர்ந்திருக்கிறார் என்பது தெரியாமல் பிரியாகி அனுவின் கையைத் தூக்கி புறப்படத் தயாராகிக் கொண்டிருந்த பஸ்ஸிற்கு 'டாட்டா' காட்டிக் கொண்டிருந்தாள்.

தண்ணீர்

■ **ஜயந்த் காய்கிணி**

“இன்னும் இருபது நிமிடங்களில் நாங்கள் மும்பை விமான நிலையத்தில் தரை இறங்க உள்ளோம். உங்கள் சீட் பெல்டுகளை கட்டிக்கொள்ளவும்” என்ற அறிவிப்பு வரும்பொழுதே விமானம் எப்போதை விடவும் அதிகமாக ஊசலாடுவதுபோல தோன்றியது. சந்திரஹாசன் மூக்கின் மீது சிறிய வெள்ளெழுத்துக் கண்ணாடி இருந்ததால், தலையைக் குனிந்து, புருவத்தை உயர்த்தி, சன்னலுக்கு வெளியே பார்த்தான். இந்த உயரத்தில் மெலிதான மேகங்களின் நைலான் திரையின் அசைவிற்கு கண்டாலா, மாதேரான், கார்லா, லோககடா போன்ற சக்யாத்ரி குன்றுகளின் கூட்டம் தெரியவேண்டும். முன்பு எப்போதோ அந்தக் குன்றுகளின் தெளிவற்ற திருப்பங்களில் பிக்னிக், சுற்றல், பயணம் அல்லது பயிற்சி முகாம் போயிருந்த நாட்களை எண்ணி மனம் மென்மையாகவேண்டும். பருவக்காற்றின் பெரும் மழைக்கு சொக்கி கடலைப்போல ஆரவாரம் செய்து, நீந்தப்போன தன்னை, கூட்டாளிகளை தோற்கடித்த கார்லா நீர்வீழ்ச்சி, இப்போது உயரத்திலிருந்து குட்டி தகடு வில்லையைப்போல தெரியவேண்டும். ஆனால் ஊஹூம்... எதுவுமே தெரியாதபடி அடர்த்தியான மேகங்களின் சுவர். விமானம் சிறிது அதிகமாகவே ஆடியது. மேகங்களின் கடலை கிழித்துக்கொண்டு மும்பையிலும் இதே நிலை இருந்தால் விமானம் இறங்குமோ இல்லையோ...சே! அப்படி என்றால் வானில் இன்னும் எவ்வளவு நேரம் காலம் விரையமாகுமோ என்று ஆதங்கம் உண்டாகி முகம் சுளித்து மற்ற பயணிகளை பார்த்துக்கொண்டிருக்கும்போதே மற்றொரு முறை விமானம் வேகமாக அதிர்ந்தது. அத்துடன்

"அனுகூலமில்லாத வானிலையால் உங்களுக்கு ஏற்படும் சிரமத்திற்கு மன்னிக்கவும். உங்கள் இடுப்பு வாரை கட்டிக்கொள்ளவும். நடமாடவேண்டாம்" என்ற அறிக்கை வந்தது. பின் இருக்கையில் இருந்தவர் வெளிப்படுத்தியதுபோல, சந்திரகாசனின் பக்கத்தில் அமர்ந்திருந்த பெரியவர், "மை குட்னஸ்" என்றார். சந்திரகாசன் தனது இடதுகையால் அவரது கையை அழுத்தி,

'ஒண்ணும் ஆகாது, பயப்படவேண்டாம்' என்பதைப்போல புன்னகை செய்தான்.

கடந்த ஒன்றேகால் மணி நேரப் பயணத்தில் அவர்கள் இருவரின் நடுவில் உபசாரத்திற்கு சிறிது அதிகமாகவே உரையாடல் நிகழ்ந்தது. ஒரு கட்டத்தில் இது போதும், இனி வேண்டாம் என்பதுபோல ஒரு சிறிய செயற்கையான மௌனத்தில் அது நின்றது. அவர் பெயர் சந்தோசன். மலையாளப் பகுதியைச் சேர்ந்தவரென்றாலும் நாட்டின் பல பகுதிகளைச் சுற்றிவிட்டு, கடந்த 30 வருடங்களாக அகமதாபாதில் சொந்தமாக ஒரு சிறிய தொழிற்சாலையை நடத்திக்கொண்டிருந்தார். கடந்த இரண்டு ஆண்டுகளாக பெங்களூரில் தன்னுடைய ஒரே மகளுடன் இருக்கிறார். தற்போது அவருக்கு உடல் நலம் சரியில்லை. அவ்வப்போது பரிசோதித்துக்கொள்வதற்காக மும்பையின் புகழ்பெற்ற டாக்டரிடம் வந்து போகிறார். வழக்கமாக அவருடைய மருமகன் அல்லது மகள் அவருடன் வருவார்கள். இன்று மருமகன் வருவதாக இருந்தது. ஆனால் அவருக்கு சிறிது தாமதமாகி அடுத்த விமானத்தில் வந்து இவருடன் சேர்ந்துகொள்வாராம். ஒரே மகளாக இருக்கவேண்டும், அதனால் உடல்நலம் சரியில்லாத அப்பாவை கூடவே வைத்துக்கொண்டிருக்கிறாள். இப்படி எல்லாம் சந்திரகாசன் எண்ணிக்கொண்டான். சோர்ந்துபோன அந்தப் பெரியவரை தேவையில்லாத கேள்விகளைக் கேட்டு சிரமப்படுத்த வேண்டாமென்று, "சீக்கிரம் குணமடைவீர்கள், உங்கள் கண்களே சொல்கின்றன" என்றான். சந்தோசன் ஆச்சரியத்துடன் புன்னகைத்து, "அப்படியா? உண்மை சொல்லுங்கள், நான் உங்களை நம்பிவிடுகிறேன். வேடிக்கையைப் பாருங்கள், பிசினசில் இருக்கும்போது யாரையும் நம்பவில்லை. பணத்தை மட்டும் நம்பினேன். ஆனால் நோய் வந்த பின் எல்லோரையும் திறந்த மனத்துடன் நம்ப ஆரம்பித்திருக்கிறேன்" என்று சந்திரகாசனின் கையைத் தட்டி மௌனமானார். அவனைப் பற்றி

கேட்க அவர் ஆர்வம் காட்டவில்லை. ஆயினும் சொல்லாமல் இருப்பது தவறாகுமென்ற எண்ணத்தில் சந்திரகாசன் தானாகவே, "எனது சொந்த ஊர் கர்நாடகத்தின் கடற்கரைப் பகுதியில் உள்ள ஹொன்னாவரா. மும்பையில் கடந்த பத்து ஆண்டுகளாக வேலை செய்து வருகிறேன். இப்போது பெங்களூரில் ஒரு புதிய வேலைக்கான நேர்முகத் தேர்விற்குப் போயிருந்தேன். அவர்களே இந்தப் பயணத்தின் ஏற்பாடுகளை செய்து கொடுத்தார்கள். இரண்டு மடங்கு அதிக சம்பளம் தருவதாகச் சொல்லியிருக்கிறார்கள். தேர்வடைந்தது போலதான். இப்போது மறுபடியும் குழப்பம், என்ன செய்வது என்று தெரியவில்லை" என்றான். சந்தோசன்,

"ரிலாக்ஸ் மேன், எங்கே நன்றாக வேலை செய்யமுடியுமோ அங்கே இரு. வேலை செய்தால் மற்றவை எல்லாம் தன்னால் சரியாகும். டிம்பக்டூவாக இருக்கட்டும் மியாமியாக இருக்கட்டும், மும்பையாக இருக்கட்டும், பூமியில் உனக்கு எங்கே சரியான சூழ்நிலை அமைந்து, நீ மெய்மறந்து உழைத்தாய் என்றால் அங்கிருந்தே உன் நாட்டிற்கும், உன் ஊருக்கும் சேவை செய்ததுபோல. அதற்கு பதிலாக உன்னுடைய தலைநகரத்திலோ, ஊரிலேயோ சோம்பேறியாகவோ பொறுக்கியாகவோ லஞ்சப்பேர்வழியாகவோ இருந்தால் அது துரோகம்" என்று சொல்லிவிட்டு 'வாழ்த்துகள்' என்றபடி கையைப் பிடித்துக் குலுக்கிய பின்னர் தூக்கத்தில் ஆழ்ந்தவர் மறுபடி எழுந்தது இப்போதுதான். விமானத்தின் இந்த எதிர்பாராத தத்தளிப்பால் அவர், தன் மருமகன் எப்படி வந்து சேருவார், இந்த வானிலை விபரீதத்தால் எல்லாம் தலைகீழானால் எப்படி? - என்றெல்லாம் கவலையுற்றிருப்பார் என்று ஊகம் செய்தே சந்திரகாசன் 'கவலைப்படவேண்டாம்' என்றான். விமானப் பணிப்பெண்கள் எல்லோரும் இடுப்பு பெல்டை கட்டியிருக்கிறார்களா என்று அவசரமாக பார்த்தபடியே சென்றார்கள். "பாருங்க, நான் எப்போதும் விமானத்தில் இப்படி டர்புலன்ஸ் வந்து ஆடத்தொடங்கினால், இந்த பணிப்பெண்களின் முகத்தையே பார்ப்பேன். அவர்கள் நார்மலாக இருந்தால் ஓகே. கூல். அவர்கள் ஏதோ கொஞ்சம் பயத்தை மறைக்கிறார்கள் அல்லது உள்ளுக்குள்ளே பயப்படுகிறார்கள் என்று கண்டால் ஏதோ நடக்கக்கூடாதது நடக்கிறது என்று... பார், பார் இவள் எவ்வளவு அழகாக சிரிக்கிறாள்" என்று சந்தோசன் கடந்துபோகும் பணிப்பெண்ணை தன் தலை

அசைவிலேயே காட்டிக்கொண்டிருக்கும்போது விமானம் தனது சத்தத்தை இரட்டிப்பாக்கி, இறங்கத் தொடங்கியது. அடர்த்தியான மேகங்களை தாவித்தாவி கிழித்துக்கொண்டு, கூடவே தன் உயரத்தையும் தாழ்த்திக்கொண்டு, எல்லோரும் மூச்சைப் பிடித்து உட்கார்ந்திருக்க தட்தட் என்று நிலத்தைத் தொட்டு, வெற்றிக்களிப்புடன் ரன்வேயில் ஓடத்தொடங்கியது. 10 நிமிடங்களுக்கு முன்பு மூடியிருந்த கருமேகங்கள் பொய்யோ என்பதைப்போல மும்பை விமான நிலையத்தில் மட்டும் ஸ்பாட் லைட் அடிப்பதுபோல தகதகவென்று மதிய வெயில் அடித்தது.

மற்றவர்கள் எல்லோரும் ஏதோ முக்கியமான வேலை இருப்பதுபோல வரிசையில் இறங்க முண்டியடித்துக் கொண்டிருந்தபோது சந்திரகாசனுக்கும் அப்படி ஒரு அவசரமிருக்கலாம் என்று நினைத்த சந்தோசன், 'வேண்டுமென்றால் நீங்கள் போங்கள், நான் மெதுவாக வருகிறேன்' என்பதைப்போல ஒதுங்கப் பார்த்தார். சந்திரகாசன், "சார் பரவாயில்லை, அவசரமில்லை. எனக்கு அப்படியான வேலை எதுவும் இல்லை. வேண்டுமானால் உங்கள் மருமகன் அடுத்த ப்ளைட்டிலிருந்து வரும்வரை உங்களுடன் இருக்கக்கூட நான் ரெடி" என்றான். "ரியலி?" என்ற சந்தோசன் இரண்டு விநாடி யோசித்தார். "அப்படியென்றால் எனக்கொரு உதவி செய்யுங்கள். ஒன்றுமில்லை - இப்படிப்பட்ட வானிலையில் மருமகனின் விமானம் நேரத்திற்கு வருவது சந்தேகம்தான். சும்மா அவருக்காக காத்திருப்பதைவிட நான் நேராக மருத்துவமனைக்குப் போவது நல்லது. மதியம் மூணு மணிக்கு அப்பாயண்ட்மெண்ட் இருக்கு. அது உங்கள் வழியில் இருந்தால் என்னை டிராப் செய்துவிட்டுப் போங்க" என்றார். சந்திரகாசன், "கண்டிப்பாக" என்றான்.

சந்தோசன், "வேண்டாம் வேண்டாம்... ஆட்டோ போதும்" என்றாலும் கேட்காமல் சந்திரகாசன் டாக்சிக்கு கை காண்பித்து, கதவைத் திறந்து அவரை உட்காரவைத்து, அவனும் அமர்ந்தான். இந்த இடத்தைத் தவிர வேறு எல்லா இடங்களிலும் மழை வருவதைப்போல அங்கு வரும் எல்லா வாகனங்களும் ஈரத்துடன் மின்னிக்கொண்டு வந்தன. "நீங்க என்னதான் சொல்லுங்க சார்...மும்பையில் சிலகாலம் இருந்தபின், பிறகு, எங்கே சென்று திரும்பி வந்து சேரும்போதும் ஒருவகையான விசித்திரமான பாதுகாப்பான எண்ணம் வருகிறது... அது இங்கே இருப்பவர்களுக்குத் தெரியும். இங்கிருக்கும்

ஆட்டோக்காரர்களையும், டாக்சிக்காரர்களையும் பாருங்கள், நாலணா, எட்டணா சில்லறையையும் கவனமாகத் திருப்பித் தருகிறார்கள். நம்மை எல்லாம் இணைக்கும் ஏதோ ஒன்று இங்கே இருக்கிறது" என்ற சந்திரகாசன், தன் கைப்பையிலிருந்து தண்ணீர் பாட்டிலை எடுத்து, "சார் இந்தாங்க" என்று கொடுத்தான். சந்தோசன் எடுத்து கடகடவென்று குடிக்கும்போது அவர் கழுத்து நரம்புகள் இன்னும் தளர்ந்து ஆடின. அங்கே ரேடியேஷன் அடையாளத்தின் கருப்புக் கோடுகளைப் பார்த்து சந்திரகாசனுக்கு சங்கடமாக இருந்தது. சிரமங்கள் இல்லாமல் இவருக்கு நலமுண்டாகட்டும் என்று மனது வேண்டியது. "கரெக்ட், நீ சொன்னது. எனக்கு மும்பையில் வியாபாரம் செய்யும் மனதிருந்தது. சில காலம் இங்கே இருந்தேன்கூட. ஆனால் நான் மயங்கிய பெண்ணுக்கு அகமதாபாத் உயிர். அதை விட்டுவர அவளுக்கு துளியும் விருப்பமில்லை. அது ஏதோ ஒரு கதை இருக்குதல்ல, வேட்டைக்குபோன அரசன் பறவையின் குரல் கேட்டு அதற்காக அந்த கிளை, அந்த மரம், தோப்பு எல்லாவற்றையும் தனக்கு சொந்தமாக்கிக்கொண்டு அங்கேயே அரசாங்கத்தை நிறுவி வீட்டுக்குப் போகவே இல்லையாம். அப்படியானது" என்ற சந்தோசன் டாக்சிக்காரரிடம், "என்னப்பா, காதல்-கீதல் ஏதாவது உண்டா?" என்று கேட்டார். டாக்சிக்காரர் குலுங்கக் குலுங்கச் சிரித்து,

"பரவடதா நஹீம் சாப்" (அதெல்லாம் கிடையாது) என்றான். மற்றும் அதுவரையிலான பேச்சில் உற்சாகமுற்றவனாக - "மும்பையில் பணம் தண்ணியைப்போல ஓடும் சாப். சிலருக்குத் தெரியும் அது, சிலருக்குத் தெரியாது. பார்த்தவர்கள் அதை அள்ளி அள்ளி சொந்தமாக்கிக்கொள்கிறார்கள். மற்றும் டாக்சியில் பயணிக்கிறார்கள். பார்க்காதவர்கள் டாக்சி ஓட்டுகிறார்கள்" என்றான். சந்திரகாசன் - "இல்லப்பா... அதைப் பார்த்தும் அடையமுடியாத என்னைப் போலானவங்க இருங்காங்கப்பா" என்று சிரித்தான். அப்போது டாக்சிக்காரர், குஞ்சவிகாரி அவர் பெயர். "ஓ, தேகோ சாப்" என்று வானத்தைக் காட்டினான். வானம் கருப்புக் கோட்டயைப்போல இருந்தது. "ஆஜ் பகுத் பாணி கிர்னே வாலா ஹை" என்றார். மழைக்கு - 'தண்ணி விழும்' என்ற மும்பையின் இந்த சுத்தமான வழக்கு மொழியின் வெளிப்பாடு தனக்கு எப்போதும் மகிழ்ச்சி ஏற்படுத்துவதாக சந்திரகாசன் எண்ணினான். அப்பார்ட்மெண்ட்களின் மேல்மாடிகளிலிருந்தாலும் ஹோலிப்

பண்டிகையன்று மேலிருந்து ஹோலி விளையாடுபவர்களின் மீது பக்கெட் பக்கெட்டாக தண்ணீர் ஊற்றும் காட்சி அவன் கண்முன் வந்தது. டாக்சி சாந்தாக்ரூசின் கார்(Khar) பகுதியில் உள்ள புது பாலத்தின் மீது ஏறிப் போகும்போது, வானத்தில் இருள் கவிந்து படரத்தொடங்கியது. "குஞ்சவிகாரி, வானத்தில் நிறைய பணம் சேருகிறது பார்" என்றார் சந்தோசன்.

இந்துஜா மருத்துவமனைக்கு வெளியே குஞ்சவிகாரியைக் காத்திருக்கச் சொல்லிவிட்டு சந்திரகாசன் டாக்டர் தஸ்தூரிடம் சந்தோசன் அவர்களை அழைத்துச் சென்று - 'சோ கைண்ட் ஆப் யூ பேட்டா' என்று சந்தோசன் எவ்வளவு சொன்னாலும் கேட்காமல் அவர் கூடவே காத்திருந்தான். அங்கிருந்து சர்ச் கேட் அலுவலகத்தில் பணியாற்றும் தன் மனைவி சரயூவிற்கு போன்செய்து- "மழை பெரிதாக வரும் போல இருக்கு. ஆபீசில இருந்து சீக்கிரமாகப் புறப்படு. எல்லா இடங்கள்ளயும் ஆபீச சீக்கிரமாக விடுவாங்க போல இருக்கு. நான் இன்னும் இரண்டு மணி நேரத்தில் வீட்டிலிருப்பேன். ஆமாம், தெரியும், இன்னைக்கு லோன் தவணை கட்டணும், இன்னைக்கு போகவேண்டாம், நாளைக்குப் போலாம். ப்ளீஸ். ஒரு நாளில ஆகாயம் இடிஞ்சு விழுந்தராது. தெரியாது, அநேகமாக நான் செலெக்ட் ஆனா மாதிரிதான். ஆமா சொல்லியிருக்கேன். ஆமாப்பா வாய்விட்டு சொல்லிருக்கேன், தங்க வீடு கொடுக்கணும்னு. ஒண்ணுமில்ல...இனி முடிவு செய்யணும். நான் முடிவு செய்ய சிரமமா இருக்கு. சரயூ... இந்த ஊரு பிடிக்கும்னு எவ்வளவு நாளைக்குத்தான் காலம் தள்ளரது இங்க. நீயே சொல்லு என்ன பண்ணலாம்? ஓகே பை" என்று முணுமுணுத்து முடித்தான். இவனையே பார்த்துக்கொண்டிருந்த சந்தோசன், "குட்... அவ சொல்றபடி செய்" என்று முதுகைத் தட்டினார். அதற்குள் டாக்டர் தஸ்தூரிடமிருந்து அழைப்பு வந்தது. தன் ரிப்போர்ட் பேப்பர்களை ஒழுங்காக வைத்துக்கொண்டு உள்ளேபோன சந்தோசன் கதவிற்கு அருகில் நின்று "நீங்களும் வருகிறீர்களா?" என்றார்.

திரைக்கு அந்தப் பக்கம் செக்கப்பை முடித்த டாக்டர் தஸ்தூர், "எக்சலண்ட் மிஸ்டர் சந்தோசன், யூ ஆர் டூய்ங் வெரி வெல். உங்கள் பெங்களூர் டாக்டரின் சிகிச்சை சரியாகவே இருக்கிறது. அநேகமாக மற்றொரு ரேடியோ தெரபி சைக்கிள் முடிக்கவேண்டிவரும். அங்கேயே செய்துகொள்ளுங்கள். மகள் ஏன் வரல? எப்படி இருக்கார்? அவர் நடத்தும் ஸ்கூல் எப்படி

இருக்கு?" என்று கேட்டுக்கொண்டே அவருடைய ரிப்போர்ட்டின் மீது புதிதாக சிலவற்றை எழுதினார். அப்போது முதல் முறையாக சந்திராகாசனுக்கு சந்தோசன் அவரது நிலைப்பாட்டின் ஆழமான பண்பு புரிந்தது. அவர் எங்கிருந்தோ கடன் வாங்கிய குரலில் "டாக்டர் சாப்..." என்றார். டாக்டர் எழுதிக்கொண்டே "ஹூம் ...சொல்லுங்க" என்றார்.

"வரும் ஏப்ரல் மாதத்தில், என் பேத்தியின் திருமணத்தை என் மருமகனும், மகளும் பிளான் செஞ்சிருக்காங்க."

"மை காட்! கல்யாண வயசில பேத்தி இருக்காளா? அன்பிலீவபல், கிரேட், கண்டிப்பாக, அந்த நேரத்தில் பெங்களூரில் ஏதாவது செமினார் ஏற்பாடு செய்துகொண்டு திருமணத்திற்கு வருகிறேன்."

"சோ கைண்ட் ஆப் யூ டாக்டர் -விசயம் அதல்ல..."

"பிறகு?"

"ஒண்ணுமில்ல, இனி ஆறு மாசந்தானே? எப்படியாவது என்னை அதுவரைக்கும் இழுக்க முடியுமாண்ணு..."

"சே! 100 வருசம் நீங்க வாழ்வீங்க..."

"நீங்க எல்லாம் இத சொல்றீங்க. அப்படி சொல்றப்ப கடவுள் மாதிரி தெரியறீங்க. உங்களையே பாத்துக்கிட்டு உக்காந்துரலாம் போல ஆசையா இருக்கு. ஆனா எனக்குத் தெரியும், எனக்கு என்ன ஆகுதுன்னு. ப்ளீஸ்..."

அதற்குள் அவருடைய மருமகனின் போன் வந்தது. அவர் இன்னும் பெங்களூரில் இருந்தார். விமானத்திற்காக காத்துக்கொண்டு. "கவலைப்படாதே, டாக்டர்கிட்டதான் இருக்கேன். பிறகு பேசறேன்" என்று சுருக்கமாக போனை முடித்தவர் மறுபடியும்,

"டாக்டர்... ப்ளீஸ், ஸ்டரச் மீ டில் ஏப்ரல். நான் என் பேத்திக்கு வாக்குக் கொடுத்திருக்கிறேன். அவளுடைய திருமணத்திற்கு இருப்பேன் என்று. ட்ரை செய்யுங்கள்..."

தஸ்தூர் பொய்யான கோபத்தில் அவருக்கு ஒரு அடி கொடுத்து, "வாட் ரப்பிஷ் ...நீங்க உங்க பேத்தியுடைய மகளையும்

பாத்துட்டுத்தான் அடுத்த ஸ்டேஷனுக்கு போவீங்க” என்று சந்திரகாசனைப் பார்த்து ‘சரிதானே’ என்பதைப்போல பார்த்தார்.

சந்திரகாசனுக்கு தன் மனதுக்குள் ஒரு மேகம் கவிந்தது போலானது. எங்கேயோ பார்த்துக்கொண்டு, ‘நான் வெளிய இருக்கேன்’ என்று சொல்லி வெளியே வந்தான். வீட்டு சொந்தக்காரரிடம் வாடகைக்கு இருப்பவன் ‘இன்னொரு ஆறு மாசம் தேவை’ என்ற தொனியில் சந்தோசனின் வேண்டுதல் அதன் எளிமையிலேயே தீவிரமாக இருந்தது. வெளியில் பெஞ்சின் மீது அவரைப்போல வரிசை வரிசையாக மக்கள் இருந்தார்கள். அவர்களுடைய வாய்ப்புக்காக. தங்கள் வேண்டுதலுக்கு காத்துக்கொண்டு. சிலருக்கு சில மாதங்கள், இன்னும் சிலருக்கு சில நாள்...

அதற்குள் அவர்களைத் தேடிக்கொண்டு அவசரமாக ஓடிவந்த குஞ்சவிகாரியைப் பார்த்து, ‘வர்ரோம் வர்ரோம்’ என்பதற்குள் அவன் ஓடிவந்து - “சாப்... மழை அதிகமாகிக்கொண்டிருக்கிறது. சீக்கிரமாக புறப்படுங்கள். இல்லாவிட்டால் நாம் யாரும் இன்னைக்கு வீடு போய்ச் சேரமுடியாது. இப்போதே ஓடிக்கொண்டிருக்கும் லோக்கல் இரயில்கள் தவழ ஆரம்பித்திருக்கின்றன. சயான், குர்லா தண்டவாளங்களின் மீது தண்ணீர் வழிந்து ஓடுகிறதாம். டிராபிக்கூட அதிகமாகிவிட்டது. புறப்பட நேரமாகுமென்றால் சொல்லுங்கள், நான் புறப்படுகிறேன்” என்றான். பேரிழப்பை முன்பே அறியும் விலங்கின் காதுகளைப்போல அவன் எச்சரிக்கையாக இருந்தான். சந்திரகாசன். “இதோ ஒரே நிமிடம் அவரை அழைத்து வருகிறேன். டிராபிக் பிரச்சினை என்கிறாய். இந்த சாச்சா தனியா எங்க போவாரு ? அவருடைய மருமகனும் வரல. அவர் எங்க போகணுமோ அங்க விட்டுட்டுப் போலாம்” என்று உள்ளே போனான். குஞ்சவிகாரி ஆரவாரம் செய்யும் நூற்றுக்கணக்கான ஹாரன்களுக்கு நடுவில் அவன் டாக்சியை வெளியே எடுக்கும் திறனை மனதில் யோசித்துக்கொண்டே வெளியே ஓடினான்.

சந்தோசன் மற்றும் சந்திரகாசனுடன் குஞ்சவிகாரியின் டாக்சி இந்துஜா கேட்டிலிருந்து வீதிக்கு வருவதற்குள் பகல் இருண்டுபோனது போலாகி நீரின் வீழ்ச்சி சுவர்களைப்போல வானத்திலிருந்து விழத் தொடங்கியது. அப்போதே எல்லா வீதிகளிலிருந்தும் வாகனங்கள் நெருக்கிக்கொண்டு வரத்தொடங்கியது. மும்பையின் மையத்திலிருந்து தூரத்து

புறநகரங்களுக்குச் செல்லும் டிராபிக் அது. மழை எதையும் பார்க்கமுடியாத அளவிற்குப் பொழிந்துகொண்டிருந்தது. சந்தோசன், "அப்பா! மும்பை மழை எவ்வளவு வேடிக்கை" என்று சொன்னதுதான், குஞ்சவிகாரி, "என்ன சொன்னீங்க? வேடிக்கையா? இனி பாருங்க வேடிக்கையை!" என்று இரண்டு கைகளையும் தேய்த்து சூடேற்றிக்கொண்டான். போருக்குத் தயாராவதுபோல. கிடைக்கும் சந்து-பொந்துகளில், விடாமல் நுழைந்து மாகிம் கிரீக் வழியாக போகத் தொடங்கினான். சந்தோசன், "என்னை எங்கேயாவது இறக்கிவிடு. பாந்த்ரா பேண்ட் ஸ்டாண்டில் என் நண்பன் இருக்கிறான். அவன் வந்து அழைத்துச் செல்வான்" என்றதும் குஞ்சவிகாரி, "யாரும் வரமாட்டார்கள், ஏனென்றால் எல்லோரும் எங்கேயாவது மாட்டிக்கொண்டிருப்பார்கள். பாருங்க பாருங்க நாமளும் மாட்டிக்கிட்டோம்...கலாஸ்" என்று தலையில் அடித்துக் கொண்டு எதிரில் மாகிம்-பாந்த்ராவின் மேற்பாலத்தின் வளைவைக் காட்டினான். ஆயிரம் எறும்புகளைப்போல வாகனங்கள் ஒட்டிக்கொண்டு நின்றன. அவைகள் புறப்படும் எந்த அறிகுறிகளும் கொஞ்சமும் இல்லை. காது, கண் இரண்டும் அதிர்ந்துபோவதுபோல விழுந்துகொண்டிருந்த பெரும் நீர் வீழ்ச்சியில் கண்ணுக்கு எட்டியவரை நகரம் கரைந்துகொண்டிருந்தது. மேம்பாலத்தின் தொடக்கத்தில் இந்த வாகனம் இருந்ததால் தொலைவில் இரயில் தண்டவாளங்கள் மூழ்கிப் போகும் அளவுக்கு அப்போதே தண்ணீர்மட்டம் உயரத் தொடங்கி லோக்கல் இரயில்கள் நின்றுவிட்டதைப் பார்க்கமுடிந்தது. பரிதவித்த பயணிகள் சிலர் தைரியமாகக் குதித்து இடுப்பளவு நீரில் நீந்திக்கொண்டு எங்கேயோ மிதந்து கொண்டிருந்தார்கள். வழியில் நின்றுவிட்ட பேருந்துகளிலிருந்து இறங்கிய மக்கள் தங்கள் திசையை நோக்கி நடக்க ஆரம்பித்தார்கள்.

'இனி ஒருமணி நேரத்தில் மழை நின்று எல்லாம் சரியாகலாம்.'

'இனி இரண்டு மணி நேரத்தில் போலீஸ் டிராபிக்கை சரிப்படுத்தலாம்.'

இப்படியான பேச்சுகளைப் பேசிப்பேசி சந்திரகாசன் சோர்ந்துபோனான். டாக்சிக்குள் எப்.எம். ரேடியோ இடைவிடாமல் முழு நகரமும் தண்ணீரில் மூழ்கி தவித்து

தண்ணீர் | 107

செயலற்றிருக்கும் செய்தியை ஒலிபரப்பிக்கொண்டிருந்தது. மக்கள் தங்கள் வீட்டாருக்கு, பிள்ளைகளுக்கு, நண்பர்களுக்கு -

'நீ எங்க இருக்க?'

'நீ அங்கேயே ஆபிசிலேயே இரு.'

'நான் நல்லா இருக்கேன்.'

'நான் பிளாட்பாரத்தில இருக்கேன்.'

இப்படியான செய்திகளை ரேடியோவில் ஒலிபரப்பினார்கள். இதற்கு இடையில் மின்சார கிரிட்களில் மற்றும் டெலிபோன் கண்ட்ரோல் பாக்ஸ்களில் நீர் நிரம்பத் தொடங்கி நகரம் முழுவதும் தொலைபேசிகள் செயலிழந்தன. சந்திரகாசன் சரயூவிற்கு மொபைல் போனில் முயற்சித்து முடியாமல் போனது. ஒருவேளை அவள் ஆபீசிலியே தங்கியிருக்கலாம். அல்லது சர்ச்கேட் ஸ்டேஷனில் இரயிலில் உட்கார்ந்திருக்கலாம் அல்லது நீர் நிறைந்து கழிவு நீர் ஓடும் வீதிகளில் நடந்துகொண்டிருக்கலாம்... என்ற எண்ணங்கள் அவனை இன்னும் மௌனமாக்கியது. சந்தோசன், "கவலைப்படாதே. அவள் பாதுகாப்பாக இருப்பாள்" என்று சொல்லிக் கொண்டிருக்கும்போதே அவருடைய மருமகன் அவருடன் வந்து சேரமுடியாது என்பது புரிந்து, "குஞ்சவிகாரி, ஒரு வேலை செய், என்னை மறுபடியும் விமான நிலையத்திலேயே விட்டுவிடு. என்னிடம் ரிடர்ன் டிக்கட் இருக்கிறது. கிடைக்கும் பிளைட்டில் போய்விடுகிறேன்" என்றார். "எதுக்கும் டிராபிக் கிளியர் ஆகணுமே சாப்" என்றவன் கதவைத் திறந்து, மேற்பார்வை பார்க்கும் அதிகாரியைப்போல சதக் சதக் என்று தண்ணீரில் நடந்து போனான்.

அப்போது இந்த இருட்டில் உண்மையான இருட்டு கலக்கத் தொடங்கியது. என்றோ வரைந்த ஓவியங்களின் வண்ணத்தைக் கரைப்பதுபோல தண்ணீர்த் துளிகள் விழுந்தன. 15-20 கிலோமீட்டர் தூரம் போகவேண்டிய நகரப் பேருந்துப் பயணிகள் சற்றே துணிச்சலோடு மழையில் நனைந்தபடியே கூட்டம் கூட்டமாக நின்றுகொண்டிருந்த வாகனங்களையொட்டி நடந்து செல்லத் தொடங்கினார்கள். நகரத்தின் எல்லாப் பகுதிகளிலும் இந்த நீரின் அளவு ஒரேடியாக உயரத்தொடங்கியது. மதியம் ஆகாயத்தில் அதிக உயரத்தில் விமானம் ஆடி கலைத்த அந்த

கருமேகங்களின் படையே இப்போது கலைந்துவிழுகிறதோ என்று சந்திரகாசனுக்கு விசித்திரமாகத் தோன்றியது. போருக்குக் காத்துக்கொண்டிருந்த டாங்குகளைப்போல அவை மேலே நின்றிருந்தன. வெறும் ஆறுமாத கால உயிர்ப்பிச்சை கேட்கும் இந்தப் பெரியவரிடம் இந்தக் கொடூரமான நீர் மலை எதை தோற்றுவித்திருக்கும்.

"சார், சாப்பிட ஏதாவது வாங்கிவரவா? ரேடியோ கேட்டுக்கிட்டு இருங்க. இப்ப வந்திடறேன்" என்று சந்திரகாசன் இறங்கி திரும்பி மாகிம் கடைவீதிப்பக்கம் நடந்தான். மழையில் நனைந்துகொண்டு நடந்த கூட்டத்தில் ஒரு விசித்திரமான ஆவேசம் இருந்தது. கும்மாளமிட்டு கத்திக்கொண்டிருந்தார்கள். வாகனங்களில் இன்னும் உட்கார்ந்தே இருந்த மக்களை கிண்டலடித்தார்கள். 'இன்னைக்குப் போகமுடியாது', 'ஹைவே முழுதும் தண்ணீல மூழ்கியிருக்கு', மாகிம் கிரீக் கூட நிரஞ்சுபோயிருக்கு', கடல் தண்ணி அழுத்தத்தால நகரத்து தாழ்வான பகுதிகள் நிறைஞ்சுபோயிருக்கு', 'கலா நகரத்து கிரௌண்ட் ப்ளோர் வீடுங்க எல்லாம் தண்ணீல மிதக்குது' ...கூட்டம் தனக்குள்ளேயே பேசிக்கொள்வதுபோன்ற செய்திகளை கேட்டுக் கேட்டு நகரத்து ஒவ்வொரு மனிதனும் மற்றொருவனுக்கு சொல்ல ஆரம்பித்தான். ஏதேதோ பள்ளிச் சிறுவர்கள் கொட்டும் மழையில் யூனிஃபார்ம் ஸ்கூல் பைகளுடன் நனைந்து சாய்ந்து குட்டி மலை ஏறும் வீரர்களைப்போல நீரின் இருட்டில் நனைந்து கொண்டிருந்தார்கள். எங்கே அவர்கள் வீடோ? எப்படிப்போவார்களோ? எப்போது சேர்வார்களோ? கடைக்காரர்கள் அவர்களை அழைத்து அவர்களுக்கு பிஸ்கட், வாழைப்பழம், பிரெட் போன்றவற்றை கொடுத்தார்கள். அக்கம்-பக்கத்து வீட்டார்கள் அவர்களை, 'வாங்க... இருந்து, அப்புறமா மழை நின்ன பிறகு போங்க' என்று அழைத்தார்கள். பஸ்ஸில் இருந்த பெண்கள், பிள்ளைகளை பஸ்கள் எங்கெங்கே நின்றிருக்கிறதோ அந்தந்த வீதிகளின் அக்கம் பக்கத்து குடிசை, அப்பார்ட்மெண்ட்காரர்கள் அழைத்து தங்கிப்போகச் சொன்னார்கள். சந்திரகாசன் சிப்ஸ், வாழைப்பழம் வாங்கி அகலக்கால் வைத்து தண்ணியை மிதித்துக்கொண்டு மேம்பாலம் ஏறி, அங்கே அப்படியே நின்றிருந்த டாக்ஸியை நெருங்கினான். சந்தோசன் அப்போதே குஞ்சவிகாரியுடன் ஒரு சுற்று உரையாடலை முடித்து மௌனமானது போல இருந்தது.

“போரிவிலிவரைக்கும் ஹைவே பிளாக் ஆகியிருக்கு சாப். அதனால் வாகனங்கள் ஷார்ட் கட் தேடிக்கொண்டு புறநகரங்களில் நுழைந்து அங்கேயும் பிளாக் ஆகி இருக்கு. இறங்கிப் போக முடியாத அளவுக்கு எல்லா இடத்திலேயும் தண்ணி இருக்கு. இல்லாட்டி உங்களையும் நடந்துபோகச் சொல்லியிருப்பேன். ஒருமணி நேரம் நடந்தால் ஏர்போர்ட் சேர்ந்துவிடலாம். சாச்சாவை அங்கே விட்டுவிட்டு... நீங்க அங்கயே தங்கிடலாம். தலைக்கு மேலே ஒரு கூரையாவது கிடைக்கும். இருக்கட்டும், என் பசந்தியின் கதிதான் இன்னைக்கு உங்களுக்கும்.”

“பசந்தி?”

“என் வண்டியின் பேர் சாப்.”

“உன் வீடு எங்கே குஞ்சவிகாரி?”

“வீடு-கீடு இல்ல சாப். ஒரு கோலி (குடிசை) இருக்கு ஒசிவராவில். பொண்டாட்டி, பிள்ளைங்க யூபில இருக்காங்க. இங்கே என் டாக்சி ஒடுனா மட்டுமே அங்க எங்க அடுப்பு எரியும்.”

அதற்குள் சந்தோசனுக்கு என்ன ஆனதோ கேட்டார், “குஞ்ச பைய்யா, லைப் உனக்கு சொர்க்கமா தெரியுதா? நரகமாத் தெரியுதா?” என்று. குஞ்சவிகாரி “எந்த நேரத்துல கேள்வி கேக்கறீங்க சாப். வாஹ்! பாருங்க, இந்த கடுமையான நேரத்திலும் மக்கள் ஜாலியா திருவிழாமாதிரி போறாங்க பாருங்க. எல்லாம் நாம நினைக்கிற மாதிரி. சுகமா இருக்கோமுன்னா சுகம். துன்பத்துல இருக்கோமுன்னா துன்பம். சரிதான சாப்?”

எவ்வளவு எளிமையானது இவனுடைய தத்துவ ஞானம் என்பதைப்போல சந்தோசன் சந்திரகாசன் பக்கம் திரும்பி புருவத்தை உயர்த்தினார். குஞ்ச பைய்யா தொடர்ந்து, “யாரோ சொல்லி இருக்காங்க சாப், சொர்க்கத்தில இருந்து துன்பப்படறதவிட நரகத்தில இருந்து சந்தோசப்படறது மேலானது என்று” சொல்லிக்கொண்டே வாழைப்பழத்தை சாப்பிடத் தொடங்கினான்.

அப்போதே எல்லா விமானம், இரயில், பஸ் போக்குவரத்துகள் ரத்தான செய்தி ரேடியோவில் வந்தது. கூடவே - “தாதர், டிடி, அருகில் சிக்கிக்கொண்ட பங்கஜ், ஸ்வேதா, நோபின்

இவர்களுக்காக சிறப்புப் பாட்டு 'கஜராரே...' கட்கோபர் மற்றும் வித்யா விகார் ஸ்டேசன் இடையில் இரயிலில் கடந்த ஆறுமணிநேரமாக காத்துக்கொண்டிருக்கும் ஜோதி பட்டேல் மற்றும் நண்பர்களின் கோரிக்கையின்படி 'தில் சாகதா ஹை'- இப்படி நகரம் தன் இந்த அழுத்தமான தருணத்திலும் பாட்டை பகிர்ந்து கொண்டிருந்தது. 'அம்மா நான் இப்போது சிவாஜி பார்க் சின்னம்மா வீட்டில் தங்கி இருக்கிறேன். கவலைப்படாதே. நாளை வருகிறேன். ஆனால் கோபித்துக் கொள்ளவேண்டாம். என் ஸ்கூல் பேக் போர்த்துக்கீஸ் சர்ச் பக்கத்து மோரியில் விழுந்திருச்சு' என்றொரு பையன் செய்தி வந்தபோது சந்தோசன் 'அம்மா' என்றார்.

சந்திரகாசனுக்கு என்ன தோன்றியதோ தெரியவில்லை, தனக்குள் எச்சிலைக் கூட்டி விழுங்கினான். "சார் நான் இதை ஷேர் செய்தே ஆக வேண்டும். எங்கள் குடும்பத்தோடு நெருங்கிய தோழி ஒருத்தியைப்பற்றிய விசயம். கணவனும் இரண்டு அழகான பிள்ளைகளும் கொண்ட அழகான குடும்பம். என்ன ஆனதோ? கணவன் மூன்று ஆண்டுகளுக்கு முன்பு ஏதோ நோயால் இறந்துபோனான். இவள் தன்னந்தனியாக இரண்டு பிள்ளைகளையும் உயிரை பணயம் வைத்து வளர்த்தாள். இப்போது நான்கு மாதங்களுக்கு முன்பு மகள் திடீரென்று ஒரு ஆக்ஸிடெண்டில் இறந்துபோய்விட்டாள். அதைத் தொடர்ந்து அவள் மிகவும் நிலைகுலைந்துபோனாள். தன் அன்பிற்குரியவர்கள் எல்லோரும் தன்னை விட்டுவிட்டுப் போய்விடுவார்களோ என நினைத்து அஞ்சினாள். தன் எட்டுவயது மகனைப் பிரிந்து விடுவோமோ என்னும் பயத்தால் கல் போல ஆகிவிட்டாள். அவன் மீது எரிந்து எரிந்து விழுகிறாள். அவளே என்னிடம் சொன்னாள் சார். ஒருநாள் அவளுடைய அருமை மகன் எங்கே படித்தானோ, எதைக் கேட்டானோ, அவளைப் பார்த்து, 'அம்மா, இந்த பெப்சியில் பெஸ்டிசைட் இருக்குமாமே, நானும் நீயும் சேர்ந்து இரண்டு லிட்டர் பாட்டலை குடித்துக்கொண்டே ஏன் செத்துவிடக்கூடாது.?' என்று சொன்னானாம். மிகவும் வருத்தமானது சார். எட்டு வயதுப் பையன் தற்கொலையை கற்பனை செய்கிறான் என்றால்... அவர்கள் வலியை எப்படி குறைப்பது சார். அவர்கள் ஏன் இந்த சிரமத்தை அனுபவிக்கவேண்டும் சார்?"

அப்போது நடு இரவைத் தாண்டி இருந்தது. நகரத்திற்குள் நின்றுபோன வாகனங்கள் அங்கேயே நின்றுவிட்டன. பஸ்

இரயில்களில் இருந்தவர்கள் அங்கேயே தூங்கிப்போனார்கள். ஆபீஸ், கடை வாசலில் உட்கார்ந்தவர்கள் அங்கேயே கண் அயர்ந்தார்கள். இந்த வழி உபயோகமில்லை என்று வேறு வழியில் போனவர்கள் அங்கேயும் முன்னேற முடியாமல், திரும்பவும் புறப்பட்ட வழிக்கும் வரமுடியாமல் திணறினார்கள். ஹோட்டல்காரர்கள் ஷட்டரை திறந்தே வைத்து வழிப்போக்கர்களை உள்ளே உறங்க விட்டார்கள். சர்தார்ஜிக்களின் லங்கர்கள் எல்லாம் ஓய்வு இல்லாமல் டேராப் போட்டு வழியில் கிடைக்கும் மக்களுக்கு ரொட்டி பருப்பு சமைத்துக் கொடுத்தார்கள். நகரத்தின் கால்கள் மட்டும் தண்ணீரில் நின்றுவிட்டது.

குஞ்ச பாய் எச்சரிக்கையானான். 'வாங்க சாப்' என்றான். கதவைத் திறந்து வெளியே வந்து சந்தோசன் அவர்களின் கதவையும் திறந்து, 'சாச்சா சலோ' என்றான். அரைத் தூக்கமும் விழிப்பாகவும் இருந்த சந்தோசன் மெல்ல இறங்கி மணிக்கணக்கில் உட்கார்ந்திருந்ததால் விறைத்துப்போன கால்களை இழுத்துக்கொண்டே நொண்டி அவனுடன் நடந்தார். சந்திரகாசனும் பின் தொடர்ந்தான். தூக்கம், விழிப்பு, தண்ணீர், வெளிச்சம், பயணம், பயம், சோர்வு மயக்கும் கலவையைப்போல இருந்த ஈர இருளில் பாதிக் கனவில் நடப்பதைப்போல நடந்தார். அப்போதே அவருக்கு எத்தனையோ ஆண்டுகளாக கூடவே இருக்கும் சலிப்பும் சோர்வும் தோன்றியது. ஓரிரு சிறிய சந்துகளில் நடக்க வைத்து, தண்ணீரில் பாதி முழுகியபடி இருந்த ஒடிசல் வீட்டுக்கு முன்னால் நிறுத்தினான். அந்த வீட்டுப் பிள்ளைகள் தண்ணீரை பக்கெட்டால் அள்ளி அள்ளி வீசினார்கள். கட்டில், நாற்காலி, அலமாரிகள் எல்லாம் தண்ணீரில் இருந்தன. அந்தத் தண்ணீரில் நின்றுகொண்டே ஒரு பெண் ரொட்டி தட்டிக்கொண்டிருந்தாள். வெவ்வேறு ஆணிகளில் அந்த வீட்டுப் பொருட்கள் எல்லாம் தொங்கிக்கொண்டிருந்ததுபோல இருந்தது. ஒன்றில் சேலை, ஒன்றில் பை, ஒன்றில் குடை, ஒன்றில் கடிகாரம்.

"காஞ்சுபான், நான் குஞ்சவிகாரி, உன் கணவன் பியாரேமோகனுடைய நண்பன் ஹஸ்முக் அலியின் நண்பன் நான். இதுவரை இங்கே வந்ததில்லை. இன்னைக்கு இந்த மழையில் முழு மும்பையும் முழுகிப் போச்சே. இங்க மாகிம் கிரீக்கில் சிக்கிக்கொண்டோம்."

“சரி, சரி உட்காருங்கள். ரொட்டி சாப்பிடுங்கள்” என்றவள் இரண்டு இரண்டு ரொட்டிகளை தட்டில் போட்டுக் கொடுத்தாள். உட்கார முடியாமல், தண்ணீரில் நின்றபடியே மூவரும் அதை விசித்திரமான மௌனத்தில், விசித்திரமான விளக்கு வெளிச்சத்தில் சாப்பிட்டார்கள். பிள்ளைகள் தண்ணீர் நிறைந்த கிளாஸ்களை முன்னால் நீட்டினார்கள். சந்திரகாசனால் குடிக்க முடியவில்லை. சந்தோசன் மட்டும் அந்த கிளாசை பிடித்துக்கொண்டு என்ன ஆனதோ, தியானத்தில் பார்ப்பதைப்போல அதைப் பார்த்துக்கொண்டு மெல்ல ஒவ்வொரு வாயாகக் குடித்தார். சந்திரகாசனுக்கு வியப்பு, பயம் இரண்டும் உண்டானது. அந்த அம்மாவிற்கு நன்றி சொல்லிக்கொண்டு புறப்பட்டபோது சந்திரகாசன், “அவர்களுக்கு ஏதாவது கொடுக்க...” என்று முணுமுணுத்தான். குஞ்சபாய் “சேச்சே. ஹசன்முக் அலி என்னைக் கொன்னுறுவான்” என்று -“காஞ்சுபான் ...உன் கணவன் காலேல 10மணிக்கு கொலாபா பக்கம் இருந்தான். அந்தப் பக்கம் தண்ணி நிறையலே. அவன் அந்தப்பக்கம் சிரமமில்லாம டாக்சி ஒட்டிக்கிட்டு இருப்பான். நாளைக்கு தண்ணி வடிஞ்ச பிறகு வருவான். அவனைப் பத்தி கவலைப்படாதே” என்று புறப்பட்டான். புறப்படும்போது பிள்ளைகளின் சட்டைப்பையில் சிறிய நோட்டைத் திணிப்பதை மறக்கவில்லை.

ஆயிரமாயிரம் வாகனங்களுக்கு நடுவில் அவர்களின் ‘பசந்தி’க்கு திரும்பி வந்தபோது மழை படபடவென்று பெய்துகொண்டிருந்தது. ஒரு சில தன்னார்வத் தொண்டர்கள் அப்போது தயாராக இருந்த, இரவு நடந்து போகும் மக்களுக்கு -‘இப்படிப் போங்க. மிலன் சப்வே பக்கம் தண்ணி இருக்கு. ட்ரைனேஜ் எல்லாம் திறந்திருக்கு, கூடிய அளவு தெருவின் மீது நடங்கள் என்று வழிகாட்டிக்கொண்டிருந்தார்கள். சிலர் காரில் இருந்தவர்களுக்கு பிரெட், பழம் கொடுத்துக்கொண்டிருந்தார்கள். இரவின் மௌனத்தை கிழிப்பது போல ஆங்காங்கே தண்ணீரில் நின்ற இரயில்கள் தங்கள் சைரனை அதிரவைத்துக் கொண்டிருந்தன. தாகம் அதிகமானதாகத் தோன்றி இன்னும் ஒரு கண்ணைத் திறந்தே இருந்தான் சந்திரகாசன். ஒரு பனியா கடைக்குப் போனான். அங்கே இருந்த சாமான்களெல்லாம் தீர்ந்து போயிருந்தன. சந்திரகாசன் கண்ணுக்கு பன்னிரெண்டு பிஸ்லெரி பாட்டில்களின் கிரேட் தெரிந்தது. நரைத்த முடியின் பனியா - “என்ன?” என்றான். “தண்ணி” என்றதும் ஒரு பிசலெரி

பாட்டிலை எடுத்துக் கொடுத்தான். சந்திரகாசன் கண்ணிலேயே வியாபாரம் செய்பவன் போல "நாங்க ரெண்டுபேரு இருக்கோம். ஒருத்தர் பெங்களூருக்குப் போகணும். எவ்வளவு நாள் இங்க சிக்கிக் கிடக்கணுமோ தெரியாது. அந்த அத்தனை பாட்டல்களையும் கொடுத்துடுங்க. வேணுமுன்னா டபல் சார்ஜ் வாங்கிக்கங்க" என்றான். பனியா விசித்திரமான வருத்தத்துடன் சிரித்து- "என்னப்பா, நீ ஒருத்தந்தான் மாட்டிக்கிட்டியா? பாக்கரயில்ல? பொம்பளைங்க, பிள்ளைங்க, கிழவங்க எல்லாரும் மாட்டிக்கிட்டுருக்காங்க. எல்லாருக்கும் வேணுமில்லப்பா. இருக்கறது இவ்வளவுதான். நீ சின்னப் பையன், வாட்டசாட்டமா இருக்க. ஒண்ணு போதும் உனக்கு. நண்பருக்கு ஒண்ணு வாங்கிக்க. இது பணம் சம்பாதிக்கர நேரமாப்பா? வாங்கிக்க, ரெண்டு பாட்டல். 20ரூபா கொடு" என்றார். சந்திரகாசன் வெட்கத்துடன் இரண்டு பாட்டில்களை வாங்கிக்கொண்டு 'பசந்தி'க்குத் திரும்பினான்.

பல மணி நேரம் சும்மாவே உட்கார்ந்திருந்தார்கள். நடு இரவாகி சத்தங்கள் குறைந்ததால் பக்கத்திலேயே இருந்த கடலின் சத்தம் தெளிவாக இல்லாமல் கேட்டதுபோல இருந்தது. வீதி விளக்குகளை சுத்தி தூறல் மெல்ல மெல்ல விழுந்துகொண்டிருந்தது. குஞ்சபய்யா- "கவலைப்படாதீங்க சாப். விரைவில், வெகு விரைவில் குணமடைவீர்கள். உங்கள் பேத்தியின் திருமணத்தை கண்டிப்பாகப் பார்ப்பீர்கள். என்னுடைய இந்த இரவின் 'துவா' இருக்கு உங்களுக்கு" என்றான். சந்தோசன் அவனுடைய தோளை அழுத்தி - "எனக்கு இந்த நோய் எதுக்காக வந்தது தெரியுமா? எனக்குத் தெரியும். நான் இந்த நாட்டில மொதமொதல்ல தண்ணியை வித்தவங்கல்ல ஒருத்தன். ஆம், 70ஆம் ஆண்டிலேயே பாட்டிலில் தண்ணியை வித்தவன் நான். அது தப்பு. என் மனசு வேண்டாம் வேண்டாமுன்னு சொல்லுச்சு. ஆனா நான் கேக்கல. தெரியாத தண்ணியைப்போல பணம் ஒட்டுமுன்னு சொன்னயில்ல குஞ்சபய்யா, நான் தெரியர தண்ணியையே வித்தேன்! சரின்னு தோனறத செய்யறதில இருக்கற சுகத்தவிட அதிக துன்பம் தப்புன்னு தோனறத செய்யறதில இருக்கு. பாவம் அது. மனதின் பேச்சைக் கேக்காத தப்புக்கு என் உடம்பே எனக்குக் கொடுத்த தண்டனை இது. அனுபவிச்சுக்கிட்டு இருக்கேன். அனுபவிச்சே ஆகணும்." தெளிவான, உறுதியான தொனியில் சொல்லி சன்னலுக்கு வெளியே பார்த்தார். வீதியில் போய்க்கொண்டிருந்த

தொண்டன் ஒருவன் வீசிய ஆரஞ்சுப் பழம் அவர் மடியில் விழுந்தது. கேச் பிடித்த பிள்ளையைப்போல அதை இரண்டு கைகளாலும் எடுத்து கண் நிறைய சிரித்தார். "நீ இன்று சாப்பிடவைத்த ரொட்டியைவிட, குடிக்கக் கொடுத்த தண்ணியை விட ருசியானதை இந்த ஜன்மத்திலேயே நான் சாப்பிட்டதில்லை. குஞ்சபய்யா, அது அமிர்தம்" என்றார்.

எப்.எம்.ரேடியோவில் பழைய பாட்டுகள் வந்துகொண்டிருந்தன. அறிவிப்புகளும் வந்தன. அடிக்கடி சந்தோசன் சந்திரகாசனிடம், "சரயூவைப் பற்றி கவலைப்படவேண்டாம். அவள் உன் லோன் தவணையைக் கட்டி லோக்கல் பிடித்து அவள் இருக்கும் இடத்தில் நிம்மதியாக இருப்பாள். இந்த நேரத்தைவிட பாதுகாப்பான நேரம் எது இருக்கிறது சொல்" என்று கையை தடவிக் கொண்டிருந்தார். "ஆமா சார், இதவிட பாதுகாப்பான இடம் வேற இல்லை. போராட்டங்களில் யாருடைய கையையும் விட்டதில்லை இந்த ஊர். சரயூ சொன்னதுபோல நானும் இந்த ஊரிலேயே என் வேலையைத் தொடர்கிறேன்" என்று சந்திரகாசன் அவர் கையைப் பிடித்தான். குஞ்சபய்யா ரேடியோவின் ஒலியைக் குறைத்து ஸ்டியரிங் வீல் மீது தலைவைத்து படுக்க முயற்சித்தான். அப்போது எங்கேயோ இருந்து விசித்திரமான தொனி ஒன்று வந்தது. ஒருவன் சைக்கிளைத் தள்ளிக்கொண்டு பெரிதாக, "அமீதாப் பய்யா ஜிந்தாபாத், அமீதாப் பய்யா அமர் ரகே..." என்று கூவிக்கொண்டு வந்தான். அது ஒரு ஊர்வலம் போல இருந்தது. அவனுடைய சைக்களில் வண்ணவண்ணக் கொடிகள் இருந்தன. வெகு தூரத்திற்குத் தேவையான பை, சிறிய வாளி போன்றவை இருந்தன. சந்திரகாசன், குஞ்சபய்யா இருவரும் இறங்கி அவன் போவதையே பார்த்தார்கள். அவனைப் பின் தொடர்ந்துவந்தவர்கள் அவனுடைய வீர யாத்திரையின் நோக்கத்தை இந்த நடுராத்திரியிலும் சலனமற்ற நீரின் வீதிகளுக்கு சொல்லிக்கொண்டு வந்தார்கள்.

"இந்த நம் ககன் பய்யா அலகாபதிலிருந்து வந்திருக்கிறார். இவர் அமிதாப் பச்சனின் பெரிய ரசிகர். அமிதாப்பச்சன் உடல்நிலை சரியில்லாததால் வருந்தி, அவர் விரைவில் குணமடைய வேண்டுமென்று வேண்டிக்கொண்டிருக்கிறார். நதியின் சங்கமத்திலிருந்து அவருக்கு ஒரு சிறிய குடத்தில் புனித நீரை சைக்களிலேயே அங்கிருந்து எடுத்துவந்திருக்கிறார். இந்த நீரை பெற்றுக்கொள்வதால் அவருடைய நோய் நொடிகளெல்லாம் தீரும் என்பது எங்கள் எல்லோருடைய

நம்பிக்கை. பாருங்கள் அதிசயத்தை, கங்கையின் நீரை ஆயிரம் கி.மீ. தொலைவிலிருந்து சைக்கிளில் எடுத்துக்கொண்டு வந்து இந்த நகரத்தைச் சேரும்போது வானும் இப்படிப் பொழியவேண்டுமா! எப்படியான சுப சகுனம். ஓரமாகப் போங்க, வழிவிடுங்க, அமீதாப் பய்யா ஜிந்தாபாத்... அமீதாப் பய்யா அமர் ரகே." போய்க்கொண்டிருந்த ககன் பய்யாவின் முகத்தில் அளவிளடங்கா ஆனந்தம் இருந்தது. அவருடைய நடையில் அவர் கொண்டுவந்த சிறிய குடத்தின் நீர்த்துளி தளும்பிக்கொண்டிருந்தது. அவருடைய உடல் அசைவில் அந்த நீரின் ருசி இருந்தது. குஞ்சவிகாரி கூவினான் - "ககன் பய்யா ...நேராகப் போய் கார் என்னுமிடத்தில் திரும்புங்கள். பிறகு ஜூகு பார்லே ஸ்கீமுக்கு நேராகப் போங்க, அமீதாப் பய்யாவின் வீடு அங்கதான் இருக்கு. வெற்றி உண்டாகட்டும்."

இலட்சக்கணக்கான மக்களை நின்று தவிக்கும்படி வைத்து ஒதுக்கிவிட்டுப் போகும் இந்த நீர் பிரவாகத்தின் பின்னனியில், இந்த சலனமற்ற வீதியில், இருட்டின் கடைசி விநாடியில் ஆராதிக்கும் உயிருக்காக கொண்டுவந்த சிறிய தண்ணீர் குடம் கடந்துபோனதைப் பார்த்தார் சந்தோசன். "சந்திரகாசன் உள்ளே வா, கொஞ்சம் தூங்கு. இப்போதே பதினான்கு மணி நேரம் இங்கேயே கடந்துவிட்டது. இன்னும் எவ்வளவு மணி நேரம் காக்க வேண்டியதிருக்குமோ, கமான்" என்று உள்ளே அழைத்தார். சந்திரகாசன் அமர்ந்து "குஞ்சபய்யா நீயும் தூங்கு, குட்நைட்" என்றான். குஞ்சவிகாரி சிரித்துக்கொண்டே "குட்நைட் எங்கே பய்யா? இப்போது குட்மார்னிங். பாருங்க அங்க" என்றான். சிறிது சிறிதாக உதித்துக் கொண்டிருந்த கிழக்கு வெளிச்சம் எதிரிலிருந்த ஆயிரக்கணக்கான சலனமற்ற வாகனங்கள் புறப்பட்டுவிடக்கூடும் என்ற எண்ணத்தை ஏற்படுத்தியது.

நாகராஜா வஸ்தாரே

கவிஞர், எழுத்தாளர், கட்டுரையாளர், ஆர்க்கிடக்ட். 'ஹகூன மடாட', 'நிரவயவ' என்கிற சிறுகதைத் தொகுப்புகளும், 'மடிலு' என்ற குறுநாவலும் எழுதியுள்ளார். 'ஹளேமனே கதே', 'பயலு ஆலய' மற்றும் 'பட்டண புராண', அவர் கட்டுரைப் புத்தகங்கள். 'வஸ்தாரே பத்யகளு', 'வஸ்தாரே இன்னூ 75' அவர் கவிதைத் தொகுப்புகள். தற்போது பெங்களூரில் வசிக்கிறார். வஸ்தாரேயின் எட்டுப் புத்தகங்களும் சமீபத்தில் பிரசுரிக்கப்பட்டவை.

வார்த்தை, உயிர்மெய்யெழுத்து, இலக்கணம் போன்றவை...

■ நாகராஜா வஸ்தாரே

குணாலி என்ற புதிரான பெண் என்னுடைய புதிரான சூழ்நிலையில் முழுமையாகக் கிடைத்தாள் என்பதுவும் புதிரான விஷயம்தான்!

கதையை இந்த வாக்கியத்தில் இருப்பதைப்போல, மூன்று புதிரான நிகழ்வுகளின் மூலமாகச் சொல்லிவிடுகிறேன். வார்த்தை, உயிர்மெய்யெழுத்து, இலக்கணம். இவைகள் இருப்பதுதான்... அதுவாகவே ஏற்படவும் கூடும்.

ஒன்று

I

குணாலி என்பது குணாளன் என்பதின் பெண்பாலாம். இப்படி ஒருமுறை அவளே சொல்லியிருந்தாள்: 'சர் -ஜி ...குணால் என்பது ஆண் பெயரல்லவா? அதைப் பெண்பாலாக்கும் சாக்கில் என் அம்மா என்னைக் குணாலி என்று அழைத்துவிட்டாள். என்ன தெரியுமா, சர்-ஜி... குணாளன் என்றால் சம்ஸ்கிருதத்தில் தாமரை என்று பொருள். குணாளன் என்றால் அழகான கண்களுடைய பறவையும்கூட. நான் பிறப்பதற்கு பல

ஆண்டுகளுக்கு முன்பே அம்மா இந்தப் பெயரை முடிவு செய்திருந்தாள் - மகன் பிறப்பான் என்ற நம்பிக்கையில். ஆனால் பிறந்தது நான்! அதனால் தனக்குப் பிடித்தமான பெயரை பெண்பாலாக்கிவிட்டாள்!' என்று சொல்லிச் சிரித்தாள். அப்போது அவளுடைய அழகான முகத்திற்கு இன்னும் மெருகூட்டுவதைப்போல, அவள் கண்கள் மேலும் கவர்ந்தன. 'நான் என் அம்மாவைப்போல. அவள் இல்லாமல் நான் இல்லை.' மிகுந்த ஆர்வத்துடன் தன் அம்மாவைப்பற்றி அடிக்கடி பேசுவாள். மை மாம் ஈஸ் திஸ்... மை மாம் ஈஸ் தட்...

க்...காட் ! உலகில் வேறு யாருக்கும் அம்மாக்களே இல்லையா? - என்று நினைப்பேன்!

இந்தக் குணாலி சில காலம் என் அலுவலகத்தில் இருந்தாள். ஆறேழு மாதங்கள் இருந்தாளோ என்னமோ. 'பப்ளிக் ரிலேஷன்' வேலை. மாஸ் கம்யூனிகேஷன் முதுகலைப் பட்டம் பெற்றவள் என்று என்னுடைய வாடிக்கையாளர் ஒருவரின் சிபாரிசின் பேரில் அலுவலகத்திற்குள் நுழைந்தவள். இரண்டு ஆண்டுகள் சேவை செய்வேன் என்று 'பாண்ட்'கூட எழுதிக்கொடுத்திருந்தாள். ஆரம்பத்தில் எல்லாம் நன்றாகத்தான் இருந்தது. நாட்கள் செல்லச்செல்ல ஒரு துளியும் சரக்குக் கிடையாது என்று புரிந்துவிட்டது. மந்திரத்தைவிட எச்சில் அதிகம் என்பார்களே, சுத்தமாக அப்படித்தான்! நன்றாகப் பேசத்தெரிந்தவள் என்றாலும், மற்றும் அந்த வாய்ச்சவடாலால் எப்படிப்பட்ட சூழ்நிலையையும் சமாளிப்பவள் என்றாலும் - மேசை வேலைகளில் அவ்வளவுக்கு அவ்வளவுதான்! டெஸ்க் வர்க், கணினி, மின்னஞ்சல்...போன்றவற்றைக் கையாள்வதில் படுமோசமாக இருந்தாள். அல்லது மோசம் என்பதே அவளாக இருந்தாள். இலக்கணம் கிடையாது, தப்புத் தப்பான எழுத்துகள், ஒரே உச்சரிப்பில் இரண்டு வார்த்தைகள் இருந்தால், எதை எங்கே பயன்படுத்தவேண்டும் என்று தெரியாது. இனி நிறுத்தக் குறியீடுகள் ஆண்டவனுக்கே வெளிச்சம். காற்புள்ளி, முழுப்புள்ளிகளின் அறிவு கிடையாது. போகட்டும். அரைப்புள்ளி, கால்புள்ளிக்குப் பிறகு இடைவெளி விடவேண்டும் என்ற வழக்கமும் கிடையாது. அதுமட்டுமல்ல, கணினி தானாகக் கொடுக்கும் திருத்தங்களின் கட்டளைகளையாவது கவனிக்கிறாளா? ஊகூம். அதுவும் கிடையாது! வரிகளையும், வார்த்தைகளையும், சிலசமயம் எழுத்துகளையும் திருத்தவேண்டி இருக்கும். போதும்

போதுமென்றாகிவிடும்! போனால் போகட்டும் என்பதற்கு மாதம் இருபதாயிரம் குறைவான பணமா என்ன? துத்... வெறுப்பாகும். போகட்டும், வேறு வேலைகளாவது ஒழுங்கா? ஆவணங்களை ஒழுங்கிப்படுத்தி வைப்பதிலோ மோசம். தேவைப்படும்போது தேவையாக இருப்பது கைக்குக் கிடைக்காது! தினமும் பைல்களைத் தேடித்தேடி நொந்துபோகும்...ச்சே!

இப்படி இருந்தும் என் வாடிக்கையாளர்கள் எல்லாம் குணாலிக்கு மயங்கியது உண்மை. அவளுடைய அழகுக்கும் மற்றும் பேச்சுக்கும். "ஷீ ஈஸ் இண்டென்ஸ்லி ஸ்மார்ட், அபிஜித்... எங்கே இருந்து அழைத்துவந்தாய்?" என்று கேட்பார்கள். என்ன மாயமோ தெரியாது, கண்டபடி புகழ்வார்கள். 'ஆம், உண்மை பார்க்க நன்றாக இருந்தால் மற்றவை எல்லாம் நடக்கும்!' என்று எனக்கு நானே சொல்லிக்கொள்வேன்.

இவைகள் இப்படி இருந்தாலும், இரண்டு மூன்று மாதங்கள் குணாலியின் எல்லா அட்டகாசங்களையும் பொறுத்துக்கொண்டேன். ஒன்று, என்னுடைய ஒரு முக்கியமான வாடிக்கையாளர் மூலமாக வந்தவள் என்பது. இரண்டு, 'பாண்ட்' எழுதிக் கொடுத்திருக்கிறாள் என்ற காரணம்.

எதற்கும் நேரம் காலம் அமையவேண்டுமல்லவா? நல்ல நேரத்திற்கு, சுபமுகூர்த்தம் ஒன்று தானாகவே தேடிவந்தது. அடித்துப் பிடித்துக்கொண்டு வந்தது. அன்று மதியம் ஒரு முக்கியமான மீட்டிங்குக்கு தயாராக இருக்கும்போது, அதே வாடிக்கையாளரிடமிருந்து போன் வந்தது: 'அபிஜித், உங்கள் பிஆரிடமிருந்து வந்த மெயிலைப் பார்த்தீர்களா? இட் ஈஸ் அக்ரஸிவ்லி வல்கர்.' வாடிக்கையாளர் மிகவும் கடுமையாகச் சொன்னார். 'ய்யா...எதுக்கு? என்ன ஆச்சு?' என்று கேட்டுக்கொண்டே, மெயில் பாக்ஸைத் திறந்து பார்த்தேன். குணாலி அனுப்பியது - 'Please attain the mating without fail' என்ற செய்தி கிடைத்தது! அதிர்ந்துபோனேன்!!

வாடிக்கையாளர் என் அடுத்த வார்த்தைக்குக் காத்திருக்காமல் அழைப்பைத் துண்டித்தார்.

அன்றே, அப்போதே - குணாலியை அலுவலகத்தில் இருந்து வெளியேறச் சொன்னேன்.

II

குணாலி அதற்குப் பிறகும் என்னை இரண்டொருமுறை சந்தித்தாள். வேறு காரணங்களுக்காக. இப்போதும், அடிக்கடி செய்தி அனுப்புவதுண்டு. 'உங்களைப் பார்க்கவேண்டும். பேசவேண்டி இருக்கிறது...' என்றெல்லாம் இருக்கும். என் வேலைக்கு உதவாத இவளிடம் என்ன வேண்டிக்கிடக்கிறது என்று இடம் கொடுக்காவிட்டாலும், அவ்வப்போது தயவு காட்ட வேண்டிவரும். பத்து செய்திகளுக்கு ஒன்று என்பதைப்போல, உதாசீனமாக பதிலளிப்பேன். இவ்வளவுக்கும், எனக்கும் அவளுக்கும் இடையே தனிப்பட்டது என்ன இருக்கமுடியும்?

இப்போது நினைவிருப்பதைப்போல, குணாலி என்னிடம் வேலையில் இருக்கும்போதே தன் பாய் ஃப்ரெண்ட் ஆக்நேயனை அலுவலகத்திற்கு ஒருமுறை அழைத்துவந்திருந்தாள். காதலன் என்று அறிமுகப்படுத்தாவிட்டாலும், என் முன்னால் உட்கார்ந்திருந்த அவன் பின்னால் நின்ற அவளுடைய உற்சாகமான, இரகசியமான சைகைகளாலும், பாவனைகளாலும், அவன் காதலன் என்பது உறுதியாயிற்று!

ஆக்நேயன் இந்த நகரத்தில் மிகவும் பெயர் பெற்ற 'க்ரீமி ஸ்பாஞ்ச்' என்ற கேக் பிராண்டின் உறவுக்காரப் பையனாம். இந்த பெரும் நகரத்தின் எல்லாப் பகுதிகளிலும் இந்த 'க்ரீம் ஸ்பாஞ்ச்'க்கு விற்பனைக் கிளைகள் உண்டு. பெங்களூரில் இருந்து மைசூர்வரை இருக்கும் நெடுஞ் சாலையிலும் இவர்களுடைய மூன்று நான்கு கபேக்கள் உண்டு. மைசூர், தும்கூர்களிலும் ஒன்றிரண்டு உண்டு. தலைநகரிலிருந்து வெளியேறும் மற்ற நெடுஞ்சாலைகளிலும் இருக்கிறது என்று கேள்விப்பட்டிருக்கிறேன். ஒரு காலத்தில் கர்நாடகா முழுவதும், ஹாசன் சீமையின் அய்யங்கார்கள் கூட்டம் பேக்கரி வைத்திருந்தார்களல்லவா, அந்தக் குலத்தின் மக்கள். ஆங்கிலேயர்கள் காலத்தில் அவர்களுடன் உடலுறவு இருந்ததால், குலம் கெட்ட கூட்டம் என்றும் சொல்வார்கள்! இப்படி இருபத்தைந்து ஆண்டுகளுக்கு முன்பு பெங்களூரில் ஒரு குடும்பம், வெகு காலமாக நடத்திக்கொண்டிருந்த 'அய்யங்கார் பேக்கரி' என்பதைக் கைவிட்டு - ஷோக்காக 'க்ரீமி ஸ்பாஞ்ச்' என்ற மிடுக்கான பெயரை வைத்ததுதான் தாமதம், புகழடைந்துவிட்டது! அதே சமயத்தில் வெளிநாட்டு

முதலீடும் சேர்ந்து, பெரிய தொழிலாக உருவெடுத்தது. இன்று குறைந்தது ஐநூறு அறுநூறு கோடி வியாபாரம் என்று கேள்விப்பட்டிருக்கிறேன்.

ஆக்நேயன் இந்த 'க்ரீமி ஸ்பாஞ்ச்' பிராண்ட் முதலாளியின் அக்கா பேரன். பிஸினஸ் மேனேஜ்மெண்ட் படித்திருக்கிறான். அரகலகூடுவைச் சேர்ந்தவர்கள். அருகில் இருக்கும் ஹேமாவதி கரையோரம் இரண்டு பக்கமும் பச்சைப் பசேலென்று கண்ணைப் பறிக்கும் சொத்து.

"அல்லடா பையா... இவ்வளவு இருந்தும் பரதேசியைப்போல இந்த ஊரில் என்ன வேலை உனக்கு?" அன்புடன் அதட்டிக் கேட்டேன். குழப்பமடைந்தான். "கன்னடம் வரும்தானே? ஆர் டூ யூ வான்ட் மீ சேயிங்க் இன் இங்கிலிஷ்?"

"இல்லை சார்... நல்லாவே வரும்..." கூச்சப்பட்டுக்கொண்டே கன்னடத்திற்கு இறங்கினான். "ஊரில் இருந்துகொண்டு என்ன சார் செய்வது? ஐ ஹேவ் பிக்கர் ட்ரீம்ஸ்."

"ஓ, கனவு கண்டுகொண்டே இருப்பதுதானே? என்னை வந்து பார்க்கவேண்டிய அவசியம் என்ன இருந்தது?"

"சர்...நான்தான் வரச்சொன்னேன். ஹீ நீட்ஸ் டு பி அட்வைஸ்ட்..." குணாலி பேச்சைத் திணித்தாள். அவளை ஒருமுறை கூர்ந்து கவனித்து, சந்தேகத்துடன், "சரி... என்ன சொல்லு" என்று ஆக்நேயனைக் கேட்டேன்.

"நான் ரியல் எஸ்டேட் பிஸினஸ் தொடங்கவேண்டும் என்று ஆசை... பிறகு உங்களைப்போல ஒரு பெரிய அலுவலகத்தைத் திறக்கவேண்டும்... க்ரீமி ஸ்பாஞ்சைப் போலவே பெரிய சாம்ராஜ்ஜியத்தைக் கட்டவேண்டும்." சொல்லிக்கொண்டே போனான். பையன், கனவுகளின் சுமைக்கு கூனிப்போனான் போலத் தெரிந்தது.

"கனவென்னமோ நன்றாகத்தான் இருக்கிறது. அதற்குத் தகுந்த உழைப்பு வேண்டும். இருக்கட்டும்... சொல் நீ எங்கே தொடங்க இருக்கிறாய்?" பேச்சைத் தொடர்ந்தேன்.

ஆக்நேயன் அதற்குப் பிறகும் இரண்டு மூன்று முறை வந்து பார்த்துவிட்டுப்போன நினைவு. இந்த இரண்டாம் மூன்றாம் முறை, குணாலி, அவனுடன் தன் வாழ்க்கையைத் தொடங்க

இருப்பதாக கொஞ்சம் பெருமைப்பட்டுக்கொண்டாள். முன்னைப்போல அவன் வெறும் நண்பன் மட்டும் என்று நடந்துகொள்ளவில்லை. தேன்நிலவு முடிந்துவிட்டது போலான ஒரு சலுகை இருந்தது!

III

என்ன இருந்தாலும் குணாலியின் விஷயத்தில் எனக்குப் பிடித்தது என்னவென்றால், பெண் மிக மிக நல்லவள். வேலையில் இருந்தபோது என்னுடைய எந்தக் கோபதாபத்தையும் மனதில் வைத்துக்கொண்டவளல்ல. வெறுப்படைந்தவள் அல்ல. எப்போதும் சிரித்துக்கொண்டே மகிழ்ச்சியாக இருப்பவள். ஒருவிதத்தில் எப்போதும் மனம் கலங்காதவள். 'கோபம் அந்த நொடிக்கு சர்-ஜி, ...உறவு பெரியது!' அவள்தான் சொன்னது. சொல்வதைப்போல நடப்பவளும்கூட. அலுவலகத்தை விடச் சொன்னபோதும் அப்படித்தான். எப்போதும்போல பாங்காகவே நடந்துகொண்டாள். 'ஓகே சர்...வில் சீ யு சம் டைம்' என்று சொல்லி, 'நீங்கள் எனக்குக் குருவைப்போல. உங்களை எப்போதும் இழந்துவிடும் எண்ணம் கிடையாது' என்று சொல்லும்போது கண்களில் துயரம், அவமானங்களின் பசையாவது இருந்ததா இல்லையா, வெளிப்படவில்லை. இதற்காகத்தான், அவள் அவ்வப்போது அனுப்பும் செய்திகளை புறக்கணிக்க முடிவதில்லை. நீ பெரியவளா, நான் பெரியவனா என்று கௌரவம் பார்க்க முடிவதில்லை.

அலுவலகத்தை விட்டபின் என்னைப் பார்க்க வந்த குணாலியை, நான் முதலில் கேட்டதே "என்னம்மா, பெண்ணே... எப்படி இருக்கே? எப்பத் திருமணம்?"

"திருமணமா, சர்-ஜி? எனக்கா?" என்னைப்போலவே எளிதாக பதில் சொன்னாள்.

"உன்னுடையதுதான்? நான் என்ன இன்னொரு திருமணமா செய்துக்கமுடியும்?!"

தடுமாறினாலும், சுதாரித்துக்கொண்டு - எப்போதும்போல கவர்ச்சியாகச் சிரித்து, "திருமணம் நடக்கும்போது சொல்கிறேன், சர்-ஜி ...உங்களுக்குச் சொல்லாமல் நடக்குமா என்ன?" என்று

அழகான பறவையைப்போலச் சிரித்தாள். "இப்ப சொல்லுங்க, கென் ஐ சிட் வித் யூ பர் சம்டைம்?" என்று கேட்டுவிட்டு, என் அனுமதிக்கு முன்பே மேசைக்கு அந்தப் பக்கம் இருந்த நாற்காலியை இழுத்துப் போட்டுக்கொண்டு உட்கார்ந்தாள். நானும் விடாமல், "முதலில் உன் கணவன் எப்படி இருக்கிறான் சொல்லு…" என்று கேட்டேன்.

"ஆக்நேயனா சர்-ஜி? அவனுக்கு என்ன… நல்லாத்தான் இருக்கான்." இந்த வார்த்தைகளைச் சொல்லும்போது ஆமாவா இல்லையா என்பதைப்போல கம்பீரமாக இருந்தாள். "அதைச் சொல்லத்தான் வந்தேன்." மிகவும் எச்சரிக்கை வகித்தாள். "ஒரு பத்து நிமிடம் நேரம் இருக்குதானே?"

உடனே கைபேசியை சைலண்ட் செய்து- "சரி…இப்ப சொல்லு…" என்று சொன்னேன். விஷயம் என்னவாக இருக்கும் என்று ஆர்வத்துடன் காது கொடுத்தேன்.

"இட்ஸ் ஆல் ஆஃப், சர் - ஜி. ஏனோ சரிவரவில்லை. என் அம்மா ஒத்துக்கொள்ளவில்லை. அவளுக்கு ஆக்நேயன் துளியும் விருப்பமில்லை…" சிறிது தைரியம் இழந்தாள். கண்களில் ஈரம் பரவியது.

"…?"

"ஆம், சர்-ஜி. நான் என் தேவையை மட்டும் பார்க்க முடியாதல்லவா? இந்த இருபத்தி நான்கு ஆண்டுகள் என் அம்மா எனக்காக என்னவெல்லாம் செய்திருக்கிறாள், தெரியுமா? அவளுக்கு விருப்பமில்லை என்ற பிறகு எனக்கெதற்குத் தேவை சொல்லுங்கள்? இருபத்தி மூன்று ஆண்டுகளின் உறவு பெரியதா, இல்லை கேவலம் பதினெட்டு மாதங்களின் இவனுடைய ரிலேஷன்ஷிப் பெரியதா? இவனுக்காக நான் என் அம்மாவை விட்டுக்கொடுக்க முடியாது, சர் -ஜி…" குரல் தழுதழுத்தாலும் நோக்கம் உறுதியாக இருந்தது.

"என்ன குணாலி, நீ? அன்பு பாசம் காதல்…என்றால் விளையாட்டா? ஐ காண்ட் பிலீவ் திஸ்." வியப்புடன் கேட்டேன்.

"ஐ ஹேவ் நாட் டம்ப்ட் ஹிம் அட் ஆல், சர் - ஜி. ஆனால் நான் முடிவு செய்துவிட்டேன் இந்த உறவுக்கு அர்த்தமில்லை."

"…!"

“என் அம்மா எனக்காக தன் வாழ்க்கையையே கொடுத்திருக்கிறாள்.அவளுக்கும் என் அப்பாவுக்கும் என்றும் ஒத்துப்போகவில்லை. இன்றும் ஒத்துப்போவது கிடையாது. இருவருக்கும் கட்டாயத் திருமணம். கட்டாயக் குடும்பம். ஆனால் எனக்காக அவள் பணிந்துபோகிறாள்.” மெல்ல அழத்தொடங்கினாள். வலுக்கட்டாயமாக துயரத்தின் சத்தத்தைத் தடுத்தாள். “இப்படிப்பட்டவளை நான் துன்பப்படுத்தக் கூடாது தானே? அப்படிச் செய்தால் என் தாம்பத்தியம் நன்றாக இருக்குமா?” திட்டவட்டமாகச் சொன்னாள். “ப்ளீஸ் டோன்ட் திங்க், திஸ் வாஸ் ஜஸ்ட் அ ஃப்ளிங்க் - சர்-ஜி ...ஐ ஆம் சீரியஸ்! ஆக்நேயன் எல்லா விதத்திலும் எனக்குத் தகுதியானவன். ஆனால் என் அம்மாவை எதிர்த்துக்கொண்டு அவனுடன் தொடர முடியாது.”

“அவன் இதற்கு ஒத்துக்கொண்டானா?”

“இல்லை...ஹீ ஈஸ் இண்டென்ஸ்லி இன் லவ் வித் மி. அதனால்தான் அவனை ஒருநாள் விட்டு மறுநாள் சந்திக்கிறேன். ஜஸ்ட் லைக் அ ஃப்ரெண்ட். நல்ல தோழியாக இருப்பேன் என்று தெளிவாகச் சொல்லி இருக்கிறேன். இதை என் அம்மாவிடமும் சொல்லியிருக்கிறேன்... அவசரப் படவேண்டாம் என்று...”

“வ்வா...வாட்?” பொங்கிக்கொண்டு வந்த வியப்பை அடக்கிக்கொண்டு கேட்டேன், “ஆர் யூ சீரியஸ்?”

“யெஸ் ஐ ஆம்- சர்-ஜி. ஆக்நேயன் எனக்காக தன் வாழ்க்கையை இழந்துவிடக்கூடாது. அவனுக்கு ஒரு வழி காட்டிய பிறகே நான் அவன் வாழ்க்கையிலிருந்து விலகுவேன்.”

அதிசயமாகத் தோன்றியது. மனது பட படவென்று துடித்தது.

இந்தப் பெண்ணுக்கு உண்மையாகவும் காதல் மொழி தெரிந்திருக்கிறதா? இல்லை மற்றொரு விளக்கம் தருகிறாளா? அல்லது, பழையபடி உள்ளே ஒன்று வெளியே ஒன்றாக நடிக்கிறாளா? நோக்கம் ஒன்று கணக்கு ஒன்றாக இருக்கிறதா? சொல்வதற்குத் தகுந்த பேச்சில்லாமல், வார்த்தைகள் கிடைக்காமல் தோற்றுவிட்டாளா? விரும்பி வரும் காதலை அலட்சியப்படுத்துவது அவ்வளவு எளிதா?

இப்படிப்பட்ட பல கேள்விகளுடன் குணாலியை வழியனுப்பிவைத்தேன்.

மறுமுறை சந்தித்தபோதும் இதே பேச்சு. தன் அம்மாவுக்குப் பிடிக்காததை தான் என்றும் செய்யமாட்டேன் என்ற முடிவு!

இதுபோன்ற முடிவுகள் அப்படித்தான் என்று நினைத்தேன். ரம்பத்திற்கு உடம்பைக் கொடுப்பது போல. இப்படி இழுத்தாலும் வலிக்கும். அப்படி இழுத்தாலும் வலிக்கும்.

ஆம், இரண்டு அன்பானவர்களின் நடுவில் நின்றால், அந்தப் பக்கம் சாய்ந்தால் இங்கே நட்டம். இந்தப் பக்கம் சாய்ந்தால் அங்கே நட்டம். இதைவிட நெருக்கடி என்ன வேண்டும்? புதிர் தானே?

இரண்டு

I

அதற்காக, காதல் என்ன சொல்லிக்கொண்டு வருமா? இல்லை சொல்லிக்கொண்டுதான் போகுமா? இல்லை கேட்பதற்கு அது என்ன ஜோசியக்காரரிடம் கேட்கும் கேள்வியா? எண்ணிக்கை விழும்வரை குலுக்கி வீசும் சோளியா? இவ்வளவுக்கும், காதல் என்பது என்ன உண்மையான காதலா? இல்லை வெறும் மோகமா? இன்று இருந்து நாளை இல்லாமல் போகுமானால் அது வேறு எதுவாகவோ இருக்கும்...என்னவாக இருக்கலாம்?

ஆம், ஒருவேளை ஏமாற்றலாக இருக்கலாம்!

மோகம் மற்றும் ஏமாற்றல். மோகம் அல்லது ஏமாற்றல். இரண்டில் எதுவாக இருந்தாலும் அது அதுதான்!

இதைப்பற்றி, சாப்பாட்டு மேசையின் மீது பூமிக்கு முன்னால் சொன்னபோது மிகவும் சிரித்தாள். "இந்தப் பெண்களை நம்பாதே அபி. வெறும் மோசம்" என்றாள்.

"நான் சொன்னதும் அதைத்தானே. பூ...ஹவ் ஸ்ட்ரெஞ்ச்!" என்று சொன்னேன். "ஆனாலும் நல்ல பெண். மிக அழகி." பூமி குணாலியை நினைத்துக்கொண்டு சொன்னாள்.

"மிகவும் டீசெண்ட் இல்லையா? ஆனால் நீ சொல்வதை நம்ப முடியவில்லை."

குணாலி மற்றும் ஆக்நேயனைப் பற்றி, ஓரிருமுறை வெகு சுருக்கமாக பூமியிடம் சொல்லி இருந்தேன். அப்போது இவள் தலையைக் கெடுத்துக்கொண்டிருக்கவில்லை. அல்லது கேட்டும் ஆர்வம் காட்டவில்லை. ஆனால் இப்போது, இந்த மோகம் மற்றும் மோசத்தைப் பற்றிச் சொன்னதும், தர்மாமீட்டரில் இருக்கும் பாதரசத்திற்கு சூடு தாக்கியதைப்போல ஆர்வத்தை அதிகரித்துக்கொண்டாள்.

"அது சரி, இந்தப்பெண்கள் உன்னிடம் வந்து இப்படிப்பட்ட விஷயங்களை ஏன் சொல்கிறார்கள்?" திடீரென்று விஷயம் மாறியது. சம்பந்தமில்லாத கேள்வி, தேவையில்லாத விசாரணை. பேச்சுத் தோன்றவில்லை.

"அஹாஹா... வெட்கப்படுவதைப் பார். நீ இவர்களை கவனிக்கிறாய் அதற்காகத்தான் இப்படி." என்ன ஆனாலும் மனைவிதானே? என் புராணம் வரலாற்றை எல்லாம் எடுத்துரைத்தாள். என் பழைய தோழிகளின் பெயர்கள் எல்லாம் விளையாட எடுத்த பொம்மைகளைப்போல திரிந்தன. சரண்யா, சமந்தா, அதிதி, பெமினா... எனக்குத் தெரியாத சங்கதிகள் எல்லாம் உருண்டன. "உனக்கென்ன குறைவான வயதா, ஐம்பத்தி இரண்டு, வெறுமனே இந்த சின்னப் பசங்க லவ் அஃபேர்ஸை எல்லாம் கேட்டுக்கிட்டு இருக்கியே. அதுவும் அலுவலகத்தில்? பாஸைப்போல கம்பீரமாக இருக்கமுடியாதா?" உபதேசம் செய்தாள். "ஆஹா. எனக்குத் தெரியாதா உங்கள் வீட்டு ஆண்மை? பெண்ணைப் பார்த்ததும் மோப்பம் பிடித்துக்கொண்டு போவது..." கிண்டல் செய்தாள். "பார், இதுதான் கடைசி. இனி எப்போதும் இந்தப் பெண்களைப் பற்றி தலையைக் கெடுத்துக்க வேண்டாம். இன்னும் ஐந்தாறு ஆண்டுகள் ஆனால் உன் மகளே இப்படி ஒரு சூழ்நிலையை உன் முன் வைக்கலாம். யோசி..." என்று பிளஸ் டூவில் இருக்கும் எங்கள் மகள் திஷாவைப் பற்றி எச்சரித்தது மட்டுமல்லாமல், அவளுடைய திருமணம் வரை கனவும் கண்டாள்.

எதற்காக குணாலியின் பெயரை எடுத்தேன் என்று தோன்றியது.

“பார், இனியாவது, கம்பீரமாக உன் வயசுக்குத் தகுந்த மாதிரி இரு. பிகேவ் கிரேஸ்புல்லி.” சிற்றுண்டி முடித்து பூட் லேஸைக் கட்டும்வரை பேச்சு நடந்தது.

II

இந்த மனைவியின் மீது ஆணை. எனக்கு, இவளுடைய ‘கம்பீர’த்திற்கு என்ன பொருள் என்பது தெரியவில்லை. அல்லது அப்படி ‘கம்பீர’மாக இருந்தது எனக்குத் தெரியாது. இப்படிப்பட்ட ‘கம்பீர’த்திற்கு என்ன எழுத்து என்றே தெரியாதபோது என் தினசரி வாழ்க்கையின் நடப்புகளின் வாக்கியத்தில் பயன்படுத்துவதாவது எப்படி? கன கம்பீரமாக வாழ்க்கையை வரிசைப்படுத்துவதாவது எப்படி?

பூமி இப்படி எல்லாம் அறிவுரை சொல்லி ஒருவாரம்கூட ஆகவில்லை. எனக்குத் தெரியாமல் என் கம்பீரத்தின் பொருள் தவறிவிட்டது! மாராட்டியப் பெண் ஆர்த்ரா என் வாழ்க்கையில் வந்து அவதரித்தாள். இந்த அவதாரம் என்னவென்று அறியும் முன்பே, என் மனதிலும், இதயத்திலும் இறங்கிவிட்டாள். நீருக்குள் கலக்கும் பொட்டாசியம் பெர்மேங்கனேட்டைப் போல, ஓரிரு துளி போட்டவுடன் என்னுள் முழுமையாகக் கலந்து கரைந்துவிட்டாள். இனி நானோ எனக்குத் தெரியமாலேயே கருஞ்சிவப்பாகி விட்டேன். பெர்மாங்கனேட் கருஞ்சிவப்பு. அந்தக் கருஞ்சிவப்பின் பல சாயல்கள். ஏதேதோ ஓவியங்கள். சித்திரவிசித்திரமான வடிவங்கள்... இவ்வளவும் நடந்தபிறகு வேறு வழியாவது என்ன இருந்தது? இருபத்தி இரண்டு ஆண்டுகளின் திருமண வாழ்க்கையில் மாறுதலே இல்லாமல் சலிப்பாக இருந்தது, ஆர்வம் தீவிரமாகக் குறைந்துகொண்டே இருந்தது!

இனி, ஆர்த்ரா (திருவாதிரை) என்றால் ஒரு நட்சத்திரத்தின் பெயராம். மழை தரும் நட்சத்திரம். தகுந்த, கைக்கெட்டாத நட்சத்திரம் ஒன்று தானாக உருண்டு வந்து கைக்குக் கிட்டியதைப்போல எனக்குக் கிடைத்தாள். நிறைவான காதல் மழையைப் பொழிந்தாள். நடந்தது இதுதான்: குர்காவில் என் பிராஜெக்ட் ஒன்று முடியும் தருவாயில் இருந்ததால், தற்போது, இரண்டு வாரங்களுக்கு ஒருமுறை நான் தில்லிக்குப் போகவேண்டி இருந்தது. இரண்டு மூன்று நாட்கள் வேலை.

இதே பிராஜெக்ட்டில் தொடங்கி இருந்த மும்பையின் ஒரு கன்சல்டன்சியின் சார்பாக ஆர்த்ராவும் தில்லி வருவாள். நான் இருக்கும் ஹோட்டலிலேயே தங்குவாள். தற்போது ஒன்றாகவே தங்குகிறோம்கூட! தனியாக இருந்து மகிழ்கிறோம்!

இது அவ்வப்போதான சந்திப்பில் ஏற்பட்ட அறிமுகம். அடிக்கடி கிடைத்து நட்பு, பேச்சு, சலிகை...வேடிக்கை மற்றும் கொஞ்சல். வெகுகாலமாக இப்படி இருந்துகொண்டு ஏற்பட்ட பழக்கம். அது எந்த முகூர்த்தத்தில் மோகமாக மாறியதோ, யாருக்குத் தெரியும்? மோசம் தொடங்கியது!

ஆஹா! தொடக்கத்தில் மெசேஜ்கள் என்ன? வேண்டுதல்கள் என்ன? ஒருவரை ஒருவர் புகழ்வது என்ன? காதல் குழைவுகள் என்ன? தினமும் வார்த்தைகளை அழுத்தியது என்ன? மனதாலும், வாயாலும் சொன்னதையே சொல்வது என்ன?

இன்றும் நம்பமுடியவில்லை!

வாட்ஸ்அப், மெசெஞ்சர், ஐமெசேஜஸ், இவைகளில் ஈடுபட்டதைவிட அதிக நேரத்தை - வந்த மற்றும் அனுப்பிய செய்திகளை திரும்பத் திரும்பப் படித்து, மனதில் பதியவைத்து, மெய்மனங்களை மகிழச்செய்து...முடிவில் மனைவி, மகள் பார்த்துவிடுவார்கள் என்று, அவற்றை வீடு சேர்வதற்கு முன்பே அழித்து, உள்ளுக்குள்ளேயே இரகசியத்தை வைத்துக்கொண்டு... ஊப்... இதுபோன்ற ஒழுக்கங்கெட்ட விளையாட்டுகள் என்ன, ஒன்றா இரண்டா? விடிந்தால் கரு, மாலை வீடு சேரும் முன் கர்ப்பக் கலைப்பு!

எனக்குத் தெரியாமலே, இது என் தினசரியின் ஒரு தொடர் அத்தியாயமாகவே ஆனது.

அதிருக்கட்டும். என்னைவிட இருபத்திஐந்து வயது சிறியவளான இவள் முன் நான் ஏன் வயதை மறந்து நடந்துகொண்டேன்? இதன் பின்னால் இருக்கும் தூண்டுதல்தான் என்ன? இல்லை, அவளாகவே தன் வயதை மீறி நடந்துகொண்டாளா? இதை தொடங்கியதுதான் யார்? நானா? அவளா? தெரியாது. இருவருக்கும் தெரியாது!

‘எனக்குத் திருமணம் நடந்திருக்கிறது, பெண்ணே? எனக்குத் திருமணம் நடந்தபோது நீ இன்னும் மான்டசெரியில்

இருந்திருப்பாய் தெரியுமா?’ இப்படி கண்ணடித்து ‘எச்சரிக்கை’ பொத்தானை அழுத்தி அனுப்பினால், ‘தெரியும்...எனக்கு இப்போது உன் வயதின் கனவு. அந்த நரைத்த முடி... அந்த வயதைக் காட்டும் கண்கள்...அந்த அனுபவ உடம்பு...’ என்று எழுதி அனுப்பி இன்னும் நெருக்கமாவாள். திரும்பத் திரும்பத் தூண்டுவாள். திரும்பவும் கனவை அதிகப்படுத்துவாள்.

‘சும்மா எதற்குத் துரத்துகிறாய்? இப்போதே பாதி காலி’ என்று சிரிப்புமூஞ்சியைப் போட்டு அனுப்பினால், ‘இன்னும் பாதி இருக்கிறதுதானே முடிய...அபி, உன் பாதியும் எனக்கு முழுமைதான்...’ என்று கொஞ்சுவாள்.

‘யோசித்துப் பார்...நான் பத்துவயது பெரியவனாக இருந்தால் உனக்கு அப்பாவாகி இருப்பேன்...’ என்றால், ‘ஊகூம்...ஹூ கேர்ஸ்? யூ ஆர் வாட் யூ ஆர்...இப்போதும் ஆகு, நான் வேண்டாம் என்று சொல்லவில்லை. எதுவாகவேண்டுமென்றாலும் ஆகு. ஆனால் நினைவிருக்கட்டும், நீ எனக்காகவே உண்டானவன்!’ என்பாள். இந்தக் கடைசி வார்த்தை என்னைத் திரும்பத் திரும்ப தூண்டும். அப்போது, இந்தப் பெண் பிரமாண்டத்தின் எந்த மூலையில் இருந்தாலும் உடனே போய் கொஞ்சவேண்டும் என்று மனது துடிக்கும். உடனே ‘காதலு’க்கும் உற்சாகம் ஏற்படும்.

இப்படிப்பட்ட பேச்சுகள் எதுவாகவே இருக்கட்டும், இருவரும் ஒருவரிடம் ஒருவரை இழந்தது உண்மை. மனம் பறிகொடுத்தது உண்மை. எவ்வளவு பொறுமையாக இருந்தாலும், சொல்லமுடியாமல், பொறுக்கமுடியாமல் மெய் இழந்ததும் உண்மை. அப்படியே தேகத்தை வென்றதுவும் உண்மை!

III

எப்படிப்பட்ட சுகத்திலும், திடும் என்று நெஞ்சைப் பதறடிக்கும் நொடி இருக்குமல்லவா? மலைச் சிகரமென்றால் பள்ளத்தாக்கு இல்லாமல் இருக்குமா? இல்லை, ஜயண்ட்வீலில் ஊசலாடும் தொட்டிலில் இதயத்தைப் படபடக்கச் செய்யும் ஒரு வினாடி இருக்குமல்லவா?

அப்படியான ஒரு நேரமும் காலமும், மொத்தமாக இன்று ஏற்பட்டது.

மதியம் மூன்று மணிக்கு ஒரு மீட்டிங்கை முடித்துக்கொண்டு, அலுவலகத்தை நோக்கி காரில் புறப்பட இருந்தேன் - ஆர்த்ராவின் செய்தி வந்தது. வாட்ஸப்... 'சர்ப்ரைஸ்! நான் உன் ஊரில் இருக்கிறேன். கென் வீ மீட்டப்?'

வியப்பாக இல்லாமல், குண்டு வெடித்ததைப்போல இருந்தது!

நம்ப முடியவில்லை. மகிழ்ச்சியான செய்தி என்றும் தோன்றவில்லை.

உண்மையாகவும் வந்திருக்கிறாளா? அதுவும் சொல்லாமல் கொள்ளாமல்? காலை ஒன்பதரை மணிவரை வாட்ஸப்பில் பேசிக்கொண்டிருந்தவள், வருகிறேன் என்ற சுளிவைக்கூடத் தராமல் - இப்போது, திடுதிப்பென்று பெங்களூரில் இருக்கிறேன் என்று சொன்னால்?

உண்மையாகவும் சந்தேகித்தேன்.

'டோன்ட் பி கிட்டிங்க்!' இடதுகையால் பொத்தானை அழுத்தி அனுப்பினேன். 'சென்ட்' டை அழுத்தும்போதும் ஏதோ தயக்கம். மனது தடுமாறியதோ என்னமோ?

பார்த்த, தெரியாத வெளியூரில் சந்திப்பது வேறு சங்கதி. அதற்கு அதற்கான பரிமாணங்கள்! அறிமுகமில்லாத உலகம். பயமில்லாமல் இருக்கலாம். வேண்டியதைச் செய்யலாம். வேண்டியபடி இருக்கலாம். ஆம்...தில்லியின் ஜன்பத்தின் சந்துகளில் கொஞ்சிக்கொண்டு திரிவதைப்போல, இங்கே விதானசௌதா முன்னால் செய்யமுடியுமா? கனாட் பிளேசில் அவளுடைய இடையை அணைத்துக்கொண்டு திரியும்போது, 'என்ன' என்று கேட்கும் பார்வைகள் எத்தனை கிடைக்கலாம்? அதையே இங்கே பிரிகேட் தெருவில் செய்யமுடியுமா? இங்கே அப்படி ராஜரோஷமாக இருக்கமுடியுமா? இங்கே தெருக்கு அருகில் இருக்கும் சுவர்களுக்கும் கண் காதுகள் இருக்கும். பார்க்கும் அளவிற்கே கேட்கும் ஆர்வமும் இருக்கும். ஊஹூம். தெரிந்த ஊர் என்றால் இப்படித்தான். சொந்த இடத்தில் எச்சரிக்கையாகவே இருக்கவேண்டும். பூமி சொல்வதைப்போல - வெளிவேஷத்திற்காகவாவது, கம்பீரமாக இருக்கவேண்டும்.

அப்படி இருக்க - பிறந்து வளர்ந்தது மட்டுமல்லாமல், ஊரோடு குடும்பத்தையும் நடத்தும் ஊரில் ‘சந்திப்போம்’ என்கிறாளே? இப்படி திடுதிப்பென்று ‘சந்திக்க’ எவ்வளவு தயார் படுத்திக்கொள்ளவேண்டும்? என்னவெல்லாம் தாட்சிண்யம் பார்க்கவேண்டி இருக்கிறது. அலுவலகத்தில் செக்ரெடரிக்கு என்னவென்று தெரிவிப்பது? எதிர்பார்த்துக்கொண்டிருக்கும் வாடிக்கையாளர்களுக்கு என்ன சொல்வது? வீட்டில் பூமிக்கு என்ன சொல்வது? திஷாவுக்கு என்ன சொல்வது? இந்த பூமிக்கோ கால் நுனியில் இருப்பது பாதமல்ல, சக்கரம்... தினமும் அங்கே இங்கே ஷாப்பிங் என்று திரிந்துகொண்டு இருப்பாள். இல்லை, தோழிகளை சேர்த்துக்கொண்டு அவுட்டிங். அவள் பார்வையில் இது விழுந்துவிட்டால்? அல்லது காதில் விழுந்தால்? ச்சே...இப்ப என்ன செய்வது? கவலையாக இருந்தது. கடவுளே...வேடிக்கையாக இருக்கட்டுமப்பா... என்று மனம் முறையிட்டது.

அதுமட்டுமல்ல, இந்தப் பெண்ணுக்கு எப்படி நேரத்தை ஒதுக்குவது? இப்படி யோசனை வந்தது. மதியத்திற்குப் பிறகான கமிட்மெண்ட்கள் கண்முன் வந்து தவித்தன. அல்லது, தில்லியின் ஓய்வில் எளிதான, சுதந்திரமான, கட்டுப்பாடற்ற வாரத் தொடக்கத்தின் ஒரு மதியம் இந்த ஊரில் கிடைக்குமா? ஒன்றல்ல, இரண்டல்ல... நூறு யோசனைகள் வந்து அலைக்களித்தன.

‘ஏன்? சந்தேகமா?’ ஆர்த்ராவின் இந்த செய்தி வந்ததும், மறுபடியும் அதிர்ச்சியுற்றேன்.

அய்யய்யோ... வந்திருப்பது உறுதி என்ற அந்தத் தருணம் இவ்வளவு நெருக்கத்திலா? பொய்யாக இருக்கட்டுமப்பா!

நொந்துபோய் வேண்டினேன்.

உடனே, என் வேண்டுதல் பொய்யாவதுபோல, ஒன்றன் பின் ஒன்றாக, மொத்தம் ஆறு தடவை வாட்ஸப் கத்தியது!

ஒவ்வொரு முறையும் நெஞ்சு பக் என்றது.

ஊகூம்...ரெஸிடென்சி தெருவில் இருக்கிறேன். பாழாய்ப்போன ஒன்வே வேறு. கதறும் டிராஃபிக். வெகு எச்சரிக்கையாக காரை இடதுபக்கச் சந்தில் நுழைத்து, கூட்டம் அதிகம்

இருந்த இடத்தில் வேகத்தைக் குறைத்து, இடதுகையால் கைபேசியில் பாஸ்வார்டை அழுத்தினேன். வேண்டாத உண்மை உதைத்துக்கொண்டு வந்தது!

ஆர்த்ரா இதே ஊரில் இருப்பதற்கான சாட்சிப் படங்களை அனுப்பி இருந்தாள். ஆறு செல்ஃபிகள். ஒவ்வொன்றும் நல்ல அறிமுகமான பின்னணி. அதாவது பெங்களூர்தான் என்ற இடங்கள், அடையாளம், முத்திரைகள் ...போன்றவை. ஒவ்வொன்றிலும் கண்ணாடி அணிந்து, தனக்குத்தானே பல்லிளித்துக்கொண்டு அவள்! முதல் இரண்டை விமான நிலையத்தில் எடுத்திருந்தாள். விமான நிலையத்தின் அலையைப்போல வளையும் வெள்ளை கூடாரத்தின் சாயல் இருந்தது. ஒன்றில் கிளிக் அதிர்ந்து கொஞ்சம் மங்கலாக இருந்தது. இரண்டாவது நன்றாக ஃபோகஸ் செய்யப்பட்டது. மற்ற நான்கை காரில் உட்கார்ந்து எடுத்திருப்பாள் போல... நான்காவது விண்ட்ஸர் மேனரின் லாபி!

நெஞ்சம் மறுபடியும் பக் என்றது. தசக் என்று விழுந்தது. பாதாளத்தில் இறங்கிவிட்டதோ... சமாளிக்கும்போது என் இரத்தக் கொதிப்பும் அதிகமானதுபோலத் தெரிந்தது!

'எனி டௌட் நவ்?' மற்றொரு செய்தி! கேள்வியுடன் ஒருகண்மூடி நாக்கை வெளியே நீட்டிய குறும்புமுகம் இருந்தது!

இனி எப்படி என்று தோன்றும் முன்பே, கைபேசி அடித்தது. குரலைக் கூட்டி ஹலோ சொன்னேன். கவனமாக 'கமிட்' செய் என்று கவனம் எச்சரித்தது. நாடகம் தொடங்கியது.

"எனக்குத் தெரியாது அபி. அலுவலகம் போனதும், பாஸ் அழைத்து உடனே பெங்களூர் புறப்படு என்று கட்டளையிட்டார். நேராகப் புறப்பட்டு வந்துவிட்டேன். ட்ரைடெண்ட் டெக் எம்டியுடன் மீட்டிங். இப்பத்தான் முடிந்தது. இங்கே ஹோட்டலில் இருக்கேன். எட்டுமணிக்கு ரிட்டர்ன் பிளைட் இருக்கு. ஐ கென் ஆல் பி யுவர்ஸ் நவ். கிடைப்பாயா? உன் ஊரில் நீ கிடைக்காமல் போனால் நான் முழுமையடையமாட்டேன்...ப்ளீஸ்..."

"மாலைக்குப் பிறகு ஆகாது ஆர்த்ரா." எனக்குள் இருந்த எச்சரிக்கை சொல்லியது. "வேண்டுமானால் இப்போதே

வரமுடியும். ஐ ஹேவ் அ டின்னர் மீட் அட் ஐ டி பி எல்...வாட் டூ யூ ஸே?"

"எவ்வளவு நேரமாகும்?"

"அரை மணி நேரம். அங்கே வந்த பிறகு ஒரு அரைமணி நேரம் இருக்க முடியும் அவ்வளவுதான்."

"உன் அரையும் எனக்கு முழுமையாக வேண்டும், அபி." ஆர்த்ரா இப்படிச் சொல்லும்போது மனம் உறுத்தினாலும், நெஞ்சுக்குள் இருந்த தடுமாற்றம் குறைந்தது. "வெல்...ஐ டோன்ட் பிளேம் யூ... உன் வேலை எப்படி என்று எனக்குத் தெரியும்."

"....."

"சரி, சீக்கிரம் வந்துவிடு. காத்திருப்பேன். ஹா...நான் இன்னும் சாப்பிடவில்லை, லெட் அஸ் சிட் அட் த பூல் சைட். பிறகு உனக்கு ஓய்வும், மூடும் இருந்தால் அறைக்குப் போகலாம்."

அதற்குள், பின்னாடி இருந்து யாரோ கண்டபடி ஹாரன் அடித்தார்கள் என்று, அவசரத்தில் ஊம் போட்டு கைபேசியை வைத்தேன்.

மூன்று

I

விண்ட்ஸர் மேனரை போய்ச் சேர்ந்தபோது மணி மூன்று இருபது. அரை மணி நேரம் என்றால் அரைமணி நேரம்தான் இருப்பது...என்று காரை நிறுத்தும்போது மனதில் அழுத்தமாகச் சொல்லிக்கொண்டேன். அலுவலகத்திற்கு தொலைபேசியில் அழைத்து, ஐந்து மணி மீட்டிங்கை மறுநாள் ஒத்திவைக்கச்சொன்னேன். காரில் இருந்து இறங்கி, இடுப்பு வாரை சரி செய்துகொண்டு, கார் ஓரக் கண்ணாடியில் முகம் பார்த்து கொஞ்சம் முடியை ஒழுங்குபடுத்திக்கொண்டு, டிஷ்யூவால் முகத்தில் இருந்த எண்ணெய் பசையை துடைத்து... முடிந்த அளவுக்கு ஃப்ரெஷ் ஆகி, ஹோட்டல் லாபிக்குள் அடி எடுத்து வைத்ததுதான் தாமதம், எங்கிருந்தாளோ தெரியாது,

ஆகாயத்திலிருந்து இறங்கி வந்தவளைப்போல குணாலி எதிரில் வந்தாள்!

தத்! இவள் வேறு கிடைக்கவேண்டுமா? அதுவும் இந்த நேரத்தில்? அதிர்ஷ்டத்தைப் பழித்தேன்.

“ஹாய் சர் - ஜி... வாட் அ சர்ப்ரைஸ்...என்ன இங்க?” சிரிப்பு வழியக் கேட்டாள்.

“வெல்... மீட்டிங் அதான் வந்தேன். ஹவ் கம் யூ ஆர் ஹியர்?” வலுக்கட்டாயமாகச் சிரித்தேன்.

மறுபடியும் சிரித்தாள். “நேரம் இருக்கா? ஜஸ்ட் பத்து நிமிஷம்?”

சிறிது மெலிந்திருந்ததால் இன்னும் அழகாகக் தெரிந்தாள். அழகான முகம், அழகான கண்கள். பெயருக்குத் தகுந்ததுபோல அழகான கண்கள் உள்ள பறவை! தத்... சிக்கலில் இருந்தாலும் இவ்வளவையும் கவனிக்கிறேனே...எனக்குச் சிரிப்பு வந்தது.

“நோ, நாட் நவ், குணாலி...” அவசரப்பட்டேன்.

“ஓ சர் - ஜி, எப்போதும் இதையே சொல்லுங்கள். உங்கள் நலம் விரும்பிகளுக்காக கொஞ்சம் நேரம் ஒதுக்குங்கள்.”

சிறிது அதிகமாகத்தான் ஆடுகிறாள் என்று பொறுமை இழந்தாலும் அடக்கிக்கொண்டு சிரித்தேன்.

“உங்களை வந்து பார்க்கணும்னு எவ்வளவு தடவை செய்தி அனுப்பினேன். யூ டிட்டிண்ட் ரிப்ளை அட் ஆல்.” மெல்ல குறை கூறினாள்.

“இல்லை, வேலை ஹெக்டிக் ஆக இருக்கு. வில் கால் யூ ஒன் ஆப் தீஸ் டேய்ஸ். அதிருக்கட்டும்...நீ என்ன இங்க? இப்பத்தான் வந்ததா, இல்லை புறப்படறயா?”

“கேம் ஜஸ்ட் நவ்.”

குணாலி இப்போதுதான் வந்தாள் என்ற உண்மை என் இரகசியத்தை முள்ளால் குத்தியது போல இருந்தது!

ஒருவேளை, இவள் ஆர்த்ராவுடன் இருக்கும் என்னைப் பார்த்துவிட்டால்? மனது மறுபடியும் எச்சரிக்கை வகித்தது!

பிறகு என்ன கதி? எதற்கும், இன்று ஆர்த்ராவிடம் தூரமாக நின்றே பேசவேண்டும். எந்த நேரத்திலும் காதல் - கொஞ்சல் செய்யக்கூடாது. எவ்வளவு தேவையோ அவ்வளவு இருந்து, நல்லவனாக இருக்கவேண்டும். எச்சரிக்கையை எச்சரித்தேன்.

“வாங்க…நானும் உங்களுடன் வருகிறேன்…” என்று குணாலி, என்னுடன் சேர்ந்து நடந்தாள். “ஹவ் ஈஸ் பூமி மேடம்? ஹவ் அபௌட் திஷா?” என்று அடுத்த இரண்டு அடிகளில் கேட்டாள்.

தேவை இல்லாத நலம் விசாரிப்பு சங்கடமாக இருந்தது. எனக்கு அப்போது பேச்சுத் தேவை இருக்கவில்லை. பார்க்கிங் இடத்திலிருந்து ஹோட்டல் லாபிவரை இருநூறு மீட்டர் பாதையில் ஆர்த்ராவுடன் பேசவேண்டியதை எல்லாம் ரிகர்சல் செய்வது என்று நினைத்தேனே… இந்தப் படுபாவி கிடைத்து எல்லாம் பாழாய்ப்போனதே…ச்சே…வருத்தமானது. ஆனால் என்ன செய்யமுடியும்? அறிமுகத்து தாட்சிண்யம் அல்லவா? இந்த ஊர் தாட்சிண்யம்.

“நல்லா இருக்காங்க. ஆல் வெல். ஹவ் அபௌட் யூ?” உடனே இல்லாவிட்டாலும் பதிலுக்குக் கேட்டேன்.

“ஐ ஆம் குட், சர் -ஜி” என்று சொல்லும்போது தரை வழவழப்பிற்குக் கால் பிசகியதோ என்னமோ உடனே நடையை சரிசெய்துகொண்டாள். “என்ன தெரியுமா, போன வாரம் பூமி மேடம் கிடைச்சாங்க. ஒரு கான்செர்ட்டில், குட் நாட் டாக் மச். சும்மா ஹாய் மட்டும் சொன்னேன். அவர் என்னை மறந்துவிட்டார். திரும்பவும் அறிமுகப்படுத்திக்கொள்ள வேண்டிதாயிற்று.”

“ஐ ஸீ” என்றேன்.

பூமி இதைப்பற்றி என்னிடம் சொல்லவே இல்லையே? சொல்லி இருந்தாலும் என்னுடைய புதிய காதல் விவகாரத்துக் குழப்பத்தில் மறந்துவிட்டேனா? மனது இதைப் பற்றி மறுபடி யோசிக்கவில்லை. தற்போதைய விருப்பங்கள் வேறு.

“சர்-ஜி. எனக்கு நேரம் ஒதுக்குவீங்க தானே?” நிறையப் பேசணும்.” மறுபடியும் அதே பேச்சுக்கு வந்தாள். எல்லாவற்றிக்கும் ஆமா போட்டுக்கொண்டு நடந்தேன்.

ஹோட்டல் லாபியை அடைந்ததும், “ஓகே குணாலி. வில் கேச் அப் எகைன்” என்று சொல்லி கையைக் குலுக்கினேன். “ஸீ யூ சர் - ஜி. ஸீ யூ ஸூன்... நான் சொன்னதை மறக்கவேண்டாம்” என்று சொல்லி விடைபெற்றாள். லாபியில் இருந்து வலதுபக்கம், காரிடாரில் திரும்பும்போது சும்மா திரும்பிப் பார்த்தேன். குணாலி என் பக்கமாகவே பார்த்துக்கொண்டு நின்றிருந்தாள். மறுபடி ஒருதடவை கைவீசி முன்னால் நடந்தேன். அவள் வலதுகையைத் தூக்கி பெருவிரலைக் காட்டியது ஒரு நொடி தெரிந்தது.

II

அழகான ரோமன் தூண்கள் இருந்த நடைபாதையில் சுமார் நூறு அடி நடந்து, அதே நடைபாதை நீச்சல் குளத்தின் அருகே பெரிய மண்டபத்தைப்போல இருந்த திறந்த வெளியில் முடியும் இடத்தில் - ஆர்த்ரா, முதுகுவரை படரி விரிந்த கூந்தலுடன், என்னை எதிர்பார்த்துக்கொண்டு உட்கார்ந்திருந்தது தெரிந்தது. கடும் கருப்பு நிறத்து டெனிமின் மேல் வெளிர் மஞ்சள் சட்டை அணிந்திருந்தாள். எப்போதும்போல கண்ணை மறைக்கும் கருப்புக் கண்ணாடி. அழகாகத் தெரிந்தாள். விருப்பமான பெண் என்றும் அப்சரைதான். அப்படியே, தமயந்தி நளனுக்காகக் காத்திருக்கும் ரவிவர்மனின் ஓவியத்து தற்கால அவதாரத்தைப்போலத் தெரிந்தாள்!

“ஹாய் ஆர்த்ரா...” என்று சொல்லிக்கொண்டே முன்னால் போய் நின்றேன். “ஹே அபி...” என்று தடுமாறி எழுந்து நின்று தழுவிக்கொண்டாள். தழுவல் இதமாக இருந்தது. ஆனால் சூழ்நிலை சரியில்லை. ஒத்துப்போகவில்லை. உடனே மனது விழித்துக்கொண்டது. சங்கடமானது. ஆனாலும் காதலுக்கு ஒரு அக்கறை இருக்கிறதே, நானும் அவளை அணைத்துக்கொள்ள வேண்டியதாயிற்று. மிகவும் எச்சரிக்கையாகவே மெதுவாக முதுகைத் தடவி, மெல்லத் தட்டினேன். பட்டுப்போன்ற முடிக்குப் பின்னால், அவள் சட்டைக்குள் அணிந்திருந்த பிரேசியர்ஸின் ஹூக் விரலுக்குப் பட்டு கொஞ்சம் இடைஞ்சலானது. உடனே கையை எடுத்தேன். இதே சூழ்நிலை, நாங்கள் எப்போதும் பரஸ்பரம் சந்திக்கும் தில்லியாக இருந்தால் - சுற்றி இருக்கும் உலகம் எங்களைப் பார்த்து மெய்மறந்திருக்கும். மெய்மறந்து பின் சரிந்திருக்கும்... என்று

தோன்றியது. இத்தனைக்கும், தனிமை என்பது அதுவாகவே, ஏற்படுவதில்லை, உருவாக்கிக் கொள்ளவேண்டும்! தில்லியில் இப்படிப்பட்ட தனிமையை நானாகவே தோற்றுவிப்பேன். வானத்துக் கடவுள்களை எல்லாம் ஒதுக்கிவைத்து, சத்தியம் - தர்மம் - நீதி தேவதைகளை அலட்சியப்படுத்தி, எங்களுக்கு மட்டுமே உண்டான வாய்ப்பை உருவாக்குவேன். உள்ளாடைகளின் இடைஞ்சல்களையும் இல்லாமலாக்கி அவளை விடுவித்துவிடுவேன். அவளும் அப்படித்தான், என்னையும் முழு சுதந்திரம் அடையச் செய்வாள்.

அதற்குள் கைபேசி ஒலித்தது.

இருவருடையதும் ஒரே வகைக் கைபேசி. ஒன்றாக வாங்கியது. நான்தான் பரிசாகக் கொடுத்தது. ஐ போன். ஒரே ரிங்டோனும்கூட.

கைபேசி ஒலித்தபோது என்னுடையதா, அவளுடையதா என்ற குழப்பம்.

அது மட்டுமல்ல, இப்படி ஒரு அழைப்பு வந்தது நல்லதாயிற்று. உடனே என்னிடம் இருந்து விடுபட்டாள். தேகம் லேசான ஆறுதலுடன், "இஸ் இட் யுவர்ஸ், ஆர் மைன்?" என்ற குழப்பத்தை வார்த்தையாகக் கேட்டேன். என்னுடையதுதான் என்று சிரித்து எடுத்துக்கொண்டாள்.

ஆர்த்ரா போனில் பேசிக்கொண்டிருந்தபோது, நான் அவள் எதிரில் இருந்த நாற்காலியில் சாய்ந்தேன். போனுக்கு அந்தப்பக்கம் இருப்பது யார், என்ன...என்று நேரடியாகத் தெரியாவிட்டாலும், அவள் பேச்சில் இருந்து விஷயம் என்னவென்று தெரிந்தது. பேச்சுக்கு இடையே அனோமா என்ற சொல் இரண்டு மூன்று முறை ஒலித்தது. அது ஒருவருடைய பெயர் என்று பிறகு தெரியவந்தது. ஆணோ, பெண்ணோ தெரியவில்லை... சந்திப்பது என்ற முடிவு பேச்சில் தெரிந்தது. "கம் பை ஃபோர் - ஃபோர் தர்டி அனோமா, இருக்கேன், இங்கதான் இருப்பேன். வரும்போது எதற்கும் போன் செய். அவனையும் அழைத்து வா... கிரேட், ஸீ யூ ஸூன்..."

நான் கூட இருக்கும்போதே அந்த இன்னொருவரையும் வரச்சொன்னது சங்கடத்தை ஏற்படுத்தியது. "அர்ரே, நான் இங்க

இருக்கும்போதே, இன்னொருத்தரையும் வரச் சொல்றயே.'' சிறிதாக வருத்தத்தைத் தெரிவித்தேன்.

“ஓ, அய்யாவுக்குக் கோபம் வருது...'' நாடகத்தனமாக சொன்னாள். “நீதானே அரை மணி நேரம் இருக்கமுடியும் என்று சொன்னது.''

“ஸோ?... அதனால் நான் இருக்கறப்பவே அந்த ஆளும் வரணுமா என்ன?''

“இல்லை, அபி, அது அப்படியல்ல. அனோமான்னு. என் அண்ணனின் நண்பன் மகள். இங்கதான் இருக்கா. ஐஐஎஸ்சி-இல் மாஸ்டர்ஸ் படிச்சிக்கிட்டு இருக்கா. அஞ்சாறு வருஷமாச்சு, இருவரும் சந்திச்சு. சரி, நேரமிருக்கே சந்திக்கலாமுன்னு.... இப்பவும் சொல்லு என்னுடன் நீ இந்த மாலையை கழிப்பதாக இருந்தால் வரவேண்டாம் என்று சொல்லிவிடுகிறேன்.''

“ச்சே...ச்சே... அது அப்படியல்ல. இல்லை, கூடவே இன்னும் யாரையோ அழைத்துவரச் சொன்னாயே?''

“அவளுடைய ஃப்ரெண்ட் ஆமா....'' என்று சிரித்து, தொடர்ந்து - “பாய் ஃப்ரெண்ட்!'' என்று பேச்சைத் திருத்திக்கொண்டு கண் சிமிட்டினாள்.

வியப்பாக இருந்தது.

இதற்கு நடுவில், என் சந்தேகம் புரிந்ததுபோல, “அபி.. எனக்குப் புரிகிறது, நீ என்ன யோசிக்கிறாய் என்று. ஐ கேன் டோட்டலி அண்டர்ஸ்டெண்ட். ஒரே ஊரில் இருக்கும்போது பல அறிமுகமான முகங்களைப் பார்க்க வேண்டிவரும் என்று எனக்குத் தெரியும்... டிரஸ்ட் மி, நமக்குள் எதுவாக இருந்தாலும், அது நம்முடையது மட்டும். என் நிழல்கூட என்னைத் தொடாமல் பார்த்துக்கொள்கிறேன்... ஸோ, டோன்ட் வரி...'' என்றாள்.

“நான் எங்கே உன்னைச் சந்தேகப்பட்டேன், ஆர்த்ரா?''

இப்போது என்னையே ஒரு நொடி கூர்ந்து கவனித்து, எதையோ சொல்ல நினைத்து - உடனே பேச்சை முழுங்கிக்கொண்டாள். “இருக்கட்டும் விடு. அது முக்கியமல்ல'' என்றாள். “அதிருக்கட்டும், இப்ப சொல் என்ன ஆர்டர் செய்யட்டும்?''

சந்தேகத்துடன், “ஜஸ்ட் அ காஃபி” என்றேன்.

“அய்யா சாமி, நான் இன்னும் சாப்பிடவில்லை, தெரியுமா?”

“சரி... யூ ஆர்டர், நான் சும்மா உக்காந்திருக்கேன்.”

“சும்மா உட்காரவா நான் உங்களை இங்கே வரவழைத்தது?” என்று சொல்லி, மெனுகார்டில் கண்வைத்து- எதையோ யோசித்து, முடிவாக சில ரொட்டி, தாளிச்ச பருப்பு, ஒரு கிண்ணம் தயிர் சொன்னாள். அப்படியே எனக்கு ஒரு காஃபி.

“ஸோ, டெல் மி, அபி...” என்று பேச்சைத் தொடங்கியவள், “அட, அங்க எதுக்கு உட்காந்திருக்கே? இந்தப் பக்கம் வரக்கூடாதா?” என்று பக்கத்தில் அமரச் சொன்னாள்.

“நோ, நோ... ஐ ஆம் ஜஸ்ட் ஃபைன்...” என்றேன்.

“சரி, ஐ டோன்ட் போர்ஸ்....சொன்னந்தானே, உனக்கு நேரம் மூட் இருந்தால் மட்டும் மற்றவை...” என்று சொல்லி, புதிராகக் கண் சிமிட்டினாள். நான் அதை முழுமையாக அலட்சியப்படுத்தினேன். சில நிமிடங்கள், தில்லி பிராஜக்டைப் பற்றிப் பேசினோம். அதற்குள், ஆர்டர் மேசைக்கு வந்து சேர்ந்தது. அவள் உணவு, என் காஃபிக்கு இடையே மேலோட்டமான பேச்சுகள் நடந்தன.

III

ஆர்த்ரா பிங்கர்போவலில் இருந்த எலுமிச்சைத் துண்டை எடுத்துக்கொண்டு, வலதுகையைத் தேய்க்கும்போது - மறுபடி கைபேசி அழைத்தது. அப்போது என் கைபேசியை சைலண்டில் போட்டிருந்ததால், திரும்ப யாருடைய கைபேசி என்ற குழப்பம் ஏற்படவில்லை. மேசை மீது இருந்த அவள் கைபேசியில், அனோமா என்ற பெயர் மின்னியதைப் பார்த்து, இனி கூடிய விரைவில் எழுந்து போகவேண்டும் என்று முடிவு செய்தேன்.

“எஸ், அனோமா, சொல். எங்க இருக்கே?” ஆர்த்ரா கேட்டாள். “சரி, ஃபிரண்ட் டெஸ்கில் பூல் சைட் டெக் எங்கேன்னு கேளு... சொல்வார்கள். வா....ஹா...ஹா..ப்ரிங் போத் ஆஃப் தெம் அலாங்... இருவரையும் அழைத்துவா... நான் ஒரு மீட்டிங்கை முடிக்க இருக்கிறேன். வில் பி டன் எனி மொமெண்ட். நீ

வரலாம்” என்று கைபேசியைத் தூண்டித்தாள். உடனே என் பக்கம் திரும்பி, “அவர்கள் வந்திருக்கிறார்கள். அனோமா பாய் ஃப்ரெண்ட் மட்டுமல்லாமல் - இருவருடைய காமன் ஃப்ரெண்டும் இருக்காளாம். அவள்தான் இவர்கள் இருவரையும் சேர்த்துவைத்தது. என்ன அதிசயம் தெரியுமா? அந்தப் பெண்ணும் அந்தப் பையனும் காதலித்தார்களாம். பேச்சு திருமணம் வரை சென்று, முடிவில் வீட்டில் ஒத்துக்கொள்ளவில்லை என்று முறிந்துவிட்டதாம். காதலை ஏமாற்றக்கூடாது என்று அவள்தான் இவனுக்குப் பெண் கிடைக்கும்வரை திருமணம் கூடாது என்று முடிவு செய்து, தானாகவே அனோமாவை இவனுக்கு அறிமுகப்படுத்தினாளாம்...” என்று சொல்லத் தொடங்கினாள்.

எனக்கு உண்மையான கதை என்னவென்று தானகத் தெரிந்தது. குணாலியின் எபிஸோட் முழுதும் திரை மீது ஓடும் சினிமாவைப்போல மூண்டது.

அதிசயமாகத் தோன்றியது.

“அபி... நீ என்ன அவர்கள் வரும்வரை இருக்கிறாயா? இல்லை...” ஆர்த்ரா சந்தேகமாகக் கேட்டாள். உடனே விழித்துக்கொண்டு புறப்படத் தயாராகி எழுந்து நின்றேன். மனதிற்குள், வாழ்க்கையை மொத்தமாகக் கொண்டு வந்து குவிக்கும் அதிசயமான சித்திரங்கள் எல்லாம் தோன்றின. குணாலி...ஆக்நேயன்...அனோமா...பூமி...ஆர்த்ரா... ஜிக்ஸா பஸலில் நடப்பதைப்போல எதை எல்லாம் எங்கே பொருத்திப் பார்ப்பது என்று எண்ணிக்கொண்டு தொலைந்துபோனேன்.

“ச்சே...ச்சே...நான் உன்னை புறப்படு என்று சொல்லவில்லை, அபி....யூ மே ஸ்டே ஆன்...” ஆர்த்ரா சொல்லிக்கொண்டிருந்த போதே குணாலி, ஆக்நேயன் மற்றும் அனோமாவுடன் வருவது தெரிந்தது. ஆக்நேயன் மற்றும் அனோமா கைகோர்த்துக்கொண்டு நடந்தார்கள். குணாலி ஏதோ சொன்னதற்கு இருவரும் சிரித்தார்கள்.

நான் அப்போது எனக்குள் உறைந்துவிட்டேன். உயிர்மெய்யெழுத்தே தெரியாத குணாலிக்கும், கொஞ்சம் அதிகமாகவே இலக்கணம் தெரிந்த எனக்கும் என்ன வேறுபாடு என்ற கேள்வி எழுந்தது.

T.K. தியாகராஜன்.

பிறப்பு 28.6.1958. 40 ஆண்டுகளாக பத்திரிகையாளராக பணியாற்றுகிறார். திரு. லங்கேஷ் இருந்தபோது அவருடைய லங்கேஷ் பத்திரிகையில் முக்கியப் பொறுப்பில் இருந்தார். தற்போது பிரஜாவாணி பத்திரிகையில் 'பாவ பித்தி' என்ற கட்டுரையைத் தொடர்ந்து எழுதி வருகிறார். குடகு பத்திரிகை சங்கத்தின் செயலாளராக இருக்கிறார். 'பாவபித்திய சித்ரகளு', 'ஆபரேஷன் சேண்டல் பாக்ஸ்' போன்ற பல தொகுப்புகள் வெளியாகியுள்ளன. தற்போது பெங்களூரில் வசிக்கிறார்.

அதீத காமம்

■ T.K. **தியாகராஜன்**

அவன் தொடர்ந்து வியர்த்துக் கொண்டிருந்தான். உடம்பை இழுத்து முறுக்கியது போல தாங்க முடியாத வலி. ஆனாலும் மனம் தளராமல் தான் செய்ய வேண்டிய வேலையைத் தொடர ஆயத்தமானான். எவ்வளவு முயன்றாலும் சாத்தியமாகவில்லை. முன்பு எப்போதும் எதிர்கொள்ளாத இந்த விசித்திரமான நிலைமையினால் அவன் அதிர்ந்து போயிருந்தான்.

அவளுக்கோ முப்பது வயதிருக்கும். கன்னட இலக்கியத்தில் மேல்நிலைப் படிப்பை முடித்து கல்லூரியொன்றில் பேராசிரியையாக பணியாற்றிக் கொண்டிருந்தாள். புதிய தலைமுறைக் கவிஞர்களில் தன்னுடைய விசேடமான முத்திரையைப் பதித்திருந்த அவளுக்கு புகழ்வாய்ந்த இலக்கியவாதி திவ்யாத்மன் அவர்களின் மேல் கௌரவம், அன்பு, ஆராதனை மனோபாவம். ஒரு விதத்தில் அவளுக்கு அவர் மேல் களங்கமில்லாத பக்தி. அவரால் உன்னதமான படைப்புகளை இன்னும் அதிகமாகத் தரமுடியுமானால் அதில் தன்னுடைய பங்களிப்பும் இருக்கவேண்டும் என்று சரணடைந்தவள்.

மனைவியும், பிள்ளைகளும் அம்மா வீட்டிற்கு போயிருந்தார்கள். அவனுடைய அழைப்பின் பேரில் அத்தியாய அன்று இரவே தனது வீட்டிற்கு வந்தது அவனுக்கு மட்டற்ற மகிழ்ச்சியைக் கொடுத்தது. அரட்டை, உணவு அவளுடைய வாளிப்பான தேகத்தின் மீதான கிளர்ச்சியைத் தூண்டிவிட்டது. அவளைப் பார்த்துக்கொண்டே “கோபால கிருஷ்ண அடிகரின் இந்தக் கவிதையைக் கேட்டால் காதல் மற்றும் காமத்திற்கான

அர்த்தங்களும், வியாக்கானங்களும் இன்னும் அதிகமாகத் தோன்றும்'' என்று சொல்லிக்கொண்டே மியூசிக் சிஸ்டத்தை ஆன் செய்தான். "காமத்து சேற்றிலிருந்து பிறந்து வந்தது புனிதமான அன்பான இந்தக் கமலம்..." பாட்டு தொடங்கியவுடன் அவனும் முணுமுணுக்கத் தொடங்கினான்.

நிதானமாக அவள் அருகில் வந்து தலையை வருடி, இரண்டு கைகளாலும் அவள் கன்னத்தை அழுத்திப் பிடித்து நெற்றியின் மீது முத்தம் ஒன்றைப் பதித்தான். "நான் ஏதோ தவறு செய்கிறேன்" என்று அவளுடைய முகத்தைப் பார்த்துச் சொன்னாலும், காதலைப் பற்றி அறிஞர்கள் சொன்னவற்றை எல்லாம் நினைத்துக்கொண்டு மெல்ல அவளை அவன் பக்கம் இழுத்து அணைத்துக்கொண்டான். கன்னம், உதடு, முகவாய்க்கட்டை, காது, கழுத்து இப்படி முத்தமிட்டுக்கொண்டே "மனிதன் அம்மணமாவதென்றால் முக்தி அடைவது, ஒரு அர்த்தத்தில் மோகங்களில்லாத நிலையை அடைவது" என்று சொல்லிக்கொண்டே அவளுடைய மனதைக் கவர்வதில் வெற்றியடைந்தான் திவ்யாத்மன். அவளுடைய வெண்ணை போன்ற வளுவளுப்பான உடம்பை ஒரு இஞ்சும் விட்டு வைக்காமல் தடவிக்கொண்டே போனான்.

அவனுடைய கண், உதடு, கைகள் அவளது தேகத்தை அளந்து கொண்டிருந்ததை அவள் ஆட்சேபிக்கவில்லை. அப்படி அழைப்புவிடுவது அவனது உரிமை, அதற்கு அடிபணிவது தன்னுடைய கடமை என்பதைப் போல தன்னை முழுவதுமாக அர்ப்பணித்து ஒத்துழைக்கத் தயாராக வந்ததுபோலவே அத்தியாய நடந்துகொண்டாள். இனி புணர்வதற்குத் தயாரான நிலையில் இருக்கும் தருணம் திவ்யாத்மன் நடுங்கத் தொடங்கினான். உடம்பெல்லாம் வியர்க்க, தேகம் சுக்குநூறாக நொறுங்கியதுபோல என்றும் அனுபவிக்காத யமவேதனை. இவைகளெல்லாம் புது அனுபவமாக இருந்ததால் அத்தியாயவிற்கும் ஆச்சரியம். அவள்தான் அவனைச் சமாதானப்படுத்தி சிறிது ஓய்வெடுக்கச் சொன்னாள். சில நிமிடங்களில் எல்லாம் சரியாகிவிட்டதாக உணர்ந்தான் திவ்யாத்மன். அத்தியாயவின் மேல் திரும்பவும் பாய நினைத்தபோது மறுபடியும் முதலில் ஏற்பட்ட அதே அனுபவம். அவனுடைய சங்கடங்கள் சொல்லி மாய்வதல்ல. அத்தியாய வீட்டுக்கு வருவதைப்பற்றி எத்தனை கனவுகள் கண்டிருந்தான். சுகத்தின் உச்சத்தை எட்டும் முன்பே

துஸ்வப்னங்களின் அனுபவமானதால் தளர்ந்து போயிருந்தான். அவனுக்கு அந்தத் தருணம் நரகமாகத் தோன்றியது. நிரம்பிய அணைக்கட்டின் கதவுகள் திறக்கப்படாமலிருந்தால் என்ன ஆகுமோ அப்படியிருந்தது அவனது நிலைமை.

அர்ப்பணித்துக்கொள்ள வந்த பெண் பக்கத்திலேயே இருந்தாலும் அவளை அனுபவிக்க முடியாத இந்த எதிர்பாராத நிலைமைக்கு திவ்யாத்மன் தன்னைத்தானே கடிந்துகொண்டான். இரவெல்லாம் புரண்டுகொண்டே படுப்பதைத் தவிர அவனால் வேறொன்றும் செய்ய இயலவில்லை. விடிந்ததும் அத்தியாயவை வீட்டிலேயே இருக்கச் சொல்லிவிட்டு இதய வைத்திய நிபுணரிடம் ஓடினான். இசிஜி, எக்கோ இப்படிப் பல பரிசோதனைகளைச் செய்து இதயத்திற்கு சம்பந்தப்பட்ட எந்த பிரச்சனைகளும் இல்லை என்பது உறுதியானது. இந்த பிரச்சனை தொடர்ந்தால் மனநோய் வைத்தியரை ஆலோசிக்க அறிவுரைத்தார். நேற்று ஏதோ இப்படி எதிர்பாராமல் நடந்திருக்க வேண்டும், இன்று எப்படியாவது அத்தியாயவுடன் இணைந்துவிட வேண்டுமென்று இருட்டுவதற்காகக் காத்திருந்தான். உணவகம் ஒன்றில் மதியம் மற்றும் இரவுக்குத் தேவையான உணவை பார்சல் செய்துகொண்டு அவசரமாக வீடு திரும்பினான். அத்தியாய படித்துக்கொண்டிருந்த புத்தகத்தை பறித்து பக்கத்தில் வைத்துவிட்டு, “எனக்கு எந்தப் பிரச்சனையும் இல்லை என்று டாக்டர் சொல்லிவிட்டார். எல்லா டெஸ்ட்களும் இதை உறுதிப் படுத்தியுள்ளன. கவலைப்படுவதற்கு ஒன்றுமில்லை” என்று மகிழ்ச்சியுடன் சொல்லிக்கொண்டான்.

இரவெல்லாம் ஒரு பாட்டு, இன்னொரு கதை, மற்றொரு விடயங்களை சர்ச்சைக்குத் தேர்ந்தெடுத்த திவ்யாத்மன், முதல் நாள் தோல்வி கண்ட அதே உறவின் பயணத்திற்கு தயாரானான். மறுபடியும் அதே அன்பான பேச்சு, வருடல், உடல் முழுவதும் முத்தங்கள். வாத்சாயானன் விவரித்த பல தோரணைகளை நினைவில் அலசி அவள் மீது பாயும் நிலையை நிர்ணயம் செய்து அத்தியாயவை தன் பக்கம் இழுத்துக்கொண்ட திவ்யாத்மனுக்கு இனி தான் இறந்துவிடுவேன் என்று எண்ணுமளவுக்கு மார்பு துடித்தது. உறக்கக் கத்திவிடவேண்டும் போலான வலி. இரண்டாம் நாளும் இலக்கை அடைய முடியாத மனதின் பயணம். யாருக்கும் கேட்காத அவன் தேகமென்னும் உடலின் கூக்குரல். வாளிப்பான, அழகான அத்தியாயவுடன் இணைய முடியாமல் இப்படி நாட்களை இழந்துகொண்டிருப்பது

திவ்யாத்மனுக்கு வேதனையாக இருந்தது. சிக்மண்ட் பிராய்ட் போன்ற பிரபல உளவியல் நிபுணர்களின் புத்தகங்களை படித்திருந்த திவ்யாத்மன், அத்தியாயவை அடைய முடியாத தன் தோல்வியின் மூன்றாவது நாள் டாக்டர் சொன்னதுபோல புகழ்வாய்ந்த உளவியல் நிபுணரான அனங்கரங்காவை அன்று மாலையே போய்ப் பார்த்தான். திவ்யாத்மனையே கண் இமைக்காமல் பார்த்துக்கொண்டிருந்த அனங்கரங்கா அவனுடைய உத்வேகம், பொறுமையின்மை, இயலாமை இவற்றுக்கு மத்தியிலும் நிம்மதியின் ஒரு ஒளிக்கதிருக்காக காத்துக்கொண்டிருந்ததைக் கண்டுகொண்டார். அவருடைய ஒவ்வொரு கேள்விக்கும் திவ்யாத்மன் பதிலளிக்கத் தொடங்கினான்....

உங்கள் பெயர்?

-திவ்யாத்மன்

வயது?

-ஐம்பத்தி ஐந்து

என்ன வேலை செய்கிறீர்கள்?

-ஞான சங்கமம் பல்கலைக்கழகத்தில் ஆங்கிலப் பேராசிரியர்.

உங்கள் தினசரி? வேறு பழக்க வழக்கங்கள்? உங்கள் உணவுப் பழக்கம்?

-கதை, நாவல்கள் எழுதுவது, இலக்கியக் கூட்டங்களில் பங்கேற்பது, புகழ்பெற்ற இலக்கியம், சங்கீதம், சினிமா, நாடகம் என்றால் மிகவும் விருப்பம். காலை ஒருமணி நேரம் விரைவாக நடக்கிறேன். மாலை ஷட்டல் பேட்மிட்டன் விளையாடுகிறேன். ஒரு நாளைக்கு எட்டுப்பத்து பாக்கெட் சிகரெட், இரவு இரண்டு மூன்று பெக் ஸ்காச், எல்லாவிதமான கடல் உணவுகளையும், மாமிசமும் அநேகமாக எல்லா நாட்களிலும் சாப்பிடுகிறேன்.

உங்களுக்கு விருதுகள் வந்துள்ளதா?

-நாட்டின் உன்னதமான இலக்கிய விருதைத் தவிர்த்து அநேக விருதுகள் கிடைத்துள்ளன. காளிதாச இலக்கிய அகாதெமிக்கும் ஒரு முறை தலைவராக இருந்தேன். வெளிநாட்டுப்

பல்கலைக்கழகங்களுக்கு விசிட்டிங் புரொஃபசராக போயிருக்கிறேன்.

உங்கள் புதிய படைப்பு?

-தீயின் குளியல் என்னும் நாவல்.

பெயர் விசித்திரமாக இருக்கிறது. அந்த நாவலை சுருக்கமாகச் சொல்லமுடியுமா?

-இந்த நாவல் சமமான மனோதர்மமும், கலாச்சார உணர்வும் இல்லாத பெண் ஒருவளுடன் வாழ்க்கை முழுவதும் தண்டனை என்பதைப்போல வாழவேண்டிய நிர்பந்தத்திற்கு உள்ளானவனின் நிலையைக் குறித்தது.

இது உங்கள் வாழ்க்கையின் அனுபவமா?

-சிறிதளவு ஆமாம். மற்றபடி எல்லாம் கற்பனை.

இனி வேறென்ன எழுதியிருக்கிறீர்கள்?

தீயின் குளியலை எழுதிப் பத்து வருடங்கள் ஆகிவிட்டது. அதன் பிறகு எதையும் எழுதவில்லை.

அப்படியென்றால் பத்து வருடங்களாக ஒன்றும் எழுதவில்லை? தற்போது எதுவும் எழுதாவிட்டாலும் பழைய சாதனைகளுடன் விளங்கும் கிரிக்கெட் ஆட்டக்காரனைப்போல புகழுடனேயே இருக்கிறீர்கள். (என்று தமாஷாக சிரித்து) ஏன் என்று கூறமுடியுமா?

-ஏன் என்று தெரியாது. ஒருவேளை 'ரைட்டர்ஸ் பிளாக்' என்பார்களே அதுபோல இருக்கலாம்.

சரி. இப்போது நான் கேட்கும் கேள்விகளுக்கு எதையும் மறைக்காமல் உண்மையாக பதிலளித்தால் மட்டுமே உங்கள் பிரச்சினைக்குத் தீர்வுகாண முடியும். நீங்கள் என்னிடம் வரக் காரணமான பிரச்சினை ஆரம்பமானது எப்போது?

-இரண்டு நாட்களாகத்தான்.

உங்களுக்குக் காமத்தைப் பற்றிய விருப்பம் ஏற்பட்டது எப்போது? நன்றாக நினைவுகூர்ந்து சொல்லுங்கள். உண்மையை மட்டும் சொல்லவேண்டும்.

-அநேகமாக ஐந்தாவது படித்துக்கொண்டிருக்கும் போது இருக்கலாம். அந்த வயதில் எனக்கு காமம், மர்ம அங்கங்கள், புணர்வு அல்லது இவைகளுக்குச் சம்பந்தப்பட்ட எந்த வார்த்தைகளாகட்டும் அதற்கான அர்த்தங்களாகட்டும் தெரிந்திருக்கவில்லை. எங்களுக்கு எலிசபத் என்ற ஆங்கில ஆசிரியை இருந்தார். மிகவும் அழகாக இருந்தார். அவரது பேச்சு, நடை இவைகளின் கவர்ச்சியால் எனக்கு அவர் மீது மிகவும் ஈர்ப்பு ஏற்பட்டது. ஆணும் பெண்ணும் சேர்ந்து அது ஏதோ செய்வார்கள் என்பது எனக்குத் தெரிந்திருந்ததே தவிர, அது என்ன என்பது உறுதியாக புலப்பட்டிருக்கவில்லை. அதை எலிசபத் டீச்சருடன் செய்ய முடியாது என்பது புரிந்திருந்தாலும் அவர் இறந்த பின் அந்த வேலையைச் செய்யமுடியும் என்று கற்பனை செய்து கொண்டிருந்தேன்.

நீங்கள் பெண்ணின் தேகத்தை முதல் முதலாக எப்போது நிர்வாணமாகப் பார்த்தீர்கள் என்பது நினைவிருக்கிறதா?

-நான் நடுநிலைப்பள்ளியில் படித்துக்கொண்டிருக்கும் போது இருக்கலாம் என்று நினைக்கிறேன். வீட்டில் நான், எனது அண்ணன், பக்கத்து வீட்டு சில பையன்களுடன் திருடன் போலீஸ் விளையாட்டு விளையாடும்போது ஒளிந்துகொள்வதற்காக குளியலறைப் பக்கம் ஓடினேன். அப்போதுதான் குளிக்கப்போன என் அம்மா கதவின் தாழ்ப்பாளைப்போட மறந்திருந்தார்கள். நான் முதலில் பார்த்தது அம்மாவின் நிர்வாணமான தேகத்தை. மிகவும் அழகாக இருந்த அம்மாவின் அந்த உருவத்தை என் நினைவிலிருந்து அகற்ற போதுமான அளவு முயற்சி செய்தாலும் இதுவரை சாத்தியப் படவில்லை. அதன் பிறகு என்னுடைய வகுப்புத்தோழி ஒருத்தியை டாக்டர் விளையாட்டிற்கு அழைத்து அவளுடைய அனுமதியுடன் அவளை நிர்வாணமாக்கிப் பார்த்து பிறகு என்ன செய்வதென்றே தெரியாமல் இருந்தேன்.

உங்களுடைய விருப்பத்தை ஈடேற்றிக்கொள்ள சுய இன்பம் ஓரினச்சேர்க்கை, விலைமாதுகளுடன் தொடர்பு இப்படி ஏதாவது?

-ஆம் மற்றும் இல்லை. எங்கள் வீட்டுக்கு வரும் உறவுக்காரர்களில் ஆணோ அல்லது பெண்ணோ யாராக இருந்தாலும் அவர்கள் பக்கத்தில் படுத்துக்கொள்ளும்போது ஒருவித சுகத்துக்கு அடிமையாவேன். விபச்சாரிகளிடம்

ஓரிரு முறை போயிருந்தாலும், அவர்களுடன் உடல் உறவுகொள்ள மனது விரும்பாமல் திரும்பியிருக்கிறேன். கடந்த ஒரு ஆண்டுகளாக ஓரிருமுறை எழுத்தாளர் ஒருவருடன் ஓரினச்சேர்க்கை உறவு இருந்ததுண்டு. ஆணோ, பெண்ணோ உடலுறவுக்கு ஒரு துணை வேண்டுமென்பது என் நிலைப்பாடு. உலகத்தின் புகழ்வாய்ந்த பாலின அறிஞர் தஸ்தூர் என்பவர், "உலகத்தில் தொண்ணூறு சதவிகிதம் பேர் முஷ்டிமைதுனம் செய்து கொள்கிறார்கள், மீதம் பத்து சதவிகிதம் செய்து கொள்வதில்லை என்று பொய் சொல்கிறார்கள்" என்று எழுதியிருப்பதைப் படித்திருக்கிறேன். இதை இனியும் விவரமாகச் சொல்லவேண்டியதில்லை என்று நினைக்கிறேன்.

அப்படியென்றால் திருமணத்திற்கு முன்பு பெண்களுடன் உடலுறவு இருந்ததில்லையா?

-இருந்தது. எனக்கு இருபத்தி ஐந்து வயதிருக்கும்போது என்னைவிட பனிரெண்டு வயது மூத்தவரான, கணவனை விட்டுப் பிரிந்திருந்த என்னுடன் வேலை செய்யும் பெண் ஒருவரிடம் எல்லாம் அனுபவித்திருக்கிறேன். அவருடைய கணவர் அவர் வாழ்க்கைக்குத் திரும்பி வந்ததும் நான் வேறு வழியில்லாமல் அவரிடமிருந்து விலகிவிட்டேன். அதன் பிறகு திருமணம் செய்துகொள்ள வேண்டுமென்றிருந்த பெண் கவிஞர் ஒருவருடன் உறவு வைத்துக் கொண்டிருந்தேன். சில காரணங்களுக்காக அந்தத் திருமணம் நடக்கவில்லை. என் வாழ்க்கையில் நிறையவே பெண்கள் வந்துபோயிருக்கிறார்கள். திருமணத்திற்குப் பிறகு என் வயதில் பாதியாக இருந்த பெண் ஒருவரையும் காதலித்திருக்கிறேன்.

காதலுக்கும், காமத்திற்கும் வேறுபாடு உள்ளது என்பதை அறிவீர்களல்லவா? இப்படியெல்லாம் நடந்துகொண்டதற்காக உங்களை குற்றஉணர்வு வருத்தவில்லையா?

-என் அபிப்பராயத்தில் இரண்டும் ஒன்றுதான். இரண்டையும் பிரித்துப் பார்க்க முடியாது. அப்படிப் பிரித்துப் பார்ப்பவர்கள் பொய் சொல்லுகிறார்கள். முகமூடிகளை அணிகிறார்கள். ஓர் ஆணும், பெண்ணும் ஒருவரை ஒருவர் விரும்பினால் அவர்களுக்கு எந்தக் கட்டுபாடு, சட்டம், வயது, உறவுகளும் இடைஞ்சலாக இருக்கக்கூடாது.

அப்படியென்றால் உங்கள் காம உணர்வுக்காக யாரை வேண்டுமென்றாலும், எந்த வழியிலும் உபயோகப்படுத்திக் கொள்வீர்கள். நிரந்தரமாக காமம் தேவைப்படும் என்பதைப்போல இருக்கிறது இதுவரை நீங்கள் அளித்த பதில்கள்?

-உபயோகப்படுத்திக்கொள்வது என்னும் வார்த்தையே சரியில்லை. உணவு, உறக்கத்தைப்போல காதலும் வாழ்க்கையில் தவிர்க்கமுடியாதது. அதில்லாமல் நானும் இல்லை. நீங்களும் இல்லை. எந்த உயிரினங்களும் இருக்கமுடியாது.

அந்த இரண்டு நாட்களின் வேதனை எதனால் என்பது உங்களுக்குப் புரிந்ததா? எதற்கும் ஒரு அளவு இருக்கவேண்டும். சாக்கலேட் விருப்பமென்று கேஜிக்கணக்கில் சாப்பிட்டால் என்னவாகும்? வயிறு கெட்டு பேதியாகும். பிறகு அது பிடித்தாலும், பிடிக்காவிட்டாலும் இயந்திரம்போல அசைபோட்டுக்கொண்டே இருக்கவேண்டும். உங்களுக்கு அப்படித் தோன்றவில்லையா?

-டாக்டர், நீங்கள் என்னைத் தவறாக எண்ணிவிட்டீர்கள். என்னுடைய பாலின உறவுகள் இயற்கையாக, எதிர்பாராமல் நடந்தவைகளே தவிர, நான் யாரையும் பலாத்காரத்திற்கு உட்படுத்தவில்லை. யாரையும் வஞ்சிக்கவும் இல்லை. சம்பந்தப்பட்டவர்களின் ஒப்புதலுடன்தான் அவர்களை அடைந்திருக்கிறேன்.

• • •

எல்லா விவரங்களையும் பெற்றுக்கொண்ட அனங்கரங்கா அவர்கள் இரக்கமான குரலில், “மிஸ்டர் திவ்யாத்மா, உங்களுடைய நிகழ்வுகள் சிறிது விசித்திரமாக உள்ளது. அந்த சிறிய வயதிலேயே உங்களுக்கு காமத்தின் மேல் அப்படி ஒரு ஈடுபாடு இருந்தது என்றால் அது காலத்திற்கு முன்னதாகவே நீங்கள் வளர்ச்சி அடைந்ததைக் குறிக்கிறது. ஹார்மோன்களின் வளர்ச்சியின் மாற்றங்களால் இப்படி நடக்கும். *Phrenologists* அதாவது மண்டை ஓடு ஆய்வாளர்களின் கூற்றுப்படி தேகத்தின் மீதான காதல், பாலியல் ஈர்ப்புக்கான செய்தியை அல்லது உத்தரவைக் கொடுக்கும் பாகம் தலையின் பின்புறம் காதுக்குப் பின்னால் இருக்கும். உங்கள் பின் தலையின் பருமனின் அளவைப் பொருத்து உங்களது காம இச்சை அதிகமாக இருக்கும். மூளையில் இருக்கும் டோபமின் மற்றும் செரோட்டீன் என்னும் இரசாயனங்களின் பங்களிப்பு

புணர்வு கொள்ள உதவுகிறது. ஆனால் பாலியல் துன்பங்களுக்கு இவைகள் எப்படிச் சம்பந்தப்பட்டிருக்கின்றன என்பது இன்னும் தெளிவாகவில்லை. ஆண்களில் அன்ரோஜென் என்னும் ஹார்மோன்கள் பாலியல் அழுத்தத்தை அதிகப்படுத்தும் நோயிற்கானா காரணம் என்று சொல்லப்படுகிறது. ஆனால் இது முழு உண்மையல்ல. பால்யத்தில் தாய் தந்தையரின் அலட்சியத்திற்கு ஆளான பிள்ளைகளிடமும் இதுபோலான பிரச்சினைகள் இருக்கக்கூடும். இந்தப் பிரச்சினையைக் குறித்து வாதவிவாதங்கள் இன்னும் தொடர்ந்து நடந்து கொண்டிருக்கின்றன. இதன் காரணங்கள் இன்னும் பிடிபடவில்லை. ஹைபர் செக்சுவல் (Hyper Sexual) அல்லது தீவிரமான காமத்தை எங்கள் மொழியில் நிம்போமேனிய (Nymphomania) என்று கூறுவோம். தமிழில் இதை அதீத காமம் என்றும் சொல்லலாம். க்ரீக் (Greek) புராணங்களின் மூலமாக இருக்கும் இச்சொல்லை சாமானியமாக பெண்களின் அதீத காமத்திற்கு உபயோகிப்பார்கள். ஆண்களின் இந்தப் பிரச்சினையை ஸ்யாடிரியாசிஸ் (Satyriasis) என்பார்கள். தற்போது ஆண் மற்றும் பெண்களின் இப்பிரச்சனைக்கு ஆண், பெண் இருவருக்கும் பொதுவாக நிம்போமேனிய என்றே குறிப்பிடுகிறார்கள். உலகத்தின் எட்டு சதவிகித ஆண்களும் மூன்று சதவிகித பெண்களும் இந்த பிரச்சனையால் பாதிக்கப்பட்டுள்ளார்கள். எனக்கு உங்களைப் பார்த்தால் பாவமாக இருக்கிறது. சிலரிடம் ஆண்மையின்மை எப்படியோ அப்படி உங்களிடம் அதீத காமம் இருக்கிறது. அதை ஈடேற்றிக்கொள்ள எல்லாவிதமான முயற்சிகளையும் எடுத்துக்கொள்கிறீர்கள். இது ஒருவித பாலியல் மன நோய். இதை ஹார்மோன் தெரபி, சைகோ தெரபி, பிகேவியர் தெரபி மூலமாக குணப்படுத்தியிருக்கலாம். குளிர்ந்த நீரின் குளியல், ப்ரோமைட்கள் (Bromide) போன்ற உத்வேகத்தை சமணம் செய்யும் மருந்துகளைக் கொடுத்து கட்டுப்பாட்டில் வைத்திருக்கலாம். பால்யத்தில் இது ஒரு நோயென்று உங்களால் அறிந்திருக்க முடியாது. ஆனால் படிப்பு முடிந்து வேலைக்குச் சேர்ந்த பிறகாவது நீங்கள் மனவியல் நிபுணரை சந்தித்திருக்கவேண்டும். அப்போதாவது உங்களின் நோய் குணமடையும் சாத்தியங்கள் இருந்திருக்கும். அதுமட்டுமல்ல பால்யத்திலேயே உங்கள் தாயாரின் நிர்வாணமான தேகத்தைப் பார்த்த நீங்கள் உங்கள் மனதிலிருந்து அதை அழிக்க வேறு பெண்களின் நிர்வாண தேகத்தைப் பார்க்க உங்கள் ஆழ்மனது

உங்களைத் தூண்டிக்கொண்டு வந்திருக்கிறது. அப்படி உங்களுக்கு விருப்பமில்லாத மனைவிக்குப் பதிலாக வேறு பெண்களிடம் உங்கள் மனநிலைக்குத் தகுந்த பொருத்தங்களைத் தேட ஆரம்பித்தீர்கள். ஒவ்வொருவரிடமும் ஒவ்வொரு குறையைக் கண்டு ஏமாற்றம் அடைந்தீர்கள். அதி உன்னத இலக்கிய விருது கிடைக்காத அந்த வலியை மறக்கவும் பெண்களையே தஞ்சமடைந்தீர்கள். ஆனால் இப்போது நிலைமையே வேறு மாதிரி உள்ளது. நீங்கள் வாலிப வயதிலிருந்து நடு வயதை அடையும்வரை உங்கள் உன்னத படைப்புகள் பிரசுரமாகியுள்ளன. இந்தப் பத்து வருடங்களாக புதிதாக எதையும் படைக்கவில்லை. நீங்கள் எதையும் எழுதவும் இல்லை. அப்படியென்றால் நீங்கள் நோயின் ஆரம்பகட்டத்தில் விரும்பிய சுகங்களை அடைந்து அந்த மகிழ்ச்சியிலேயே எழுதுவதில் முழுவதுமாக உங்களை ஈடுபடுத்திக் கொண்டீர்கள். ஆனால் நோய் முற்றி விபரீத நிலைக்குப் போனபின் தனிமைக்குத் தஞ்சமடைந்தீர்கள். நீங்கள் விழித்திருக்கும் தருணங்களில் எல்லாம் புணர்வைப்பற்றிய சிந்தனையை தலையில் நிரப்பி வைத்துக்கொண்டிருந்தீர்களே தவிர உங்களின் எழுத்துத் திறமைகளை மூலையில் முடக்கிவிட்டீர்கள். உங்கள் வாழ்க்கையில் நிறையப் பெண்கள் வந்து போனதால் அவைகள் உங்களுக்கு ஒரு அர்த்தமுள்ள காதலின் அனுபவங்களாக இருக்கவில்லை. உங்களிடமிருந்த பொறுமையின்மையே ஒருவரையும் உங்களுடன் நீண்டகாலம் உறவுகளைத் தொடர அனுமதிக்கவில்லை. அல்லது பெண்களைக் குற்றவாளிகளாக்கி அவர்களை உங்களிடமிருந்து தொலைவிலேயே நிறுத்திவைத்துப் பார்க்கும் பழக்கம் உங்களை அறியாமலேயே வந்திருக்கக்கூடும். அல்லது உங்களது பொசசிவ் குணத்தால் உங்கள் மனைவியைத் தவிர வேறு எந்தப் பெண்ணும் உங்களுடன் தொடர்ந்து இருக்க முடியவில்லை. அதனால் புணர்வுகூட உங்களுக்கு ஒரு விதமான இயந்திரத்தன்மையுடன் நடந்ததே தவிர அதன் உன்னத சுகத்தின் அனுபவத்தை இழந்துவிட்டீர்கள். இதன் விளைவாகத்தான் உங்களால் கடந்த பத்து வருடங்களாக எதையும் எழுத முடியவில்லை. காமம் என்பது வாலிப வயதிலிருந்து சாகும்வரை மனிதனுக்குள் இருக்கும் தீ. துரதிர்ஷ்டவசமாக வாலிப வயதிற்கு முன்பே துளிர்விட்ட காமம் ஆயுள் இன்னும் இருக்கும்பொழுதே முடிவடையும் அறிகுறிகள் தெரிகின்றன.

இப்போது நிம்போமேனியவை மீறிய நிலையை நீங்கள் அடைந்திருக்கிறீர்கள். இது விசித்திரம் மட்டுமல்ல, மிகவும் சிக்கலான நிலையும்கூட. I think you are suffering from sex allergy. உங்கள் மனது காமத்தை விரும்பினாலும் உங்கள் தேகம் அதை நிராகரிக்கிறது. இதன் அர்த்தம் உங்கள் தேகம் காமத்தை விரும்பவில்லை என்றல்ல. உங்கள் மனதும் நாக்கும் ஏதாவது ஒரு உணவை விரும்பினாலும் அது உங்கள் உடம்பிற்கு ஒத்துக்கொள்ளாமல் போகலாம். அதுபோலான நிலைமையில் நீங்கள் இருக்கிறீர்கள். இப்படியான ஒரு நிகழ்வு பாலியல் மருத்துவத்தில் இதுவரை கண்டதில்லை. அதனால் இந்தப் பிரச்சனையை என்ன பெயரிட்டு அழைப்பதென்று எனக்குத் தெரியவில்லை. உடல் சம்பந்தப்பட்ட எல்லா பரிசோதனைகளிலும் உங்களுக்கு இதய சம்பந்தப்பட்ட எந்தவிதமான நோய்களும் இல்லை என்பது உறுதியாகிவிட்டது. பெண்களிடம் செக்ஸ் அலர்ஜி இருக்கும் நிகழ்வுகள் நிறையவே தாக்கலாகியுள்ளன. அது எதுவும் உங்களுக்கு இருப்பதைப் போன்ற பிரச்சனைகள் அல்ல. சில ஆண்களின் விந்து சில பெண்களுக்கு அலர்ஜியை ஏற்படுத்தியுள்ளன. ஆனால் எல்லாப் பெண்களின் நிலைமையும் அப்படியல்ல. சில ஆண்களின் விந்து மட்டும் அப்படிப்பட்ட பெண்களுக்கு அலர்ஜியை உண்டாக்கியுள்ளன. அலர்ஜி என்றால் தெரியும்தானே? சில உணவுகள் ஒரு குறிப்பிட்ட தேகத்திற்கு ஒவ்வாது. சிலருக்கு இறால் தின்றால் அலர்ஜி, சிலருக்குக் கத்தரிக்காய் என்றால் அலர்ஜி. மற்றும் சிலருக்கு சில மருந்துகள் அலர்ஜி. பென்சிலின் ஊசி போடும் முன்பு டெஸ்ட் டோஸ் கொடுத்து சோதித்த பின்தான் இஞ்செக்ஷன் போடுவார்கள். ஒரு உணவு நம் தேகத்திற்கு ஒத்துக்கொள்ளாது என்று தெரிந்த பின்பும் அதை உண்பது அபாயத்தை விலை கொடுத்து வாங்குவதைப்போல. நமது தேகம் இதற்கான அறிகுறிகளைக் காட்டி நம்மைக் காப்பாற்றிவிடும். உங்கள் நிலைமையும் அதுதான். உங்களுக்கு தற்போது காமம் நஞ்சு. நீங்கள் இப்போது உடலுறவுகொண்டால் மரணத்தை அழைப்பதுபோல. I pity you.

உங்கள் மூளையுடன் தேகமும் சேர்த்து உருவாக்கும் செயல்களின் குறைபாடுகளால் இதுபோலான தவறுகள் உங்களிடமிருந்து நடந்திருக்கிறது. அப்படியென்றால் குறைகள் உள்ள மூளையை ஆதரமாகக்கொண்டு உருவான மனது உங்களைக் கட்டுப்படுத்துகிறது. அதனால் நீங்கள்

தவறு செய்திருந்தாலும் உளவியலின் கூற்றுப்படி நீங்கள் தவறு செய்யதவறல்ல. அந்தப் பொருளில் நீங்கள் செய்யாத தவறுக்கு தண்டனையை அனுபவித்துக் கொண்டிருப்பது எனக்கு சங்கடமாக இருக்கிறது. ஆனாலும் ஆழ்மனது உங்கள் மனதின் ஒரு பகுதியாக இருப்பதால் நீங்கள் அதன் பலனை அனுபவிப்பது தவிர்க்க முடியாது. உங்களுக்கு நிம்போமேனியாவிற்கான சிகிச்சையை அளிக்கமுடியும். ஆனால் கடந்த இரண்டு நாட்களாக உங்களிடம் தெரியும் இந்தப் பிரச்சினை எனக்குத் தெரிந்தவரை செக்ஸ் அலர்ஜிக்கான சிகிச்சையாகத் தெரியவில்லை. நீங்கள் குணமடைய குறைந்தது ஆறேழு மாதத்திலிருந்து ஒரு வருடம்வரை ஆகலாம். நீங்கள் என்னுடன் எப்படி ஒத்துழைக்கிறீர்களோ அதன் அடிப்படையில் நீங்கள் குணமாகும் சாத்தியங்களைக் கணிக்க முடியும். உங்களை நீங்கள் கட்டுப்படுத்திக்கொள்ள முடியாவிட்டால் உங்களை விந்துக் குறைப்பு அறுவைச் சிகிச்சைக்கு உட்படுத்த வேண்டியிருக்கும். நான் அறிந்தவரை நீங்கள் நல்ல வாசகம், சங்கீதம், திரைப்படம், நாடகம் இவைகளிலிருந்து கடந்த ஒரு வருடமாக விலகி இருக்கிறீர்கள். நீங்கள் மறுபடியும் சிறந்த படைப்புகளைப் படைத்து நாட்டின் தலைசிறந்த இலக்கிய விருதைப் பெறவேண்டும் என்பதே எனது விருப்பமும், எதிர்பார்ப்பும். அதற்கு நீங்கள் ஒத்துழைக்க வேண்டும். அந்த நாட்களுக்காக நீங்கள் காத்திருக்கவும் வேண்டும். அதற்கான பொறுமையும் உங்களுக்குத் தேவை.” இப்படி மனதை மாற்றும் வார்த்தைகளைச் சொல்லி முடித்தார்.

அனங்கரங்கா அவர்களின் பேச்சைக் கேட்டு தலை சுக்குநூறாக வெடித்ததைப்போல அதிர்ந்துபோனான். தேகம் நடுங்கியது. மழையில் நனைந்ததைப்போல வியர்த்திருந்தது. அனங்கரங்கா அவர்களுக்கு இன்னும் ஏதோ சொல்லவேண்டும் போலிருந்தாலும் வார்த்தைகளே வரவில்லை. அனங்கரங்கா அவர்களின் பேச்சைக் கேட்ட பின்னும் திவ்யாத்மனுக்கு காமத்தின் பிடியிலிருந்து வெளிவரத் தோன்றவில்லை. தன் தேகத்தின் ஏதோ ஒரு உறுப்பைக் கத்தரித்து எறிந்துவிடுவார்களோ என்பதைப் போல துடிக்க ஆரம்பித்தான். உளவியல் மருத்துவத்தின் சிகிச்சைக்கு அப்பாற்பட்ட பிரச்சனை அவனைப் பொருத்தவரை வாழ்க்கையின் கட்டாயமாக இருந்ததே தவிர அது ஒரு வியாதியாக இருக்கவில்லை. தன்னைக் காம விருப்பத்திலிருந்து விடுவிப்பதைத் தவிர்த்து

அதை எப்போதும்போல தொடர்வதற்கான சிகிச்சையை அளிக்க வேண்டுமென்று வேண்டிக்கொண்டான். காமத்தின் வாசமில்லாத விநாடியும், நாளும் பரிபூர்ணமற்றதென்று வாதிக்கத் தொடங்கினான். திவ்யாத்மன் “டாக்டர், காமம் இல்லாமல் நான் வாழ்ந்திருந்தாலும் இறந்துபோனதைப் போலத்தான். அதற்கு பதிலாக நீங்களே எனக்கு கருணைக் கொலைக்கான வழியைக் காட்டுங்கள். அது முடியாவிட்டால் எனது அவசியத்திற்கு தகுந்த சிகிச்சையை அளியுங்கள்” என்று குழந்தையைப்போல அழத்தொடங்கினான். அவனுடைய நிலைமையைக் கண்டு இரக்கமுற்ற அனங்கரங்கா அவர்கள் “பாருங்கள் திவ்யாத்மா நீங்கள் மிகவும் விவரமறிந்தவராக இருக்கிறீர்கள். குழந்தையைப்போல அடம் பிடிப்பதனால் எந்த உபயோகமும் இல்லை. இப்போது நான் கொடுக்கும் மாத்திரைகளை நேரம் தவறாமல் உட்கொள்ளுங்கள். இரவு படுக்கும் முன் அந்த சிவப்பு மாத்திரையைப் போட்டுக் கொள்ளுங்கள். இன்று நன்றாகத் தூங்குங்கள். நாளை விடியும்பொழுது உங்களுக்கே நல்ல மாற்றங்கள் தெரியும். உடம்பு லகுவாகும். மனதின் மலினமெல்லாவற்றையும் கலைந்து முன்னைப்போல இருக்கவேண்டும் என்று விரும்புவீர்கள். தயவு செய்து புரிந்து கொள்ளுங்கள். ப்ளீஸ் கோஆபரேட். போய்வாருங்கள். ஒரு மாதத்திற்கு பிறகு சந்திப்போம்” என்று திவ்யாத்மனை அனங்கரங்கா விடைகொடுத்து அனுப்பினார்.

மருத்துவமனையிலிருந்து வெளியே வந்த திவ்யாத்மனுக்கு மனது முழுதுமாக இருண்டு போயிருந்தது. தலையைத் தூக்கிப் பார்த்தால் மின்னும் நட்சத்திரங்கள் எதுவும் தெரியவில்லை. முழு நிலவும் இல்லை. மேக ஓவியங்களில்லை. நாளை சூரியனும் தென்படாமல் போவானோ என்னும் அனுமானத்துடனேயே நடக்கத் தொடங்கினான். எங்கோ குதிரைகள் கனைப்பது கேட்டது. முன்பு எப்போதும் அனுபவிக்காத அடர்ந்த மௌனத்துடனேயே திவ்யாத்மன் வீட்டை அடைந்தான். அங்கே அத்தியாயவால் சமைக்கப்பட்ட சமையலை நிராகரித்து அவளை கட்டிலுக்கு இழுத்துச் சென்றான்...

மறுநாள் காலை காப்பி அருந்தி டிவியை ஆன் செய்தபோது கேட்ட செய்தியால் அனங்கரங்கா அதிர்ச்சிக்குள்ளானார். “புகழ்வாய்ந்த கன்னட இலக்கியவாதி திவ்யாத்மா நேற்று இரவு மரணமடைந்தார். இன்று காலை தாய் வீட்டிலிருந்து வீடு திரும்பிய அவரது மனைவி, பிள்ளைகள் அரைகுறை ஆடையுடன்

இறந்துகிடந்த திவ்யாத்மாவைப் பார்த்து பயந்து போலீசிற்கு செய்தியைத் தெரிவித்தார்கள். அங்கு வந்த போலீசுக்காரர்கள் தணிக்கையை ஆரம்பித்து திவ்யாத்மா அவர்களின் உடலை போஸ்ட்மார்டத்திற்கு அனுப்பினார்கள். நேற்று இரவு ஒரு இளம் பெண் அவர் வீட்டிலிருந்து அதிர்ச்சியுடன் ஓடிவந்ததைப் பார்த்ததாக அக்கம்பக்கத்தார்கள் தெரிவித்த செய்தியின் ஆதாரத்தின் பேரில் போலீசார் அப்பெண்ணை வலைவீசித் தேடிக்கொடிருக்கிறார்கள்."

இந்த செய்தியைக் கேட்ட அனங்கரங்கா தனது முயற்சிகளுக்குப் பிறகும் திவ்யாத்மன் உயிருடன் இல்லாமல் போனதற்கான வருத்தத்துடன், நடந்த உண்மையைக் கூற கனத்த மனதுடன் காவல் நிலையத்தை நோக்கி நடந்தார்.

"பிணவாடை மூக்கைத் துளைக்கிறது
அதீத காமன் யோனி கண்டு வியந்தான்!" ⋆

⋆ கங்காதர சித்தால அவர்களின் 'காம சூத்ரா' என்னும் கவிதையிலிருந்து.

ரேணுகா நிடகுந்தி

எழுத்தாளர் ரேணுகாவின் சொந்த ஊர் தார்வாட். பல வருடங்களாக புது தில்லியில் வாசம். கட்டுரை, கதை, கவிதை எழுதுகிறார். புது தில்லியின் வாழ்க்கைச் சித்திரத்தைக் காட்டும் 'தில்லி டைரி புடகளு' (தில்லி டைரி பக்கங்கள்), பஞ்சாபி கவிஞர் அமிர்தா பிரீதமின் வாழ்க்கையைப் பற்றி 'அமிர்தா நெனபுகளு' (அமிர்தா நினைவுகள்) அவர் வெளியிட்ட புத்தகங்கள். 'கண்ண கனிவே' (கண்ணின் பள்ளத்தாக்கு) அவர் கவிதைத் தொகுப்பு. விமர்சகர் புருசோத்தமன் பிளிமலே அவருடன் இணைந்து 'ராஜதானியல்லி கர்நாடக' (தலைநகரில் கர்நாடகம்) என்ற புத்தகத்தை தொகுத்திருக்கிறார்.

சன்னலுக்கு கொக்கி இல்லை

■ **ரேணுகா நிடகுந்தி**

'ஜிம்மி சந்திக்கலாமா?' என்று கேட்டபோது நான் இன்னும் ஹலதிராமுக்கு முன்னால் மாலை வெளிச்சத்தில் பாட்டுக் கேட்டுக்கொண்டு பேருந்துக்காக காத்துக்கொண்டிருந்தேன். ஹலதிராம் முன்னால் நண்பனுக்காக காத்துக்கொண்டிருக்கும் தோழி, சண்டைபோட்டு ராசியாக வந்த ஜோடிகள், வாய் சபலத்திற்காக சாப்பிட வந்த கிழவர்கள்... ஹலதிராமுக்கு எதிரிலுள்ள பான் சுபாரி கடைக்காரன், தண்ணீர், குட்கா வைத்திருக்கும் பையன், சைக்கிள் ரிக்ஷாக்கள், மறுபக்கம் புட்பாத் மரத்து நிழலில் படுத்திருக்கும் ஹெல்மெட் விற்கும் பையன், மொபைல் அழைப்பை ஏற்றுக்கொள்ள நின்ற பைக்குகள், கார்கள், சிறிய சர்வீஸ் தெருவில் நெருக்கமாக இடித்துக்கொண்டே வந்து போகும் வண்டிகள், ஹலதிராமின் உள்ளே சென்றவர்களை அழைத்துப்போக காத்திருக்கும் வண்டிகள், சரசரவென்று ஓடும் டிடிசி பேருந்துகள்... ஓய்வில்லாத வாழக்கை இந்தத் தெருவின் மீதுதான் காலை நீட்டிக்கொண்டு உட்கார்ந்திருக்கிறதோ என்று தோன்றியது.

நான் போகும் சார்டட் பஸ் ஆர்.கே.புரத்தை விட்டு ஹயாத் ஹோட்டலுக்கு எதிரிலிருந்து, ரிங் ரோட் சேரவேண்டும் என்றால் அரைமணி நேரமாகும். மாலையின் கடுமையான டிராபிக் ஜாம், ஹயாத் ஹோட்டலின் டீ ஜங்ஷனில் மாட்டிக்கொண்டு வாகனங்கள் முதலை போல இஞ்சு இஞ்சாக தவழவேண்டும், அப்படி இருக்கும் இங்கே போக்குவரத்து. எங்களுடைய இந்தப் பேருந்து அதுவும் மோதிபாக் பாலத்திற்குக் கீழே

போய் ஒரு யூ டர்ன் எடுத்து மறுபடியும் ரிங் ரோட்டைப் பிடிக்கவேண்டும் என்றால் சரியாக அரைமணி நேரம் பிடிக்கும். அப்போது ஆறரை மணியாகும். அங்கிருந்து புறப்பட்டு ரிங் ரோட்டைத் தாண்டி ஹலதிராம் முன்னால் வருவதற்கு ஆறேமுக்கால் ஆகிவிடும். அதுவரை நின்று இயர்போனில் பாட்டைக் கேட்டுக்கொண்டோ, இல்லை பகல் அலுவலக நேரத்தில் வந்த நண்பர்களின் அழைப்புகளையும், மிஸ்ட் கால்களையும் ஒருமுறை பார்த்து தேவையானவற்றுக்கு நானே ஃபோன் செய்து பேசிக்கொண்டோ, இல்லை நிறம் மாறும் ஆகாயத்தையோ செடிமரங்களையோ பார்த்துக்கொண்டோ, இல்லை, ஹலதிராம் முன்னால் காத்திருக்கிறேன் அங்கே வா என்ற காதலனுக்காக காத்துக்கொண்டிருக்கிற காதலிகளையும், தன் அலுவலகத் தோழியை ஹலதிராம்வரை டிராப் கொடுக்கும் பையனையோ, காருக்குள்ளேயே சிறிது நேரம் அமர்ந்து அங்கே அவனுடன் அரட்டை, கொஞ்சல், சிரித்துக்கொண்டு உலகம் எக்கேடாவது கெட்டுப்போகட்டும் என்று டிரைவர் சீட்டில் இருப்பவன் முகத்தை அருகில் இழுத்து முத்தமிட்டு ஒன்றுமே நடக்காததுபோல மெல்ல இறங்கி தன்னுடைய சேலை கொசுவத்தை தெறிக்கவைத்து, பின்னால் அவன் இருக்கிறானா இல்லையா என்ற கவலையை அங்கேயே உதறிவிட்டு நடந்து போகிறவளின் காட்டன் சேலையை பார்த்துக்கொண்டோ, இல்லை வீட்டிற்கு ஹலதிராம் பலகாரங்களை வாங்கிக்கொண்டு மகனோ, கணவனோ பிக் செய்ய வருவான் என்று கார்னரில் என்னைப்போலவே காத்து நிற்கும் பெண்ணைப் பார்த்துக்கொண்டோ நிற்கவேண்டி இருக்கும். மற்றபடி அந்த நேரத்தில் எனக்கு செய்வதற்கு வேறெந்த வேலையும் கிடையாது.

ஜிம்மி அப்படிச் சொன்னபோது என்ன சொல்லவேண்டும் என்று தெரியாமல், இன்றைக்காவது அவனைச் சந்திக்கவேண்டும். வெகு நாட்களாக நாங்கள் இருவரும் இன்று சந்திப்போம், நாளை பார்ப்போம் என்று சொல்லிச்சொல்லி நாட்களைக் கடத்திக்கொண்டிருக்கிறோம் என்று தோன்றி, "லிசன், என் பஸ் ஃபிலிம் சிடி வந்துசேர ஏழேகால் ஆகலாம்."

"வாட் யூ சே டெல் மீ."

"ஓ! அது இன்னும் நல்லதாப் போச்சு. நானும் வேலையை முடிச்சு அங்கு வந்துசேர ஏழுமணி ஆகும். சரி, நீ ஃபிலிம்

சிட்டில இறங்கிக்கிறயா? இல்லை ஜீஐபி லயா?" என்ற ஜிம்மிக்கு "இல்லை, அங்கேயே ஃபிலிம் சிட்டில இறங்கிக்கிறேன். மறுபடியும் ஆட்டோ எடுத்துக்கிட்டு வர ரிஸ்க் வேண்டாம்ப்பா, தரித்திர ஆட்டோ கிடைக்கலைன்னா என்ன செய்ய? கிடைச்சாலும் கூப்பிட்ட இடத்துக்கு வரமாட்டாணுங்க, பாழாப்போனவனுங்க."

"சரி, அங்கயே காத்திருக்கேன், காருக்குள்ளயே."

"ஓகே"

இப்படி நானும் ஜிம்மியும் பேஸ்புக்கின் சன்னலுக்கு வெளியே முதல்முதலாகச் சந்தித்தோம். அதற்காக அவன் ஒன்றும் அறிமுகமில்லாதவன் அல்ல. பெயர், தொழில் தெரிந்திருந்தது. பலதடவை ஃபோனில் பேசியது நினைவிருக்கிறது. சும்மா தொழில் ரீதியாக அசைன்மெண்ட் சம்பந்தமாக பேசியிருக்கிறோம். ஆனால், என்றும் சந்தித்ததில்லை. சந்திக்கும் தேவையும் இருக்கவில்லை. தற்சமயம்தான் நாங்கள் இருவரும் பேஸ்புக்கில் மறுபடி சந்தித்து ஹை, ஹலோ ஆரம்பமாகி இருந்தது. அவனும் சாமானியப்பட்டவன் அல்ல. நான்கு பேருக்கு நடுவில் எடுப்பாகத் தெரியக்கூடியவன். ஒரு விதமாக அவனுக்கு அவனுடையதே ஆன திமிர் இருக்கிறது. வசீகரம் இருக்கிறது. சார்ம் இருக்கிறது. அன்று முதல்முறையாக அவனைச் சந்தித்தேன். அன்று கோட் சூட்டில் இருந்தான். அவன் வேலைக்குப் போகும்போது எப்போதும் கோட்சூட்டில் இருப்பான். பேஸ்புக் போட்டோக்களில் மட்டும் பர்முடா, டீஷர்ட், தலையை கலைத்துக்கொண்டு நின்றிருப்பதைப் பார்க்கலாம்.

அந்த சங்கதி இந்த சங்கதி என்று பேசி ஒரு காப்பி குடித்து அவனே வீடுவரை வந்து டிராப் செய்துவிட்டுப் போயிருந்தான். பிறகு ஒருமுறை வீட்டுக்குப் பக்கத்தில் காப்பி டேயில் உட்கார்ந்து காப்பி குடித்திருந்தேன். அதுவரை அவன் எப்படிப்பட்டவன், அவன் குணம் என்ன, அவன் ஹாபிகள் என்ன, அவன் மனதில் என்ன இருக்கிறது மற்றும் நான் எதற்கு சந்தித்தேன் என்பது தெரியாது. சந்தித்ததற்கு காரணம் கவரப்பட்டேன் என்று அல்ல, சும்மா ஒரு நட்பு இருந்துவிட்டுப் போகட்டுமே என்போமல்லவா அதுபோல. கவர்ச்சி இல்லை என்று அப்படி ஒதுக்கி விடக்கூடியவனும் அல்ல. அவன்

பார்வை கத்தியைப்போல கூர்மையாக இருக்கிறது. எதிரில் இருக்கும் நபரை கிழித்துக்கொண்டு உள்ளே இருப்பதை அலசிப்பார்த்துவிடும். மனிதர்களை முழுமையாக அளந்து எடை போட்டுவிடுகிறான் - சிறிதும் மிகைப்படுத்தாமல், தேவைப்பட்டால் இன்னும் அதிகமாகவே டீசெண்ட் ஆகிவிடுகிறான். கொஞ்சம் சலுகை கொடுத்தால் ஆபாசமாகவும் பேசுவான். இப்படி அவன் எனக்கு எப்போதும் பயம் கலந்த வியப்பு.

ஆனால் ஜிம்மி எப்போதும் அதிகமாகப் பேசுவது தன் தோழிகளின் 'ஐ டோன்ட் கேர்' என்ற வாழ்க்கையைப் பற்றி. அவனுக்குத் தெரிந்த அறிமுகமான நகரத்து பிரபலமான பெண்கள், அவர் புகழ், சொகுசான வாழ்க்கை, அவர் அற்பத்தனம், எப்படிப்பட்டவரும் ஒன் நைட் ஸ்டேக்கு கிடைத்துவிடுவார்கள் என்பதை எந்த உணர்ச்சிகளும் இல்லாமல், இன்றைய சமுதாயத்தில் இருப்பது ஒன்றும் புதிதல்ல என்பதைப்போல சொல்லுவான். இந்த உலகின் இரகசியத்தை எனக்காகவே திறந்துவைக்கிறானா என்று வியப்புடன் நான் கேட்டுக்கொண்டிருந்தாலும் உள்ளுக்குள்ளே ஆயிரம் கதைகளின் பக்கங்கள் படபடத்துக் கொண்டிருந்தன. இவனுடைய பேச்சுகளே ஒவ்வொரு கதைகள்... நான் அவன் பேச்சைக் கேட்டு வெகுவாகச் சிரிப்பேன்.

'வாழ்க்கை என்பது வாழ்வதற்காக இருப்பது. வாழ்ந்துவிடவேண்டும் ரம்யா. வாழ்க்கையை என்றும் சீரியசாக எடுத்துக்கொள்ளக்கூடாது. அதுவும் இந்த ஐம்பது வயதில்... அவன் உனக்குப் பிடிக்குமா, சரி, போய் ஹலோ என்றாவது சொல், பேசவேண்டுமா பேசிவிடு, இல்லை இன்னும் தெளிவாக சொல்லவேண்டும் என்றால் - அவன் என்றால் விருப்பமா, மோகமா? அவனுடன் படுக்கவேண்டுமா, படுத்துவிடு. அந்த நொடியை அடைந்ததற்கு மகிழ்ந்துவிடு ...பிறகு நினைவின் கதைவை உதைத்துவிட்டு எழுந்து நடந்துவிடவேண்டும். இவ்வளவுதான் வாழ்க்கை' என்பான் ஜிம்மி.

பாவி, ஜிம்மி! இப்படி எளிதாக எப்படி எல்லாம் பேசுகிறான். இவன் இப்படிப்பட்ட ஆர்வமான, சிலிர்ப்பான வார்த்தைகளைச் சொல்லும்போதெல்லாம் எனக்குத் தெரியாத உலகத்தை எவ்வளவு அழகாகத் திறந்து காட்டுகிறான் என்று மகிழ்ந்திருந்தேன். அதற்காக அவன் பேச்சுகளுக்கு

அடிமையானேன். எதுவும் இல்லை என்றாலும் புதிய கதைக்கு கொஞ்சம் சரக்காவது கிடைக்கும் என்ற ஆசை இருந்திருக்கும் எனக்கு.

இல்லை எனக்குத் தெரியாத மற்றொரு உலகை ஜிம்மி காட்டிவிடுவான் என்ற நம்பிக்கை இருக்கலாம். எக்ஸ்ட்ரா மேரிட்டல் அஃபைர்ஸ்... திருட்டு உறவுகளை மிகவும் நாசூக்காக கையாளத் தவிக்கும் தோழிகள்- நண்பர்கள், ஓரினச்சேர்க்கை, லெஸ்பியன், லவ் இப்படிப்பட்ட சங்கதிகளை ஒரு பெண் -ஆண் உட்கார்ந்து பேசிக்கொள்ளவேண்டும் என்றால் அவர்களை அறியமாலேயே நெருக்கமாவார்கள். இல்லை தெரிந்தே நெருக்கமாகத் துடிக்கிறார்கள் இல்லை அந்த இருவரில் ஒருவர் மற்றவரை தன் வலையில் சிக்கவைக்க எல்லாத் தந்திரங்களையும் கையாளுகிறார் என்று பொருள் அல்லவா? ஆனால், உண்மை சொல்லுகிறேன் எனக்கு அவனிடம் எந்த விதமான விருப்பமும் கிடையாது. உள்ளுக்குள் ஏதோ பயம் இருந்தது. இப்படிப் பேசிப்பேசியே, இதுபோல் சிலிர்ப்பான சங்கதிகளைச் சொல்லிச்சொல்லியே என்னை பிரைன் வாஷ் செய்து கடைசியில் நானே அவன் படுக்கையில்! ...தூ வேண்டாம் சாமி, எனக்கு அவனுடைய சிகரெட்டின் புகையே சேராது, வயிற்றைக் கலக்கும். அருவருப்பாக இருக்கும். தொலைவில் அமர்ந்தாலும் அவன் வாய் நாற்றம் என்னால் தாங்கமுடியாது. காப்பி முடிந்தால் போதும் என்று எழுந்துவிடுவேன்.

இன்று சாட் சன்னலில் இருந்த ஜிம்மி அது...இது....ஆ...ஊ... என்று பேசி உடனே 'நீ எந்த பிராண்ட் லிங்கரி யூஸ் செய்கிறாய்?' என்றதும் நான் அதிர்ந்துபோனேன். 'எனக்குத் தெரியாது' என்று அதை எல்லாம் பேசவேண்டாமென்று என் சாட் விண்டோவை மூடி வெளியே வந்தேன். என் காலத்தில் யாரும் இந்த 'லிங்கரி' வார்த்தையைக் கேட்டு அறியாதவர்கள். பள்ளி, கல்லூரிகளில் அண்டர்வேர், சட்டி வார்த்தைகள் கூட... மால் மற்றும் உலகமயமானதில் எப்போது லிங்கரிகள் ஆனதோ தெரியாது. இந்த வெளிநாட்டுக்காரர்கள் இப்படி பிராண்டுகளின் குப்பைகளை வலைத்தளத்தில் போட்டு, பித்துப் பிடிக்கவைத்து, எதற்காக தலையைக் கெடுக்கிறார்களோ தெரியாது. நான் என்ன லிங்கரி போட்டுக்கொண்டால் இவனுக்கு என்னவாம்! என்னவோ, எங்கள் அலுவலகத்தின் நாரதமுனி பிந்துசாராவிடம் கேட்கலாம் என்று சும்மா இருந்தேன். அவள் இன்னும் அதிகமாக என் உயிரை வாங்குவாள்.

‘சோ, வாட்? அதிகம் என்றால் என்ன நடக்கலாம்? லிங்கரி வாங்கிக்கொடுப்பானா? வாங்கி சும்மா பையில போட்டுக்க. அவ்வளவுதான், படுக்க வர்றயா - என்று கேட்டால் பார்த்துக் கொள்ளலாம்’ என்றாள் பிந்துசாரா. அவளுக்கு இதெல்லாம் குறும்பா, உண்மையாகவும் அவள் இருப்பதே அப்படியா தெரியாது. இப்படிக் கவலைப்படாமல் அவளால் எப்படி இருக்கமுடிக்கிறது? அவள் வாழ்க்கையை எவ்வளவு எளிதாக எடுத்துக் கொள்கிறாள்? ஆணையும் இப்படி வேடிக்கையாகவே ஆட்டிவைக்கிறாள்.

எங்கள் அலுவலகத்தின் ஃபிரெஞ்சு அதிகாரிகளை தில்லி குதுப்மினார், இந்தியா கேட், ஹுமாயூன் கும்பஜ் என்று சுற்றிக் காண்பித்து அதே மாலை டைரக்டர்களுடன் ஐந்து நட்சத்திர ஹோட்டலில் வைன் குடித்து, இரவு எப்போதோ அவளை ஐங்காபுரத்து அவள் வீட்டில் விட்டதைச் சொல்லும்போது நான் லெட்டரை டைப் செய்துகொண்டே கேட்டிருந்தேன். நான் அவளிடம் எதையும் கேட்கவில்லை. கேட்டால் பிந்துசாரா உண்மை சொல்லமாட்டாள் என்று எனக்குத் தெரியும். எல்லாவற்றையும் பூசிமெழுகிவிடுவாள். அடுத்தவர் சொந்த வாழ்க்கையைப் பற்றி எனக்கென்ன கவலை? என்ற பற்றற்ற போக்கு வந்துவிட்டது.

பிந்துசாரா பிறகு இரண்டே மாதத்தில் ஃப்ரான்ஸுக்கு மாஸ்டர்ஸ் படிக்கப்போன செய்தி பரவி இந்தியாவை விட்டபோது அலுவலகத்தில் மற்ற பெண்கள் எல்லாம் என்னை விசித்திரமாக முறைத்தார்கள். இவளுக்கு பிந்துசாராவின் எல்லா சங்கதியும் தெரியும்- நெருங்கிய தோழியல்லவா, அதனால் வாயைத் திறக்கமாட்டாள் என்று எண்ணி இருப்பார்கள். இல்லை, இப்போது அவள் போனாள், பிறகு தன் உயிர்த் தோழியையும் அழைத்துக்கொள்வாள் என்று எகத்தாளம் செய்திருப்பார்களோ, தெரியாது. நான் தலையைக் கெடுத்துக் கொள்ளவில்லை. பிந்துசாரா போனது அந்த ஜேசி என்ற ஃபிரெஞ்சு அதிகாரியுடன் என்பது எனக்குத் தெரியும். அதை பிந்துசாரா வாய்விட்டு என்றும் சொல்லவில்லை. நான் கேட்கவும் இல்லை. ஆனால், எனக்குத் தெரிந்துவிட்டது.

இப்போது யாரைக் கேட்டாலும் ஒரு பிராப்ளம். ஒரு சிக்கலில் மாட்டிக்கொண்டிருக்கிறார்கள்! என் பிரச்சனையை யாரிடமும் சொல்ல வாய்வருவதில்லை. எங்கே பயன்படுத்திக்

கொள்வார்களோ என்று பயப்படுகிறேன். வீட்டிலோ நான் டைவர்ஸ் வாங்கி பெரிய அபராதமே செய்திருக்கிறேன் என்பதைப்போல முறைக்கிறார்கள். எனக்கு வேண்டாம் என்பவனுடன் எப்படி சாகும்வரை வாழ்வது? அதுவும் மரணத்தைப் போலதானே? அப்படி மடிவதைவிட இப்படிச் சாவது எளிதல்லவா? தற்போது அம்மாவும் வாயைமூடிக் கொண்டிருக்கிறாள்.

பிந்துசாராவைப் போலவே கௌரவ் துண்ணா என்ற பெண் மனீஷ் என்ற பையனுடன் ஈடீ பி கிளையின் முழுப் பொறுப்பையும் ஏற்றுக்கொண்டாள். அவர்கள் இருவரும் எனக்கு நண்பர்களானாலும் இப்படி சங்கடமான சந்தர்ப்பத்தை சந்திக்கவேண்டி இருந்தது. அவருடையது ஒரு நேர்மையான காதல். ஐந்து வருடங்களாகக் காதலித்துக் கொண்டிருந்தாலும் அவர்கள் குடும்பங்கள் திருமணத்திற்கு ஒத்துக்கொள்ளவில்லை. அதற்காக இருவரும் தங்கள் நேர்மையை விட்டுவிடவில்லை. கௌரவின் வீட்டார் எல்லோருக்கும் தெரியும். அண்ணி-அண்ணன்கள் எல்லாருக்கும் சரி, கௌரவ் - மனீஷ் இருவரின் திருமணத்திற்கு நாங்கள் சிலர் ரிஜிஸ்டர் அலுவலகத்துக்குப் போகத் தயாராக இருந்தோம். இரு காதலர்கள் இணைந்தால் அதைவிடப் பெரிய மகிழ்ச்சி என்ன இருக்கப்போகிறது என்று. ஆனால், திடீரென்று ஒரு நாள் காலை எங்கள் செக்யூரிட்டி ஆபீசர் குழப்பத்தை ஏற்படுத்திவிட்டான் - இந்தப் பையனும், அந்தப் பெண்ணும் இரண்டாவது மாடியில் இருக்கும் அதிகாரியின் அறையைப் பூட்டிக்கொண்டு பலமணி நேரங்களைக் கழித்ததாக. நான் கடைசியாக எல்லாவற்றையும் செக் செய்து முன் கதவை பூட்ட வந்தபோது செக்யூரிட்டி ஆபீசர் அது தவறு என்று வாக்குவாதம் செய்தான். உண்மையாக இருக்கலாம் தெரியாது.

வேலை செய்யும் அனைவரும் ஆறரை மணிக்கெல்லாம் வெளியே வருவோம். பிறகு வேறுவேறு டிபார்ட்மெண்ட்காரர்கள் எவ்வளவு மணி நேரம் உட்கார்ந்திருப்பார்களோ தெரியாது. கடைசியில் கௌரவ் எங்கே கால் வைத்தாலும் அவள் இப்போதுதான் மனீஷுடன் படுத்து வந்தாளோ என்பதைப்போலவே எல்லா ஆண்களும் பார்த்தார்கள். எனக்கு அதில் எந்த சிறப்பும் தெரியவில்லை. அவரவர்கள் வாழ்க்கை அவர்களுக்கு. மூக்கை நுழைத்து நுகர எல்லோருக்கும் ஆனந்தமாக இருக்கும். அதுவும் ஆண் பெண்ணின் இரகசிய சங்கதியானால் மனிதாபிமானத்தை

மறந்துவிடுகிறார்கள். ஆண் பெண்ணின் உண்மையான காதல் மனதை மலர வைப்பதில்லை. நாளைக்குத் திருமணம் செய்துகொள்பவர்களாக இருந்தாலும் சரி. அவர்கள் இரகசியமாக எதையோ செய்யக்கூடாததைச் செய்துவிட்டதைப்போல சிறிய சந்தேகம் மக்களின் மனதைக் கிளறிவிடுகிறது. தூ அசிங்கம் என்று நினைத்தாலும் எதுவும் செய்ய இயலாது.

கௌரவ் மற்றும் மனீஷ் இப்போது திருமணமாகி அமெரிக்காவில் இருக்கிறார்கள். பிந்துசாராவின் ஃபிரான்ஸ் பயணம் முடிந்து மறுபடியும் அவள் கேரளாவில் ஆறுமாத ஆயுர்வேதப் பயணத்தை முடித்துக்கொண்டு "...ஹை டியர், ஆபீசுக்கு வரட்டுமா?" என்றபோது "நோ டியர்... இங்கே வரவேண்டாம், வெளியே அனுபமாவில் சந்திக்கலாம்" என்றேன்.

சுற்றிவளைத்துப் பேசாமல் நேரடியாகவே நான் அவளைக் கேட்டேன்: "எதற்கு திரும்பி வந்தாய்?"

"அவனுக்கு கேன்சராம் அதனால் நீ போய்விடு என்றான்..." பொய் என்று தோன்றியது.

"பாவம், கேன்சராக இருந்தால் இதுதான் தருணமல்லவா, ஒரு தோழியாக, துணைவியாக அவனை கவனித்துக் கொள்ளவேண்டியது? துணையாக இருக்கவேண்டியது?" என்றேன்.

"நோ, அவன்தான் வேண்டாம் என்றான்."

இனி எதையும் நான் அவளிடம் கேட்கவில்லை.

என்றோ சேர்மன் செகரெட்ரி சொல்லியிருந்தாள், 'ஜேசியை டைரக்டர் பதவியிலிருந்து நீக்கிவிட்டார்களாம்...' என்று.

ஜிம்மி வீக் எண்ட் முழுதும் பேஸ்புக்கிலேயே கழிக்கிறான். நான் அப்போது அலுவலகத்தில் இருந்தேன். சன்னலில் செய்தி மின்னியது.

"ஹை, ரம்யா, கென் வீ ஹேவ் அ கப் ஆஃப் காஃபி?"

"எப்போது?"

"இன்று மாலை."

“பார்க்கலாம்.”

“சீக்கிரமாகத் தெரிவி. நான் உன்னை வந்து பிக் செய்ய இருபது நிமிடமாவது ஆகும்.”

ஏனோ மணமணக்கும் காஃபி வாசமே இல்லாத இந்த ஊரில், குளுகுளுக்கும் போரிங்க் மாலையில், காஃபியின் பெயரைக் கேட்டு மூக்கு விரிந்தது. வாயில் எச்சில் ஊறியது. மனது வேண்டும் என்றது.

“சரி, ஓகே.” என்றேன்.

“ஓகே, ஏழரை மணிக்கு வரவா? கேட் நம்பர் ரெண்டுக்கு பக்கத்தில வர்றேன்.”

அலுவலகத்திற்குப் போகும்போது உடுத்தும் சல்வார், சுடிதார் சலித்துப்போய், தளர்வான குர்தா, ஜீன்ஸ் போட்டுக்கொண்டேன். கட்டி கிளிப் போட்ட கூந்தலை அவிழ்த்து சீவி அப்படியே காற்றில் விட்டேன். வெகு நாட்களுக்குப் பிறகு இப்படி வெளியே செல்வதற்கு சிறிது மகிழ்ச்சியாக இருந்தது.

காப்பியுடன் ஒரு கார்ன் பாலக் சேண்ட்விச் சாப்பிட்டாலும் போதும் என் டின்னர் முடிந்துவிடும். பிறகு மெதுவாக வந்து படிப்பதையோ, எழுதுவதையோ தொடரலாம். அப்படி ஒரு மாற்றம்…

சொன்ன நேரத்திற்கு ஜிம்மி கேட் அருகில் காத்துக் கொண்டிருந்தான்.

“ஷல் வீ கோ?” எங்கே போகலாம் என்று கேட்காமலேயே ஜிம்மி காரை ஓட்டினான். கூடவே ஏதோ மகிழ்ச்சியாக இருப்பதுபோல விசில் அடித்தான். விடாமல் பேக்டரி சிம்னியைப்போல சிகரெட் புகையை ஊதினான். எப்.எம்.யை மெல்லப் போட்டிருந்தான். எனக்குப் பிடித்தமான லதா மங்கேஷ்கரின் பாட்டு வந்தது.

“ப்ளீஸ் எனக்கு இந்த வாசம் மூச்சை அடைக்கிறது, தயவு செய்து வீசி எறி. இவ்வளவு சிகரெட் குடிக்கக் கூடாது தெரியுமா?” அவன் சிகரெட்டைத் தூக்கிப் போடவும் இல்லை. புகைப்பதை நிறுத்தவும் இல்லை. பதிலும் சொல்லவில்லை.

‘அய்யோ, இந்தக் காலத்தில பொம்பளைங்களே சைன் ஸ்மோக்கரா இருக்காங்க. ஓ, நீ எவ்வளவு ஓல்ட் ஃபேஷன்’ என்பதைப்போல இருந்தது.

“எங்க போய்கிட்டு இருக்கோம்?”

“வீட்டுக்கு, என் ப்ளாட்டுக்கு.”

“எதுக்கு?”

நான் சிறிது கடுமையாகச் சொன்னேன், “நான் காப்பிக்கு வர்றேன்னு சொன்னனே தவிர, உங்க வீட்டுக்கு காப்பிக்கு வர்றேன்னு சொல்லலையே.” ஏனோ மனது பின்வாங்கியது. அவன் வலையில் நான் மாட்டிக்கொள்ளக் கூடாது, கண்டிப்பாகவும்.

“இங்கேயே பக்கத்தில சிசிடி, பரிஸ்தா எதுவானாலும் சரி, அங்கே போகலாம். வீட்டுக்கு வேணாம்.”

ஜிம்மி மறு பேச்சுப் பேசவில்லை. எங்கேயோ ஒரு மால் பக்கம் காரைப் பார்க் செய்தான். சிசிடியில் ஒரு ஹாட் மற்றும் ஒரு கோல்ட் காஃபி ஆர்டர் செய்தான். இன்று அவனுக்கு பேச எந்த விசயமும் தோன்றவில்லையோ, இல்லை என் மீது கோபமோ. சும்மா கேட்பதற்கு மட்டும் பட்டும் படாமலும் பதில் சொல்லிக்கொண்டிருந்தான். அவ்வளவுதான். இன்னொரு சுவாரஸ்யமான சங்கதி அவன் டைவர்சி என்று என்றும் என்னிடம் சொன்னதில்லை. ரம்யா, நீ டைவர்சியா என்று என்றும் என்னிடம் கேட்டதும் இல்லை. உன் கஷ்ட - சுகங்கள் என்ன? உன் வாழ்க்கை என்ன? உன் வாழ்க்கையின் பிளான் என்ன? ஊகூம், என்றும் கேட்டதில்லை. நான் அவனுக்கு விருப்பமா இல்லையா என்றும் சொன்னதில்லை.

தன்னுடையதை மட்டுமே சொல்வான். அழுத்தி அழுத்திச் சொல்வான். அவனுக்கு பல நண்பர்களாம். அன்பு காதல் அவனுக்குத் தேவை இல்லையாம். ‘என்ன இருந்தாலும் சிறிது நட்பு, பைனலி கொஞ்சம் ஃபன், கொஞ்சமா செக்ஸ் அது போதும் அல்லவா?’ என்று என்னை பிளக்கும் பார்வையில் கேட்டான்.

எனக்கு என்ன சொல்லவேண்டுமோ தெரியவில்லை. ஆனால், எனக்கு இது தேவை இருக்கவில்லை. உண்மை என்றாலும்

தேவை இல்லை. சில சமயம் இந்த மாநகரத்து வாழ்க்கையில் எல்லாம் இருந்தும் இல்லாததுபோல...இந்த வாழ்க்கை இவ்வளவுதானா... இப்படி ஜிம்மியுடன் உட்கார்ந்து பேசினால் தவறு என்ன என்றுகொண்டே அவனிடம் அதிகமாகப் பேசினேன். ஜிம்மியைப்போல ஆண்களுக்கு தற்போதைய போஸ்ட் மாடர்ன், இண்டிபென்டெண்ட் லைஃப் ஸ்டைல் என்ற பெண்கள் எல்லாம் அவர்களை அழைத்த உடன் வந்துவிடுவார்கள் என்ற எண்ணம் இருக்கிறதல்லவா, என்று தோன்றி, தவறு என்னுடையதாகத்தான் இருக்குமென்று நான் மௌனமானேன். பாவம் அவனை வெளியே அழைத்து காப்பிக்குப் பணத்தையும் செலவு செய்ய வைத்தேனே என்ற குற்ற உணர்வும் வாட்டியது.

ஒருவேளை நான் அவன் பிளாட்டுக்குப் போயிருந்தால்...

காப்பியை யார் போட்டிருப்பார்கள்? நானா, அவனா? இல்லை இருவரும் சேர்ந்தே காப்பிக்கு பால்வைத்து, பிறகு காப்பி டிகாக்ஷன், ஒரு கரண்டி சக்கரை போட்டு, கலக்கி... கலக்கிக்கொண்டே குளு-குளுவென்று பேசிக்கொண்டு அப்படியே அவன் சோஃபா மீது ஓய்வாக அமர்ந்து காப்பி குடித்துக் கொண்டிருப்போமா? முகநூலில் விவாதிப்பதுபோல ஏதேதோ விஷயங்களை என்னுடன் விவாதித்துக்கொண்டு அவன்...? எங்கள் பேச்சில் அவன் என்றும் படிக்காத கவிதைகளா? கதைகளா? எந்த விசயம் இருக்கும்? அப்படி எந்த நினைவும் இல்லை.

இந்த ஃப்ளாட் கட்டிய நிறுவனங்களின் கருப்புச் சந்தை விவகாரம், தற்போது செய்தியான சேண்ட் மாஃபியா பற்றி சொல்வானா? இல்லை தன் பிளாகில் எழுதிய விசயங்களையா? இல்லை, அவனுடைய குளியலறையின் உள்ளே தொங்கும் யாரோ ஒருவளின் நைட்டி, பாதி பயன்படுத்திய ஹேர் ரிமூவர், விட்டுச் சென்ற பேண்ட், உலரப் போட்ட துணிகள், சமையல்காரி செய்துவைத்துவிட்டுப்போன சமையல், சாப்பிட்டு சிங்கில் கிடக்கும் பாத்திரங்கள், தட்டுகள், படிக்காமல் மூடிவைத்த புத்தகம், கசங்கிய காலை பத்திரிகைகள்... இல்லை அவனுடைய படுக்கை அறையின் விசாலமான படுக்கையில்... நாங்கள் இருவரும்...

காப்பி ஆறிப்போய் மறுபடியும் சுடவைப்போமா? தெரியாது! யோசிக்கக்கூட முடியவில்லை. மடமடவென்று காப்பியைக் குடித்து முடித்தேன்.

"ஷல் வீ கோ?"

"ஹா... ஷ்யூர்..."

ஜிம்மி என்னை பிக் செய்துகொண்ட அதே கேட் நம்பர் இரண்டின் அருகில் அதே இடத்தில் காரை ஓட்டிவந்து நிறுத்தினான். இறங்கிக்கொள் என்பதைப்போல பார்த்தான். எந்த உணர்ச்சிகளும் அங்கே இருக்கவில்லை. நான் இறங்குவதற்காகக் காத்துக்கொண்டிருந்தவன் போல மற்றொரு சிகரெட்டைப் பற்றவைத்தான்.

நான் இன்னும் கதவைத் திறந்திருக்கவில்லை. அவனுடைய கையை அழுத்தி பை சொல்லவேண்டுமா வேண்டாமா, சும்மா பை சொல்லவா என்று யோசித்துக் கொண்டிருக்கையில் அவன் சொன்னான் - "உங்களுக்கு விருப்பம் இல்லை என்றால், டோன்ட் எவர் கம் எகேன்."

"சரி, ஓகே. வரமாட்டேன்."

கதவைப் படார் என்று சாத்திக்கொண்டு, விர்ரென்று கார் புறப்பட்டது.

உமா ராவ்

அகஸ்த்யா, கடல ஹாதி (கடல் பாதை– சிறுகதைத் தொகுப்பு) நூறு ஸ்வர (நூறு சுரம்–புனைகதை) ராகி பர்வதகால நடுவே கேபரே (ராக்கி மலைகளுக்கு நடுவில் கேபரே– பயணக் கதை) மும்பை டைரி – கட்டுரை. அவள சூர்யா (அவளுடைய சூரியன்– கேனடியன் கதைகளின் மொழிபெயர்ப்பு) பிசிலு கோலு (சூரிய கிரணம் – சினிமா புகைப்படக் கலைஞர் வி.கே. மூர்த்தி அவர்களின் வாழ்க்கை வரலாறு) இப்படிப் பல விதமான படைப்புகளை கன்னடத்திற்குக் கொடுத்த உமா ராவ் மிகவும் புதுமையான உணர்வுகளை உடைய எழுத்தாளர். முப்பது ஆண்டுகள் மும்பையில் இருந்த உமா ராவ், அங்கே எழுத்துடன் நாடகக் கலை, காப்பி ரைடிங்க் முயற்சியிலும் ஈடுபாடுகொண்டிருந்தார். பெங்களூரிலிருந்து பிரசுரமாகும் லங்கேஷ் பத்திரிகைக்கு அவர் எழுதிய 'மும்பை டைரி' அவருடைய அரிய, எளிய, திறந்த கண்ணோட்டத்தால் மக்களை மிகவும் கவர்ந்தது. தற்போது பெங்களூரில் வசிக்கும் இவர் சில தொலைக்காட்சி நிகழ்ச்சிகளை உருவாக்குகிறார். இவர் கேனடாவின் பிரிட்டீஷ் கொலம்பியா பல்கலைக்கழகத்தின் ஆண்ட்ரூஸ் பெலோஷிப் விருது பெற்றவர். இவருடைய 'பிசிலு கோலு' படைப்பிற்கு 2006 கர்நாடக சாகித்ய அகாதமி விருது கிடைத்திருக்கிறது.

பாம்பாட்டி

■ உமா ராவ்

பெங்களூர் தெற்குப் பகுதியில் வசதிபடைத்த மக்கள் வசிக்கும் குடியிருப்புகளில் 'சுவர்க்க அபார்ட்மெண்ட்' கூட ஒன்று. அதில் இருக்கும் நூறு வீடுகளில் வசிப்பவர்களின் வாழ்க்கை சுகமானது. வசதியாக வாழ எல்லா சௌகரியங்களும் இருந்தது. காலை வெயிலில் பளபளவென்று மின்னும் நீச்சல் குளம் இருந்தது. டேபிள் டென்னிஸ், பில்லியர்ட்ஸ் போன்ற விளையாட்டுக்கள் அடங்கிய கிளப் ஹவுஸ் இருந்தது. வண்ண வண்ணப் பூக்கள் கொண்ட பூந்தோட்டம், ஆங்காங்கே குல்மொகர் மரங்கள், அவற்றுக்கு நடுவில் நடந்து செல்ல ஒற்றையடிப் பாதைகளும் இருந்தன. கோக், பெப்சி, கிட்கேட், ரிக்லெஸ் போன்றவற்றை விற்கும் சிறிய கடை இருந்தது.

இருபத்தி நான்கு மணிநேரமும் கரண்ட் அளிக்கும் ஜெனரேட்டர் வசதி இருந்தது. இவைகளையெல்லாம் காவல் காக்க செக்யூரிட்டி கார்ட்கள் இருந்தார்கள். அங்கே வீட்டு வேலை பார்க்க வரும் பெண்களுக்கு கன்னடத்துடன் ஹிந்தி, தமிழும் பேச வரும். அவர்களுக்கெல்லாம் போட்டோவுடன் ஒரு ஐடி கார்டும் கொடுக்கப்பட்டிருந்தது.

சுவர்க்க காம்ப்ளக்ஸில் நாட்டின் வெவ்வேறு பகுதிகளிலிருந்து வந்த மக்கள் வசித்துவந்தார்கள். ரெடிமேட் கார்மண்ட், பிளாஸ்டிக் சாமான்கள் போன்ற சிறிய தொழிற்சாலையின் முதலாளிகள், அமெரிக்கா தங்கள் வீட்டுப் பின்புறம் என்பதுபோல அங்கே அடிக்கடி போய்வரும் சாப்ட்வேர் எஞ்சினியர்கள், வெளிநாட்டிற்கு தங்கள் பிள்ளைகளைப்

பிழைக்க அனுப்பி இங்கே நாயை கூட்டிக்கொண்டு சுற்றும் வசதிபடைத்த வாழ்க்கை வாழும் ஓய்வு பெற்ற அதிகாரிகள், ஃப்ரீலான்ஸ் பத்திரிகையாளர்கள், டிவி சீரியல் தயாரிப்பாளர்கள், பன்னாட்டு கம்பனிகளின் எக்சிகியூடிவ்கள் இப்படிப் பலர் இருந்தார்கள். எல்லோரும் அவர்களுக்கு இடையே ஒழுக்கமாக நடந்துகொண்டார்கள்.

இந்த நூறு குடும்பங்களுக்கு இடையே அவ்வப்போது சின்னச்சின்ன சண்டைகள் வந்துபோகும். யார் வீட்டு வேலைக்காரியோ தங்கள் வீட்டுப் படியில் வெற்றிலை உமிழ்ந்ததைப் பற்றியோ, தங்கள் வீட்டுப் பார்ட்டிக்கு மறுநாள் அவர்கள் வீட்டு வேலைக்காரி எடுத்துச் சென்ற பியர் பாட்டல்களில் நான்கை செக்யூரிட்டி கார்ட் எடுத்துக்கொண்டதைப் பற்றியோ, ஒரு கம்பனி கார் டிரைவர் வந்துபோகும் வேலைக்காரப் பெண்களை ஹிந்தியில் கமெண்ட் செய்வதைப் பற்றியோ இந்தச் சண்டைகள் இருக்கும்.

ஒவ்வொரு மாதமும் தவறாமல் நடக்கும் கமிட்டி மீட்டிங்களில் இந்தச் சண்டைகளைப் பற்றி விவாதம் நடக்கும். அப்போது உறுப்பினர்கள் எல்லாம் சேர்ந்து 'நாம் எல்லாம் நாகரிகமான மனிதர்கள், புறம்போக்குகள் போல நமக்குள் சண்டைப் போட்டுக்கொள்வது நம் தகுதிக்கு ஏற்றதல்ல' என்று சொல்லிக்கொண்டு மறுபடியும் எதுவும் நடக்காததுபோல ஒருவருக்கொருவர் குட் மார்னிங், குட் நைட் சொல்லிக்கொண்டு போவார்கள்.

சுவர்க்க காம்ப்ளக்ஸ் விழாக்களுக்கும் குறைவிருக்கவில்லை. வாரத்திற்கொருமுறை வந்துகொண்டே இருக்கும் பிறந்தநாள் விழாக்களுக்கு பிள்ளைகள் எல்லாம் சென்று மேஜிக் ஷோ பார்த்து, கேண்டல் ஊதி, கேக் சமோசா தின்று, ஹேப்பி பர்த் டே பாடி வருவார்கள். பிறகு அவ்வப்போது நடக்கும் டின்னர்களில் காம்ப்ளக்ஸ்க்காரர்கள் எல்லாம் கூடுவார்கள். 'ரோடி சாகர்' லிருந்து வரும் பஞ்சாபி சாப்பாட்டை சாப்பிட்டு, பியர் குடித்து, விளையாடி, சர்தார்ஜி ஜோக்குகளைச் சொல்லி, தங்களின் தற்போதைய சிங்கப்பூர்-பேங்காக்-மலேசியா பயணத்தைப் பற்றிப் பீத்திக்கொள்வார்கள். இடையில் பேனர்ஜி "போன இடங்களுக்கே போய் சலிச்சுப்போச்சு. அதுக்காக இந்த முறை ஆப்பிரிக்கா போலாமுன்னு இருக்கேன்" என்று அறிவித்தபோது, ஆப்பிரிக்கா சிங்கபூர், பேங்காக்கை விட பெரிசா சின்னதா

தெரியாமல், எப்படி எதிர்வினை செய்வதென்று புரியாமல், "நீ விடுப்பா, யூ ஆர் டிஃபரெண்ட்" என்று மேலோட்டமாக சொல்லிவிட்டார்கள்.

இப்படி எளிதாக நடந்துகொண்டிருந்த அந்த காம்ப்ளக்ஸின் தினசரி வாழ்க்கையை அந்த ஞாயிற்றுக்கிழமை நடந்த நிகழ்ச்சி கலக்கிவிட்டது. அன்று காலை எல்லோரும் வயிறுமுட்ட சிற்றுண்டி சாப்பிட்டு, பத்திரிகையை கையில் பிடித்து ஓய்வாக உட்கார்ந்திருந்தபோது மூன்று சக்கர வாகனம் ஒன்று காம்ப்ளக்ஸ் முன் வந்து நின்றது. அதை பால்கனியிலிருந்து கவனித்த சில பெண்கள் யார் வீட்டிற்கோ புதிய பிராஸ்ட் ஃபிரிஜ் வந்திருக்கவேண்டுமென்று உள்ளே சென்றார்கள். ஆனால் சில நேரத்திற்குப் பிறகு உரத்த குரலில் ஒலித்த வாக்குவாதத்தைக் கேட்டு சிலர் மறுபடியும் தங்கள் பால்கனிக்கு வந்தார்கள். அந்த பில்டிங் ரெஸிடெண்ட் சொசைட்டி செகரெட்டரி இராதாகிருஷ்ணன் கையில் 'டெக்கன் ஹெரால்ட்' பிடித்துக்கொண்டே கீழே இறங்கி வந்தார். அங்கே விசித்திரமான கோலத்துடன் காணப்பட்ட ஒருவன் தனது கையிலிக்கும் காகிதங்களை செக்யூரிட்டி கார்ட் முன்பு நீட்டியபடி எதையோ விவாதித்துக்கொண்டிருந்தான். இராதாகிருஷ்ணன் அந்த மனிதனை பக்கத்திலிருந்து நன்றாக கவனித்தபடியே சிறிது குழப்பத்தில் ஆழ்ந்தார். கட்டம்போட்ட லுங்கி, மெல்லிய வெள்ளை ஜுப்பா, அடர்ந்த மீசை, நெற்றியில் விபூதி, குங்குமம், கழுத்தில் வண்ண வண்ண மணிகள், ருத்ராட்ச மாலையுடன் கருப்புக்கயிறில் தொங்கிக்கொண்டுருந்த தாயத்து, தோளில் தொங்கிய ஒரு வட்டக் கூடை, அந்தக் கூடை மூடியே இருந்தாலும் அதில் என்ன இருக்கும் என்பதைப் பார்ப்பவர்களால் ஊகித்துவிடமுடியும்.

இராதாகிருஷணன் கார்ட் பக்கமாகத் திரும்பி "என்னப்பா, இவங்கிட்ட சண்டை, இப்படிப்பட்ட பாம்பாட்டிங்க, வித்தைக்காட்டரவங்களை எல்லாம் காம்ப்ளக்ஸ்க்குள்ள விடக்கூடாதுன்னு எத்தனை தடவை சொல்லியிருக்கேன்?" என்று கோபித்துக்கொண்டார்.

கார்ட் "இல்லை சார்... இவர்..." என்று தடுமாறியபோது பின்னாடியே வந்த அட்மினிஸ்ட்ரேடிவ் மேனேஜர் சசிதர், "இல்லை இவர் 'ஏ' பிளாக்கில் ...வாடகைக்கு வந்திருக்கிறார்" என்று விவரமாகச் சொன்னார்.

“ஆ?” முப்பது வருடம் ஸ்டாக் எக்சேஞ்சில் குப்பைகொட்டிய இராதாகிருஷ்ணனுக்கு ஹர்ஷத் மெத்தா நாடகங்கள்கூட இப்படிப்பட்ட அதிர்ச்சியை ஏற்படுத்தி இருக்காது.

சசிதர் தன் கையில் இருந்த அக்ரிமெண்ட் காகிதத்தை இராதாகிருஷ்ணன் முன்பு நீட்டியபடியே, “எல்லாப் பேப்பர்களும் ஆர்டரில் இருக்கு சார். ஓனர் நமக்கு எழுதிய கடிதத்தையும் கூடவே கொண்டுவந்திருக்கார்” என்று சொன்னபோது இராதாகிருஷ்ணன் சசிதரை பக்கத்தில் அழைத்தார். “நான் உள்ள போய் செக் பண்ணிப்பார்த்தேன் சார், அவன் கொடுத்த செக் டேலி ஆகுது” என்றதும் “ஓனருக்கு ஃபோன் பண்ணிக் கேளுங்க” என்று பொறுமையிழந்து கத்தினார். “முயற்சி செஞ்சு பாத்தேன் சார், அவர் அமெரிக்காவில் இருக்கற மகன் வீட்டுக்குப் போயிருக்காரு” என்றதும் இவர்களுக்கெல்லாம் வேறு வழி தெரியாமல் போனது.

இந்தச் செய்தி கட்டடம் முழுவதும் பரவி எல்லோரும் ஞாயிற்றுக் கிழமையன்று தாம் செய்யவேண்டிய வேலைகளையெல்லாம் தள்ளிப்போட்டுவிட்டு பால்கனியில் வந்து நின்றார்கள். பிள்ளைகள் அவனைச் சுற்றி கூட்டமாக நின்றார்கள். அவன் எதைப்பற்றியும் பொருட்படுத்தாமல் தனது பொருட்களை மூன்று சக்கர வாகனத்திலிருந்து கீழே இறக்கத் தொடங்கினான். அவன் கொண்டுவந்ததோ ஒரு பாய் சுற்றிய படுக்கை, ஒரு சில பண்ட பாத்திரம், இரண்டு சட்டி, ஒரு மண்ணெண்ணெய் ஸ்டவ், நான்கைந்து கடவுள் படங்கள், போர்வையில் மூட்டைகட்டிய துணிமணிகள், குச்சி, கோணிப்பை நிறைய ஏதேதோ பொருட்கள்... கடைசியில் மிக எச்சரிக்கையுடன் இறக்கி தோளின் மீது போட்டுக்கொண்டு ஒன்றோடொன்று ஒன்று சேர்த்து கயிறால் இணைத்துக் கட்டிய இரண்டு மகுடிகள். இதைப் பார்த்ததும் எல்லோருடைய உடம்பும் சில்லிட்டது.

அவை அனைத்தையும் எல்லாம் ஒவ்வொன்றாக அவனே எடுத்துச் சென்று ‘ஏ’ பிளாக்கின் மூன்றாவது மாடியில் இருந்த வீட்டில் இறக்கிவைத்தான். எப்போதும்போல பொருட்களை எடுத்து வைக்கட்டுமா வேண்டாமா என்று சந்தேகத்துடன் நின்றுகொண்டிருந்த கார்டிடம் இராதாகிருஷ்ணன் வேண்டாம் என்று கண்ணாலேயே எச்சரித்தார். இதற்கு இடையில் சுட்டி டிம்பி பாம்பாட்டியின் அருகே வந்து அந்தக் கூடையைக் காட்டி

‘அங்கிள், இதில் பாம்பிருக்கிறதா?’ என்று கேட்டுவிட்டு தன் அம்மாவிடம் அடி வாங்கினான். புதிதாக வசிக்க வந்தவர்களின் பெயர், தொழில் எழுதும் பதிவேட்டில் சம்பு, பாம்பாட்டி - ஏ - 30 என்று நிரப்பி கையொப்பத்திற்காக இராதாகிருஷ்ணனிடம் வந்தபோது சசிதர் மீது அவர் எரிந்து விழுந்தார். “என்னய்யா இது, கொஞ்சமாவது அறிவு வேண்டாம்? பிரபஷன் என்னுமிடத்தில் ‘பிஸினஸ்’ன்னு எழுது...” என்று சத்தம் போட்டார். கால் மணி நேரத்தில் எல்லாப் பொருட்களையும் உள்ளே எடுத்துச் சென்ற சம்பு, வீட்டுக் கதவைச் சாத்தி, பால்கனிக் கதவைத் திறந்து வைத்தான். அந்தத் தருணத்திலிருந்து சுவர்க்கம் அபார்ட்மெண்ட் வாசிகளின் வாழ்க்கையில் இனம் புரியாத அமைதியின்மை ஆரம்பமானது.

அம்மா அப்பாக்கள் தங்கள் குழந்தைகளை எச்சரித்தார்கள். சம்புவுடன் பேசக்கூடாது என்றும், அவன் அழைத்தாலும் அவன் வீட்டிற்குப் போகக்கூடாது என்றும், பெப்பர்மெண்ட், சாக்லேட் கொடுத்தால் வாங்கக் கூடாது என்றும் சொன்னார்கள். ஏ-32 இல் இருந்த சீதா சந்திரா “நம்ம பாட்டுக்கு நாம இருந்தோம்... இதென்ன தலையெழுத்து... சர்க்கரை, காப்பித் தூள் கேட்க அக்கம்பக்கம் யாரும் இல்லாமல் போனார்களே...” என்று கண்ணீர் சிந்தினார். வீட்டு வேலையாட்கள் சம்புவைப் பற்றி என்ன நினைப்பார்கள் என்பதைப் பற்றி அவர்களுடைய மீட்டிங்கும் நடந்தது.

“இவர்களுடைய சங்காத்தமே கூடாது, இவங்கெல்லாம் சூனியம், மந்திரமெல்லாம் செய்வாங்க.”

“அவன் கண்ணைப் பாத்தியா, எப்படி இருக்கு?”

“ஏய், என்ன பண்ணிடுவான். என்ன பாம்பை சூ விடுவானா?”

எல்லோரும் கொல்லென்று சிரித்தார்கள்.

ஒரே வீட்டில் வேலை செய்துகொண்டிருந்த கிழவி நஞ்சம்மா மட்டும், “ஏய், எனக்கொன்னும் பயமில்லை, நான் செய்யறேன், என் தோள் மீது கருட மச்சம் இருக்கு” என்றாள். இதைக்கேட்ட மற்றவர்கள் அவளைப் பொறாமையுடன் பார்த்தார்கள்.

காம்ப்ளக்ஸ் முழுவதும் பால் விநியோகம் செய்ய ஒருவனுக்கு மட்டும் அனுமதி அளித்திருந்தார்கள். அவன் யார் புதிதாக

வந்தாலும் போய் விசாரிப்பதுபோல, தயக்கத்துடன் சம்புவின் வீட்டு மணியை அழுத்தினான். அப்போது அவன், "நான் பாக்கெட் பால் வாங்குவதில்லை. எங்கள் நாகப்பனுக்கு அப்போது கறந்த பால்தான் வேண்டும்" என்று கதைவைச் சாத்திக்கொண்டான். அன்றிலிருந்து ஏதோ தொழுவத்திலிருந்து கறந்த பால் ஒரு கேனில் அவன் வீட்டிற்கு மட்டும் வரத் தொடங்கியது.

அதனால் கார் பார்க்கிங்கின் ஒரு மூலையில் தங்கள் டிரைவர் படுக்க அனுமதி கேட்டு கமிட்டிக்காரர்களிமிருந்து 'முடியாது' என்று மறுக்கப்பட்ட விமலா ராஜே "பாவம், எங்கள் சரத் இங்கே படுத்திருந்த என்ன குறைஞ்சா போயிருக்கும். வெளியாட்கள் வேண்டாமுன்னு சொன்னாங்க. ஆனா இப்ப இந்த பால்காரனை விடறாங்கல்ல, பரவாயில்லையா" என்று கிண்டல் செய்தாள். ஆனால் அவனைத் தடுக்க யாருக்கும் தைரியம் இல்லை.

இதனால் அந்தக் காம்ப்ளக்ஸே பேயறைந்ததுபோல காணப்பட்டது. எல்லோருடைய மனதும் சம்புவைப் பற்றியும், அவனுடைய நடவடிக்கையைப் பற்றியும் மட்டுமே சுற்றிச்சுற்றி இருபத்தி நான்கு மணி நேரமும் சுழலத் தொடங்கியது. அவனுடன் லிப்டில்கூட வர பயந்த மக்கள் கதைகளை மட்டும் உருவாக்கினார்கள்.

"மாலை நேரம் அவன் வாசல் பக்கம் போனால் தாழம்பூ வாசம் எப்படி வரும் தெரியுமா?"

"முந்தாநாள் நம்ம சிஞ்சுவையும், பாப்பாவையும் வீட்டுக்குள்ளே கூப்பிட்டானாம், சாக்லேட் தர்றேன்னு சொல்லியிருக்கான், அப்பாடி, வீட்டுக்கு ஓடிவந்துட்டாங்க..."

"அன்று அவன் நிர்மாலியப் பூக்களைக் கூட்டி எடுத்தாளே லக்கவ்வா காய்ச்சல் வந்து படுத்துட்டாளாம்."

"அவனுக்குச் சொல்லணும் இப்படித் துண்டுத் துணியில சுத்தவேண்டாமுன்னு. இங்க எல்லாம் குடும்பஸ்தங்க இருக்காங்கன்னு."

"ஆமா, சொல்றவங்க யாரு?"

"எப்படி இருந்த இடம் எப்படி ஆயிடுச்சு?"

“தினம் இரவு ஒன்பது மணிக்கு மகுடி நாதம் கேக்குது தெரியுமா. நான் முதல்ல யாரோ நாகின் கேசட் போட்டிருக்காங்கன்னு நினைச்சேன். பிறகுதான் தெரிஞ்சது...”

சம்பு வீட்டுப் பக்கத்து வீட்டு சீதா சந்திரன் கவலை மிகவும் அதிகமானது. “நான் இந்த வீட்டை வித்தறலாமுன்னு ஏஜண்டுகிட்ட போனேன். அந்த ஏஜண்டு ‘யாரு வருவாங்க இந்த வீட்டுக்கு?ன்னு கேக்கறான். அப்பவே எல்லாருக்கும் தெரிஞ்சிருச்சு. நான்கைந்து இலட்சத்துக்கு வித்துருங்க, யாராவது ஆபீஸ் கீபீஸ் போட்டுக்கிட்டு பொழச்சுக்குவாங்க’ன்னு சொல்றான். இப்படிப்பட்ட வீட்ட அவ்வளவு குறைஞ்ச விலைக்கு விப்பாங்களா? இந்தக் கவலை என் உயிர வாங்குது.”

எல்லோரும் இப்படிக் குழப்பங்களில் இருந்தாலும், எதுவும் நடக்காததுபோல அமைதியாக இருந்தவள் சம்பு வீட்டின் கீழே இருந்த வீட்டு சாரதாம்மா மட்டுமே. எண்பது வயதான அவள் கணவன் இறந்த பிறகு, பிள்ளைகளும் இல்லாததால் தனியாக இருந்தார். அன்று எல்லோரும் கூடி இருந்தபோது சத்தம்போட்டார் “அவன் என்ன செய்யறான்? அவன் பாட்டுக்கு அவன் இருக்கான். சரியாக வாடகை கொடுக்கிறான். காலையில போனா சாயங்காலமா வர்றான். நீங்கெல்லாம் என்ன சொல்லறீங்க? கையில ஃபோனை வச்சுக்கிட்டு காரில சுத்தினாத்தான் வேலையா? அவங்கதான் மானம் மரியாதை உள்ளவங்களா... பாருங்க அன்னைக்கு தோட்டக்காரன் வரல, செடி எல்லாம் வாடிப்போகுதுன்னு எல்லோரும் சும்மா முனங்கிக்கிட்டு இருந்தீங்க. ஏதாவது செஞ்சீங்களா? சம்பு கீழே இறங்கி வந்தவன், பைப்பை தோட்டத்துக் குழாயில மாட்டி, அரை மணி நேரத்தில ஒழுங்கா செடிக்கெல்லாம் தண்ணி விட்டு, ஒண்ணும் நடக்காததுபோல போயிட்டான். சும்மா ஏன் பித்துப் பிடுச்சவங்க மாதிரி பேசறீங்க” என்றாள்.

சாரதம்மாவின் முன்னால் எல்லோரும் சும்மா இருந்தாலும் அவள் முதுகுக்குப் பின்னால் “இந்தக் கிழவிக்கு தலை கெட்டுப்போச்சு. இந்தக் காலத்து மனுசங்களப் பத்தி தெரிஞ்சிருந்தாத்தானே? இதற்கு மேல யாருக்கு இனி என்ன நடந்தாத்தான் என்ன?” என்றெல்லாம் பேசினார்கள்.

அன்று சுவர்க்க காம்ப்ளக்ஸிற்கு ஏற்பட்ட விபரீதத்தைப் பற்றி கலந்தாலோசிக்க சிறப்பு மீட்டிங் ஏற்பாடு செய்யப்பட்டது.

எப்படியாவது சம்பு தானாகவே வீட்டை விட்டு வெளியேற அவனுக்கு இடைஞ்சல் செய்ய வழிகளைத் தேடினார்கள்.

"இனி என்ன கேபிள் கட் செய்வது, ரொம்பவும் எபக்டிவ்வா இருக்கும், ஆனால் டீவியே இல்லாதவனுக்கு இது என்ன விளைவை ஏற்படுத்தப்போகிறது?"

"தண்ணி..."

"தண்ணியைக் கட் பண்ணலைன்னாலும், ப்லோவை குறைச்சாப் போதுமே. அப்ப அவன் கம்ப்ளைண்ட் செய்யவும் முடியாது, அப்படி செஞ்சா, எல்லா வீட்டிலேயும் இந்தப் பிராப்ளம்தான்னு சொன்னாப் போச்சு..."

"பிரில்லியண்ட் ஐடியா. இட் ஷூட் வர்க்."

மறுநாள் காம்ப்ளக்ஸில் வசிப்போருக்கு ஒரு அதிசயம் காத்திருந்தது. இரண்டு கைகளிலும் ஒரு பிளாஸ்டிக் குடத்தைப் பிடித்துக்கொண்டு சம்பு தடதடவென்று மூன்று மாடி இறங்கிவந்து தோட்டத்துக் குழாயிலிருந்து தண்ணீரை நிரப்பிக்கொண்டு ஏறிப்போனான். இதுபோல நான்கைந்து முறை செய்தான். அவன் தண்ணீர் மெதுவாக வருவதைப் பற்றி வாய் திறக்கவில்லை.

இவன் இப்படிக் குடத்தைத் தூக்கித் தண்ணீரை சிதறிக்கொண்டு மாடி ஏறிக்கொண்டிருந்தபோது ஒரு அபார்ட்மெண்டை வாங்க வந்த ஷூ வியாபாரி ஒருவர் எதிரில் வந்தார். அவர் வீட்டை விற்பவரிடம் 'என்னய்யா, இப்படி தண்ணீர் சுமந்துகொண்டுபோகும் நிலைமையில் இருக்கும் கட்டடத்தில் எனக்கு வீட்டைக் காட்டுகிறாயே. இங்க வீடும் வேண்டாம், உன் சகவாசமும் வேண்டாம்." என்று கோபித்துக்கொண்டு போய்விட்டார்.

"பாருங்க ஒரு மனுசனால இந்த பிராபர்ட்டி வேல்யூவே குறைஞ்சுபோயிருச்சு. உடனடியா ஏதாவது செய்யலேன்னா சிரமம். வக்கீல் ராஜண்ணாவையும் இந்த எமர்ஜென்சி மீட்டிங்குக்கு கூட்டிக்கிட்டு வந்திருக்கேன்" என்று இராதாகிருஷ்ணன் விவரித்தார்.

எல்லோருடைய சதிகளையும் முதலிலேயே அறிந்திருந்தவரைப்போல முகத்தை வைத்துக்கொண்ட மேனன்,

“பாருங்க, இதெல்லாம் இந்த பிளாட் ஓனருடைய வேலை. இப்படிப்பட்டவனை இங்க கொண்டுவந்து வச்சு அமெரிக்காவில போயி உக்காந்திருக்கான். இங்க நம்ம காம்ப்ளக்ஸ் பேரு கெட்டு கட்டடத்து விலை சரிஞ்சிருச்சு. ஆறு மாசத்துக்குப் பிறகு திரும்பி வந்து, முழு பில்டிங்கையும் பாதி விலைக்கு வாங்கி, இந்தப் பாம்பாட்டியை வெளியே துரத்திடுவான் அவ்வளவுதான்” என்று சொன்னபோது, எல்லோருக்கும் இந்த விசயம் நமக்குப் புரியாமல் போனதே என்று சலிப்பு ஏற்பட்டது.

எல்லோருடைய புகார்களையும் கேட்ட வக்கீல் ராஜண்ணா, “பாருங்க, இந்த ஆளுகிட்ட ரேஷன் கார்ட் இருக்கு. எல்லா டாக்யுமெண்டும் இருக்குன்னு சொல்றீங்க. வாடகையை ஒழுங்கா கொடுக்கறான். அவன் பாட்டுக்கு அவன் இருக்கான். கேவலம் அவன் விசித்திரமான தொழில் செய்யறாங்கறதுக்காக இங்க இருந்து துரத்த முடியாது” என்று சொல்லிவிட்டார்.

“ஏதாவது காரணத்தைத் தேடுங்க” என்று எல்லோரும் உயிரை வாங்கியபோது “அவன் ஏதாவது இரகசிய வேலைகளில் இன்வால்வ் ஆகியிருந்தால்... ரௌடியாகவோ, தீவிரவாதியாகவோ சந்தேகம் ஏற்படும்படி இருந்தால்...”

எல்லோருடைய காதும் நிமிர்ந்தன. “ஆம், ஐ வில் வர்க் ஆன் திஸ்” என்று இராதாகிருஷ்ணன் மேசையைக் தட்டினார்.

“கேசை சரியாகத் தயார் செய்யுங்கள், நேரடியாக போலீஸ் கமிஷனரிடமே போவோம்” என்றபோது எல்லோர் முகத்திலும் ஆறுதலான சிரிப்பு மூண்டது.

‘சுவர்க்க அபார்ட்மெண்ட்’ கமிட்டியின் நான்கு மெம்பர்கள் போலீஸ் கமிஷனரிடம் அப்பாயிண்ட்மெண்ட் வாங்கிய நாள் விடியல் காலையிலேயே ஓர் அதிசயம் நடந்தது. காலையில் எழுந்து சம்புவின் வீட்டின் எதிர் வீட்டார் பேப்பர், பாலை உள்ளே எடுத்துச் செல்ல கதவைத் திறந்தபோது, எப்போதும் சாத்தி இருக்கும் அவன் வாசல் கதவு திறந்திருந்தது அவருக்கு வியப்பாக இருந்தது. ஏதோ என்று நினைத்து கதவைச் சாத்திக்கொண்டார். எட்டு மணிக்கு வேலைக்காரி வந்து கதைவத் திறந்தபோதும் அதே காட்சி. கூடவே அவன் வீட்டுக் கதவைத் திறந்ததும் ஹாலில் கண்ணுக்குத் தெரியும் தண்ணீர் கூஜா, விரித்த பாய், முன்னாடி கடவுள் படம் எல்லாம் காணவில்லை. வேலைக்காரியை முன்னால் அனுப்பி ஓரிரு அடி உள்ளே

போனபோது வீடு காலியாக இருப்பது தெரிந்தது. உடனே இவர் இண்டர்காமில் செக்யூரிட்டிக்கும், இராதாகிருஷ்ணனுக்கும் சொன்னார். எல்லோரும் உடனே ஓடி வந்தார்கள். அடி மீது அடி எடுத்து வைத்து வீடு முழுவதும் சுத்தினார்கள். வெறுமையாகக் கண்ட வீட்டில் மீதமிருந்தது அதிசயமான ஊதுபத்தியின் மணம். கூடவே அறையின் மூலையில் மூடி வைத்தபடி இருந்த பாம்புக் கூடை. அதைப் பார்த்ததும் எல்லோரும் அலறினார்கள். ஆனால், யாருக்கும் அதைத் திறந்து பார்க்கும் தைரியம் வரவில்லை. இராதாகிருஷ்ணன்கூட அதைக் கூர்ந்துபார்த்து அது ஏதாவது அசைகிறதா என்று கவனித்தார். மெல்ல ஓசையில்லாமல் வீட்டைவிட்டு வெளியே வர எல்லோருக்கும் சைகை செய்தார்.

வேகமாக கதவை இழுத்துச் சாத்தி, தனது வீட்டிலிருந்து ஒரு பூட்டை எடுத்து வந்து போட்டு, இழுத்து இழுத்துப் பார்த்து, சரியாகப் பூட்டியிருக்கிறதா என்று உறுதிப்படுத்திக்கொண்டு, சாவியை செக்யூரிட்டி கார்டிடம் கொடுத்தார்.

"இப்பவே போய் பாம்பு பிடிப்பவன் யாரையாவது பாத்து கூட்டிக்கிட்டு வா... இதெல்லாம் நம்மால் ஆகாத வேலை" என்றார்.

விவேக் ஷாண்பாக்

கன்னட எழுத்தாளர். ஐந்து சிறுகதைத் தொகுப்புகளையும், மூன்று நாவல்களையும், இரண்டு நாடகங்களையும் வெளியிட்டிருக்கிறார். இரண்டு கதைத் தொகுப்புகளை தொகுத்திருக்கிறார். ஒன்று ஆங்கிலத்தில் உள்ளது. இவருடைய பல சிறுகதைகள் சினிமாகவும், நாடகமாகவும் உருவாக்கப்பட்டுள்ளன. 2005-2012 வரை 'தேசகால' என்ற இலக்கியப் பத்திரிகையை நடத்தி வந்தார். இவருடைய பல கதைகள் பிற மொழிகளில் மொழிபெயர்க்கப்பட்டுள்ளன. காச்சார் கோச்சர் என்ற நாவல் தமிழ் உட்பட 16 மொழிகளில் மொழிபெயர்க்கப்பட்டுள்ளது.

பொறியியல் பட்டதாரி. தற்போது பெங்களூரில் வசிக்கிறார்.

நிர்வாணம்

■ விவேக் ஷாண்பாக்

எங்காவது அவன் கிடைத்திருக்கலாம்: தில்லியிலோ, மும்பையிலோ, ஹைதராபாதிலோ இல்லை இந்த பெரிய கம்பெனிகள் ட்ரைனிங் நடத்தும் ரெசார்ட்கள் இருக்கின்றனவே, அங்கெங்கோ கிடைத்திருக்கலாம். அல்லது ஏதாவது மேனேஜ்மெண்ட் செமினாரில். ஆனால் அங்கே எல்லாம் இல்லாமல் ஜகார்த்தாவின் ஒரு ஹோட்டல் லாபியில் கிடைத்தானே என்று நினைக்கும்போது, வேறு எங்கு கிடைத்திருந்தாலும் நாங்கள் பேசியிருக்க மாட்டோம், ஒருவரையொருவர் பார்க்காமல் போயிருப்போம் என்றும் தோன்றியது. அன்று மாலை, அந்தப் பசி மற்றும் எல்லாவற்றையும்விட அந்த வெளிநாடு - இவையெல்லாம் இல்லாதிருந்தால் அந்த சந்திப்பு நிகழ்ந்தே இருக்காது. கூடிவரும்போது எல்லாம் அப்படித்தான். ஒரே தருணத்தில் எல்லாம் நடந்துவிடும்.

அப்போதே மாலை ஏழுமணியாகியிருந்தது. ஜகார்தாவில் இது என்னுடைய ஐந்தாவது நாள். வேலை சீக்கிரம் முடிந்திருந்தது. மறுநாள் விடுமுறை என்பதை ஒரு சாக்காகச் சொல்லி இங்கே அலுவலக மக்கள் மதியமே புறப்பட்டுவிட்டார்கள். நான் ஹோட்டல் அறைக்கு வந்து சிறிது உறங்கினேன். எழுந்து இமெயில் திறந்து, காலியான இன்பாக்சைப் பார்த்து சலிப்படைந்து, பழைய இமெயில்களை எல்லாம் எடுத்து ஒருநாளும் எழுதாதவர்களுக்கெல்லாம் இரண்டு வரி கிறுக்கிப்போட்டேன். அதே வரிகளை காபி பேஸ்ட்

செய்வது. பெயரைத் தவிர எல்லோருக்கும் அதே வரிகள். அவர்களுக்கெல்லாம் எழுதாமல் விட்டாலும் நடந்திருக்கும். ஆனால் எழுதும்போது எல்லோருக்கும் ஒரே மாதிரி கடிதம் எழுதினாலும் வித்தியாசப்படாது. தொடர்பு இருக்கட்டும் என்று அவ்வப்போது எழுதுவது. இவர்களும் இல்லாவிட்டால் நான் யாருக்கு இமெயில் அனுப்பட்டும்? ஒருவன் அமெரிக்காவில், ஒருவன் தில்லியில், மற்றொருவன் ஆஸ்திரேலியாவில், கிளாஸ்மேட்கள், பழைய கலீக்கள், கண்டங்களைத் தாண்டி இருக்கும் அவர்களுக்கு எல்லாம் இரவாகவோ, பகலாகவோ இருந்து எப்படியோ நாளை காலை நேரம் பதில்கள் வரலாம் என்று நினைத்தேன். மறுபடியும் சலிப்புடன் அலுவலக இமெயிலைத் திறந்தால் இரண்டு மணி நேரத்தில் இருபது மெயில்கள் இருந்தன. அதில் ஒன்றைத் தவிர மற்றவை எல்லாம் குப்பை. சும்மா பார்த்துவிட்டு மூடிவைத்தேன். நானில்லாமல் எப்படியோ என்னமோ என்று வீட்டுக் கவலை வந்து பெங்களூருக்கு ஃபோன் செய்தால் ஷாலினி இன்னும் மதிய தூக்கத்திலிருந்து எழுந்திருக்கவில்லை. அந்தக் கோபத்திலோ என்னமோ, சீறிக்கொண்டே இருந்தாள்.

“ஹலோ” என்றேன்.

“என்ன?” என்றாள்.

“ஒண்ணுமில்ல?”

“இன்னைக்குக் காலையிலே ஒருமுறை ஃபோன் செஞ்ச இல்லையா?”

“அட, ஆமா இல்ல, இன்னைக்கா, ஹௌ ஆர் யூ?”

“ஏதோ, இருக்கேன்...”

“சும்மாதான் செஞ்சேன்.”

“அப்படீனா சரி.”

“சுமந்த் எப்படி இருக்கான்? ஸ்கூல் ஆச்சா?”

“இப்ப எங்க ஸ்கூல்? விடுமுறைதானே? உனக்கு எதுவும் நினைவிருக்காது. தலை நிறைய அலுவலக வேலை. ஏதோ வெட்டிமுறிக்கற மாதிரி... சும்மா கடனுக்குக் கேக்காத.”

“அட, ஆமல்லா, எனக்கு ஏன் இது மறந்துபோனது?”

“ஒரு நாளைக்கு ஒரு தடவை ஃபோன் பண்ணினா போதும். உன் தொல்லை இல்லாம எல்லாம் நல்லாவே நடக்குது.”

ஃபோனை வைத்துவிட்டாள். அவளைப்போல இரக்கமே இல்லாமல் கறாராக ஒருபோதும் என்னால் நடந்துகொள்ள முடியாது. நல்ல எடுத்துக்காட்டு என்றால் இதுதான், பாதி பேச்சுக்கிடையே ஃபோனை வைத்துவிடுவது. இது தெரியாமல் நான் அடுத்த பக்கத்திலிருந்து ஒருவனே பேசிக்கொண்டிருப்பது எப்படிப்பட்ட அவமானம். நான் மகனுடைய பள்ளி விஷயத்தை மறந்திருக்கலாம். அவள் எத்தனை சங்கதிகளை மறந்திருக்கிறாள்?

அவள் கோபத்தின் காரணங்களை தொலைதூர நாட்டிலிருந்து ஃபோன் மூலமாகக் கண்டுபிடிக்க என் கையால் முடியாத காரியம். மற்றும் அவை யாவும் அத்தனை எளிதானவையாக இருக்காது. அதனால் என் தற்போதைய கவலையான இரவு உணவைப் பற்றிச் சிந்திக்கத் தொடங்கினேன். இவ்வளவு ஓய்வான நேரம் எனக்குக் கிடைத்து வெகு காலமானது. ஒன்றன் பின் ஒன்றாக வேலைகள் பின் தொடரும்போது என்னைப்பற்றி யோசிக்க அவசியமே இருப்பதில்லை. இப்படி நேரம் கிடைக்கும்போதெல்லாம் இல்லாத பிரச்சனைகள் உருவாவது; தத்துவச் சிந்தனைகள் ஆரம்பமானது. எவ்வளவு சிறியதாவே இருக்கட்டும், இந்த வெற்று இடத்தைப்போல குழப்பமானது மற்றொன்றில்லை. இது இரத்த நாளங்களில் நீர்குமிழி சேரும் அளவிற்கே அபாயமானது! சும்மா ஏழாவது மாடியின் அறையின் சன்னலுக்கு வெளியே பார்த்துக்கொண்டே நின்றேன்.

ஹோட்டலைச் சுற்றி மக்கள் வசிக்கும் இடங்கள் தெரிந்தன. கணக்கில்லாமல் சந்துபொந்துகளுக்குள் பரவிய ஊர். மென்மையான நாற்காலியின் மீது அமர்ந்தேன். காலை நீட்ட அங்கே ஒரு மென்மையான ஆசனம் இருந்தது. காலை நீட்டினேன். அரை மணி நேரத்திற்குள் வெளிச்சம் மெல்லக் கரைந்து இருட்டானது. ஒரு நடை நடந்தேன். அங்கே எங்காவது சாப்பிடலாம் என்று கீழே இறங்கி வந்தேன். அப்போதுதான் அவன் தெரிந்தான்.

ஜகார்த்தாவின் ஸ்டார் ஹோட்டல் லாபி. இங்கேதான் இரண்டு வருடங்களுக்கு முன்பு குண்டு வெடித்தது. என்னைப் போன்றவர்கள் எல்லாம் சுக்குநூறான இடம்.

இப்போதெல்லாம் அதிகப்படியான செக்யூரிட்டி. லாபியின் மூலையில் ஒரு நீரூற்று இருந்தது. அவன் அதன் சுவரின் விளிம்பில் காலூன்றி எனக்கு முதுகைக் காட்டிக்கொண்டு நின்றிருந்தான். இடது காதில் மொபைல் ஃபோன். ஹிந்தியில் உரக்கப் பேசிக்கொண்டிருந்தான். வெளிநாட்டில் இந்த மொழி என் காதில் விழுந்ததால் அவன் பக்கம் பார்த்தேன். “ஹாஞ்ஜி, ஹாஞ்ஜி” என்று சொல்லிக்கொண்டே இருந்தான். அப்படிச் சொல்லும்போது தலை ஆடிக்கொண்டிருந்தது. லாபி முழுவதும் இவனுடைய சத்தம். அது வசதியான லாபி. தரைக்கு மென்மையான கார்பட், பளிங்கினால் ஆன தூண்கள், அகலமான மென்மையான நாற்காலிகள், நீரூற்றுத் தண்ணீரின் சளசளக்கும் ஓசை. அங்கெல்லாம் கம்பீரமான மௌனம். உடனே என் கலீக் சி.கே.சிங் நினைவிற்கு வந்தான். அவனுக்கு இண்டியன் இமேஜைப் பாழடிக்கும் இந்தியர்களைக் கண்டால் கோபம். அந்த இண்டியன் இமேஜ் என்றால் என்னவென்பது அவனுக்கு மட்டுமே தெரியும். அதுவும் இரண்டு பெக்கிற்குப் பிறகு இந்தியர்களின் மானத்தை கப்பலேற்றுவது என்றால் அவனுக்கு உற்சாகம். மற்றவருக்கும் பொழுதுபோக்கு. இதே ஹோட்டலில் நான்கு நாட்களுக்கு முன்பு நடந்த பார்ட்டியில் யாரோ சாவி கொடுத்ததும் ஆரம்பித்துவிட்டான்:

“ஒரு விதமாக சீரியசாக இருந்துகொண்டே ஃபைவ் ஸ்டார்களை எஞ்ஜாய் செய்யவேண்டும். எவ்வளவு வியப்பாக இருந்தாலும் காட்டிக்கொள்ளக்கூடாது. இவையெல்லாம் சகஜம் என்பதைப்போல, தான் பிறந்ததே இப்படிப்பட்ட வசதி வாய்ப்புகளுடன் என்பதைப்போல நடந்துகொள்ளவேண்டும். அவைகளை எல்லாம் விட்டு இந்த தரித்திர இண்டியன்ஸே இப்படித்தான் - ஒரு துளியும் எடிகேட் கிடையாது. எங்க இருக்கோம், எப்படி நடந்துகொள்ளவேண்டும் என்ற இங்கிதமே கிடையாது. எங்கே இருந்தாலும் தங்கள் வீட்டு திண்ணை மீது இருப்பது போலவே நினைக்கிறார்கள். மொபைல் ஃபோனில் வாயில் வந்தபடி கத்துவார்கள். அதிலும் இந்த மிடில் கிளாஸ் மக்கள். ஐடி பணத்தில் இப்படிபட்ட ஹோட்டலுக்கு வந்து தங்கறானுங்களே அவனுங்க எல்லாம் மகா அசிங்கமான பசங்க. இரவோடு இரவாக கிளாஸ் சேஞ்ஜ் ஆயிடுச்சின்னு நினைச்சுக்கிட்டா இப்படித்தான் ஆகும். பணம் வந்தா கிளாஸ் வந்துடுமா? பஃப்பே லஞ்ச் சாப்பிடற இடத்தில பத்து இண்டியன்ஸ் இருந்தா இரண்டு பேராவது

ஸ்பூனை கைதவறிக் கீழே விழவைச்சுடுவானுங்க. ஒருத்தன் சட்டையில கொட்டிக்குவான். ஒருத்தன் பிளேட்டோட யாரையாவது இடிச்சிருப்பான். இன்ன ரெண்டுபேராவது வாய், கையை எச்சி பண்ணிக்கிட்டு "ஹேண்ட் வாஷ், ஹேண்ட் வாஷ்"ன்னு அடிக்கடி கேட்டுகிட்டே, சத்தமா தமிழிலயோ மலையாளத்திலயோ பேசிக்கிட்டே கையைத் தூக்கிவைச்சுக்கிட்டு இப்படிப்பட்ட ஃபைவ் ஸ்டார் காரிடாரில நடப்பானுங்க. இருபத்தி அஞ்சு வயசுக்காரனுக்கும் தொப்பை விழுந்திருக்கும். செக் அவுட் செய்யும்போது ரூமில இருக்கற சோப்பு, பிரஷ், ஷாம்பை எடுத்துக்கிட்டு போகாத இண்டியனே கிடையாது... வேற நாட்டுக்காரனுங்க எடுக்கறது இல்லையான்னு கேக்கலாம். எடுக்கறாங்க. எடுக்கறாங்க. இருக்கறவங்க எடுத்தா எடுத்த மாதிரி அல்ல. இதை நாம புரிஞ்சிக்கணும்... பணக்காரன் ஒரு ரூபாயைத் திருடினா அதை திருட்டுன்னு சொல்லமுடியுமா? வேணுமுன்னா ஹாபின்னு சொல்லலாம். ஏழை திருடினா திருட்டு. நாடுங்க விசயத்திலயும் இது உண்மை. இதுக்கெல்லாம் நல்ல பேரு இருக்கு. வார் எகேன்ஸ்ட் டெர்ரர், செல்ஃப் டிஃபன்ஸ், ப்ரடெக்டிங்க் அவர் டர்ஃப்... இப்படி பல பல. திருட்டுப் பொருளை பங்கு போட்டுக்கொண்டால் அது ஸ்டிராடஜிக் அலையன்ஸ்..."

சி.கே.சிங்கின் பேச்சுகளை நினைத்துக்கொண்டு இன்றும் அவன் கூட இருந்திருந்தால் நல்ல கம்பனியாக இருந்திருக்கும் என்று ஏங்கிக்கொண்டு போய்க்கொண்டிருந்தபோது ஃபோனில் பேசிக்கொண்டிருந்தவன் சிறிது இந்தப் பக்கம் திரும்பினான். இன்னும் காதில் மொபைல் இருந்தது. பக்கத்தில் இருந்து பார்த்தபோது உடனே அடையாளம் தெரிந்ததுபோல இருந்தது. அவன்தான், இல்லை இல்லை அவனல்ல. அவன்தான் அவன்தான் இப்படி நினைத்துக்கொண்டே என் மனதில் பலநூறு பெயர்கள் சர்ரென்று வந்துபோனது. எனக்கே தெரியாமல் அவனை நோக்கி ஒரு அடி எடுத்து வைத்தேன். இதே சூழ்நிலை இந்தியாவில் இருந்தால் கண்டிப்பாக நான் முகத்தைத் திருப்பிக்கொண்டு போயிருப்பேன். எனக்கே புரியாமல் அவன் பக்கமாக இப்படி நடை போயிருக்காது. அதற்காகத் தான் சொல்கிறேன்: அவன் ஜகார்த்தாவில் அல்லாமல் வேறு எங்கே கிடைத்திருந்தாலும் எங்கள் சந்திப்பு ஏற்பட்டிருக்காது. வெளிநாடு என்னவானாலும் வெளிநாடுதான். அங்கே நமக்கு

எல்லாம் பூதக்கண்ணாடி வழியாகவே தெரியும். நம் நரம்பு மண்டலம் வேறுவிதமாகச் செயல்படும்.

நூறு பெயர்கள் வாயில் வந்துபோனாலும் அவன் பெயர் நினைவிற்கு வரவில்லை. இவன் ஒரு காலத்தில் என்னுடன் வேலை செய்துகொண்டிருந்தானல்லவா என்ற சந்தேகம் பிறந்தது. ஆனால் அதை உறுதிப்படுத்திக்கொள்ளத் தேவையான பெயர் மட்டும் வாயில் வரவில்லை. ஒரு விநாடி நின்றேன். அது அவனுக்குத் தெரிந்ததோ என்பதைப்போல திரும்பிப் பார்த்தான். இப்போது நான் பின்வாங்கவே முடியாது. நான் பெயரை தேடிக்கொண்டே இருந்தேன். ஃபோனில் பேசியபடியே புன்னகை புரிந்து, கையால் சைகை செய்து ஒரு நிமிடம் இரு என்பதைத் தெரிவித்தான். இப்போது மறுபடி முகத்தைத் திருப்பிக்கொண்டு போகவே முடியாது. அவன் பக்கம் மற்றொரு அடியை எடுத்து வைத்தேன். காதில் மொபைலை அழுத்திக்கொண்டே வலதுகையை நீட்டி என் கையைக் குலுக்கினான். ஃபோனில் பேசிக்கொண்டே இருந்தான். கை சைகையில், முகபாவத்தில் இரண்டு நிமிடம் நலம் விசாரிப்பது நடந்தது. இப்போது அவன் பேச்சை முடிக்கும்வரை காத்திருப்பதைத் தவிர வேறு வழி இல்லை. திருப்பதி சவரத்தைப்போல சிக்கிக்கொண்டேன். அவசரம் இல்லாதவனைப்போல என் மீது கண்வைத்துக்கொண்டே தன் ஹாஞ்ஜிகளை தொடர்ந்தான். நீல வண்ணத்து கோடுபோட்ட சட்டை, கருப்பு பேண்ட், நல்ல டிசைனர் ஷூ போட்டிருந்தான். பின் பாக்கெட்டில் இருந்த பர்ஸ் தடித்துத் தெரிந்தது.

எப்படியோ பேச்சை முடித்து, மொபைலை மடித்து, சிரித்துக்கொண்டே வந்தான். "ஓ, ஓ, ஓ இங்கே? எப்படி?" என்று நாடகத்தனமாகக் கூவி ஹா ஹா ஹா என்று சிரித்தான். மறுபடியும் என் கையை அழுத்தமாகப் பிடித்து வெகுநேரம் குலுக்கினான். அவன் கத்தலுக்கு லாபியில் இருப்பவர்கள் எல்லாம் எங்கள் பக்கம் திரும்பிப் பார்த்ததைப்போல இருந்தது. அதற்குள் அவன் பெயர் நினைவுக்கு வந்துவிட்டது. ஜோதிர்மொயி! ஆம், இவன்தான் ஜோதிர்மொயி இவன்தான் இவன்தான்.

எங்கள் கம்பெனியின் மார்க்கடிங் டிபார்ட்மெண்டில் இருந்தான். அடடா... அதற்குள் இவன் முடி இப்படி நரைத்துவிட்டதே. அவன் கண்ணாடியைத் தூக்கி மறுபடியும்

போட்டுக்கொள்ளும்போது தெரிந்தான். மூக்கின் மேல் இருக்கும் தழும்பைப் பார்த்தால் பல வருடங்களாக கண்ணாடி போடுவான் போல இருந்தது. ஆனால் இதற்கு முன்பு எப்போதும் அவனைக் கண்ணாடியில் பார்த்ததில்லையே. அவன் தானா? மனிதன் மாறுவான் உண்மை. ஆனால் இப்படியா? இல்லை அவன் மாறவே இல்லையா? நான் மாற்றமடைந்தவனை எதிர்பார்த்துக் குழம்பிப் போயிருக்கலாம். ஆனால் அந்த மூக்கு அவனுடடையது தான், உறுதியாக, அவன்தான்.

“என்ன ஆச்சரியம். வா, வா... எனக்கும் கம்பனி தேவைப்படுது. இன்னைக்கு சாயந்திரம் என்ன நிகழ்ச்சி?” என்றான்.

“சாப்பிடப் புறப்பட்டேன். அதைத் தவிர வேற ஒண்ணுமில்லை.”

“வா, வா ரூமுக்குப் போகலாம். ரூமில ஃபஸ்ட் கிளாஸ் விஸ்கி இருக்கு. குடிப்ப தானே? இங்க பாருக்குப் போய் எதுக்கு பணத்தை வீணடிக்கவேணும்” என்று எதையும் பேசவிடாமல் லிப்ட் பக்கமாகத் தள்ளினான்.

நான் சும்மா இருந்ததைக் கவனித்து “உனக்காக வேணுமுன்னா இங்கயே போலாம். ரூமுக்கு போகணும்னு ஒண்ணுமில்ல” என்றான்.

“எதுவானாலும் சரி.”

“ரூமில ஓய்வாகப் பேசலாம். இருள் நிறைந்த பாரில் எக்கச்சக்கமான சத்தம். இந்த சங்கீதம் எனக்குப் புரிவதும் இல்லை. நேற்று- அதற்கு முன்தினம் இரண்டு நாளும் இங்கதான் போயிருந்தேன். மொட்டை போட்டு அனுப்பிச்சுட்டான் தேவிடியாப் பய. மொதல்லயே ரிஸஷன், அதுக்கு மேலே இவன் சவரம் வேற. ரூமில நல்ல விஸ்கி இருக்கு...நீயே பாரு...”

பதினாறாவது மாடி ரூம். லிஃப்ட்டின் கண்ணாடியில் அவனை கவனித்தேன். தடிச்சு இருக்கான். வயிறு இடுப்பு பெல்டை தாண்டி இருக்கு. அது தெரியாத மாதிரி இருக்க முயற்சி செய்யறான். மாறி இருக்கான்.

அங்கே போகும்வரை இடைவிடாமல் பேசிக்கொண்டே வந்தான்.

“...யாருடன் பேசிக்கொண்டிருந்தேன் தெரியுமா? பைனான்ஸ் செகரெட்டரியுடைய செகரட்டரியிடம். என்னுடைய பிரதர் இன் லா மிகவும் இன்ஃப்ளுயென்ஷியல் பெலோ. இந்தியாவிற்கு திரும்பியதும் மினிஸ்டருடன் மீட்டிங் பிஃக்ஸ் செஞ்சு கொடுக்கறதா சொல்லியிருக்கான். இந்த செக்கரட்டரிய அவன்தான் அறிமுகப்படுத்தியது. எங்க கம்பெனியில வேலை நடந்துகிட்டே இருக்கணும். அதுக்கு நீ பிரதர் இன் லாவையாவது பிடி, பிரைம் மினிஸ்டரையாவது பிடி. இந்த டைமில கவர்மெண்ட் காண்டேக்ட் மிகவும் இம்பார்டண்ட். இதைவிட முதல்ல இருந்த கம்பெனியே தேவலாம். அங்க இந்த ரகளை எல்லாம் இருக்கல. பிரஃபஷனல் சார்ஜுன்னு கொடுத்தாப் போதும் - அதிலயே லஞ்சத்தையும் அவங்களே கொடுத்து நம்மள நிம்மதியா இருக்க விட்டானுங்க. இந்த ரிசஷன்னு சொல்றது எல்லாம் ஒரு சாக்கு. கலவரம் நடந்தா கடைகளை கொள்ளையடிப்பாங்களே அப்படி. அந்த நேரம் பாத்து எல்லாத்தையும் க்ளீன் பண்ணிடுவானுங்க. வேண்டாதவங்களை தூக்கி எறியறது. அய்யோ, என்னத்த சொல்ல, இந்த ஏழு வருசத்தில ஏழு தடவை வேலையை மாத்திட்டேன். நான் மிகவும் ரெஸ்ட்லெஸ் ஃபெலோ. சீக்கிரமா போர் அடிச்சிடும். அதே பாஸ், அதே டீம். சாலஞ்ச் இருக்காது. பிறகு மேல ஏறர வாய்ப்பும் இருக்காது. புது வேலைன்னா ஏணியின் புதுப் படி. யாரும் நின்றிருக்காத காலிப் படி. அங்கே ஏறி அமர்ந்து இனிமேல் படி காலியாவதையே பார்த்துக்கிடப்பது. வாய்ப்புக் கிடைக்கும் போதெல்லாம் அங்கே இருப்பவரை தள்ளுவது. விழுந்தா விழட்டுமுன்னு. கீழ இருந்தும் என்னை விழவைக்க தள்ளுவானுங்க. அவங்க மேல ஒரு கண்ணு வைக்கலைன்னா, அவங்கள அமுக்கிவைக்காம இருந்தா தள்ளிவிடுவானுங்க. அதே மக்களோட விளையாண்டு சலிச்சுப்போனா வேலையை மாத்திக்கிறது. இப்பல்லாம் மூணு வருசத்துக்குள்ள வேலையை மாத்திக்கிலனா ஏதோ தப்பாயிடுச்சோன்னே தோணும்...”

ரூமை அடையும்வரை பேசிக்கொண்டே இருந்தான். ரூம் நம்பர் ஆயிரத்தி அறுநூற்றிப் பத்து. சிக்ஸ்டீன் டென்.

அறையில் ஒரு பக்கம் பை வாய் திறந்து கிடந்தது. கட்டிலின் மீது போர்வை தலையணைகள் பரப்பிக் கிடந்தன. “உட்கார், உட்கார்” என்றான். நான் உட்காருவதற்கு இடம் தேடினேன். அங்கிருந்த நாற்காலியின் மீது அவனுடைய பேண்ட் கிடந்தது. எடுத்து படுக்கையின் மீது வைத்தான். அறையின் திரையை

விலக்கினான். தடித்த கண்ணாடிச் சுவர். அதற்கு வெளியே பாதாளத்தில் கார்களின் விளக்கு வரிசைவரிசையாகத் தெரிந்தன. பகல் வெயிலிற்கு கண்ணில் விழும் தூசி, சந்துபொந்துகள். டிராஃபிக் ஒழுங்கின்மை எல்லாம் இரவின் இருட்டில் எங்கோ ஒளிந்துகொண்டன. நான் பார்த்துக்கொண்டே நின்றிருந்தேன். என் அறையிலிருந்து இவைகள் வேறு கோணத்தில் தெரிந்தன.

“அடச் சே...ஓ ஷிட்... ஓ ஷிட்...”என்றான். ஏதோ நடக்கக்கூடாதது நடந்துவிட்டது என்று பார்த்தால் கையில் பாதி நிறைந்த விஸ்கி பாட்டலை பிடித்துக்கொண்டு “இதெப்படிப் போதும்?” என்றான்.

“போதும் விடு. நான் அதிகம் குடிப்பவனல்ல. உன் ஒருவனுக்குப் போதுமல்லவா?” என்றான்.

“ஓ எனக்கு இது இரண்டு நாளைக்குப் போதுமானது. உன் கெபாசிடி எனக்குத் தெரியாது. பார்க்கலாம்...இருவரும் குடிக்கும்போது வேகமாக செலவாகும். தேவைப்பட்டால் தருவிப்போம்... ஆரம்பிப்போமா இப்போ? உனக்கென்ன ஐஸ், சோடா?”

“ஐஸ் அண்ட் வாட்டர்”

பிரிட்ஜிலிருந்து ஐஸ் கியூபைப் போட்டான். அவை டணக் டணக் என்று சத்தம் போடும்போது என் பக்கமாகப் பார்த்தான். அவன் முகத்தில் புன்சிரிப்பு இருந்தது. நாசூக்காக விஸ்கியை ஊற்றினான். தண்ணீர் நிறைத்து இரண்டு கிளாஸ்களையும் தூக்கிப் பிடித்து “வாங்கிக்க” என்றான்.

“சியர்ஸ்” என்றேன்.

“பார் அவர் ஃபிரண்ட்ஷிப். லாங் லிவ் அவர் ஃபிரண்ட்ஷிப்” என்றான்.

“சியர்ஸ்”

இருவரும் ஒவ்வொரு மடக்குக் குடித்தபின் சிறிது இறுக்கம் தளர்ந்தது போல இருந்தது. அவன் ஒரு நாற்காலியின் மீது அமர்ந்தான். எதிர் நாற்காலியில் நான். நடுவில் கண்ணாடி மேசை. என் வலதுபக்கக் கண்ணாடிச் சுவருக்கு அந்தப் பக்கம்

நகரத்தின் இரவு. கீழே ஓடிக்கொண்டிருக்கும் மோட்டார் வாகனங்களின் விளக்குகள்.

"இப்போது உன்னைப் பற்றிச் சொல்" என்றான்.

"என்ன சொல்ல இன்னும் அதே கம்பெனியிலயே இருக்கிறேன். போதுமான அளவிற்கு உயர்ந்திருக்கிறேன் என்று சொல்லலாம். ஹெச். ஆர். டிபார்ட்மெண்டிற்கு ட்ரான்ஸ்ஃபர் வாங்கிக்கொண்டேன். இப்போது அங்கே நான்தான் ஹெட். அப்படியே ஓடிக்கிட்டு இருக்கு. என் கதைகளின் மூன்றாவது தொகுதி இந்த வருடம் வந்தது..."

"வண்டர்புல்...நீ கதை எழுதறயா? எனக்குத் தெரியவே இல்லையே...உண்மையாலும் பெரிய ஆளுய்யா நீ. த்ரீ புக்ஸ்...வண்டர்புல் யாருக்கும் தெரியாம இந்த இரகசியத்தைக் காப்பாத்திக்கிட்டு இருக்கறயே...இந்த கார்பரேட் உலகில உன்னையைப்போலவங்க இருக்கணும்...இப்படிப்பட்ட ஹாபி இருப்பது அதிசயம்."

"ஒரு நாவலும் எழுதி இருக்கேன்... எழுத்து என் பிரஃபஷன்... கார்பரேட் வேலை ஹாபி..."

"ஹ..ஹ...ஹ...நல்லா சொன்ன. நல்லவேளை நீயே ஹெட் ஆக இருப்பதால தப்பிச்ச. உங்க ஆளுங்க யாராவது கேட்டா துரத்தி இருப்பானுங்க. உன் பேரை எங்கயோ படிச்ச ஞாபகம். ஆனால் அது நீதான்னு தெரியல பாரு. அட உங்கிட்ட கேக்க மறந்தேன். எந்த ஊரில இருக்க இப்ப?"

"பெங்களூரில."

"அப்பா... அந்த ஊரு டிராஃபிக்கை நினைச்சா உடம்பு சிலிர்க்குது. ஆமா, அது உண்மையாலும் ரிட்டைர்ட் மனுசங்க ஊருதான் போ. டிராஃபிக் ஜாம்ல போக்கறதுக்கு அவங்ககிட்ட அவ்வளவு நேரம் இருக்கல்ல. நொச்சுக்கொட்டாம அதையும் பொறுத்துங்கரானுங்களே..."

"போதும் போதும். இந்த நாட்டிலயும் எனக்கு பெங்களூர் டிராஃபிக்கப் பத்தி பேச விருப்பமில்ல. அதைப் பற்றி தத்துவ ஆன்மீகம் போன்ற எல்லா விதமான விவாதங்களும் நடந்திருக்கு."

ஒரு நிமிடம் சும்மா இருந்தேன். இரண்டு மடக்கு குடித்தான். பிறகு நிதானமாகப் பேசினான்,

"உனக்கு ஒரு விஷயம் சொல்றேன். நீ ஒரு எழுத்தாளன்தானே, உனக்குப் புரியும்."

இப்படியான பேச்சுகள் எனக்குப் புதிதல்ல. எழுத்தாளர்களுக்கு மக்களிடம் இருக்கும் மிகுந்த நம்பிக்கையை எத்தனை முறை அனுபவித்திருக்கிறேன். யாருக்கும் புரியாதது அவர்களுக்குப் புரியும் என்ற நம்பிக்கை. அவர்கள் எதையாவது சொல்வார்கள் என்ற நம்பிக்கை. வாழ்க்கையின் எந்த அதிகங்களையும், அதிசயங்களையும், விபத்துகளையும், கிளர்ச்சியையும் மற்றும் எல்லாவற்றையும் விட காதலையும் அவர்கள் கருணையுடன் பார்ப்பார்கள் என்ற நம்பிக்கை. அதனால் நான் எத்தனை காதல் கதைகளைக் கேட்டிருக்கிறேன்.

"சொல்" என்றேன்.

"என் அப்பா பெங்களூரில் நான்கு ஆண்டுகள் இருந்தார். நான் அப்போதுதான் அங்கே உயர்நிலைப் பள்ளிக்குப் போனது. எங்க இருந்தது தெரியுமா? பி.ஈ.எல். பேக்டரி இருந்ததே அதன் அருகில். அப்போது அந்த ஏரியா முழுவதும் கிராமம் போல இருந்தது. இப்போது அதை என்னவென்று அழைக்கிறார்களோ நினைவிற்கு வரவில்லை. பள்ளி எங்கள் வீட்டிற்கு மிக அருகில் இருந்தது. அங்கே இரண்டு மரங்கள் இருந்தன. ஒன்று ஆலமரம். ஒன்று மாமரம். எங்கள் பள்ளிக்கு வெளியே இருந்த மரங்கள். அதன் எதிரில் காலி இடம். அதுதான் எங்கள் விளையாட்டு மைதானம்."

ஜோதிர்மொயி பெங்களூரில் இருந்தான் என்று எனக்குத் தெரியவே தெரியாது. தெரிந்திருந்தால் ஒருவேளை அவனுடன் சிறிது மென்மையாக இருந்திருப்பேனோ என்னமோ. பேசிக்கொண்டே அவன் உணர்ச்சிவசமானான்.

"நான் இரண்டு மாதங்களுக்கு முன்பு அங்கு போயிருந்தேன். சொன்னால் நீ நம்பமாட்டாய். என்னால் பள்ளி இருக்கும் இடத்தைக் கண்டுபிடிக்கவே முடியவில்லை. சுத்திச் சுத்தி சோர்வடைந்துபோனேன். எல்லாம் எவ்வளவு மாறிவிட்டது என்றால் எதுவும் அடையாளம் தெரியவே இல்லை. கார் டிரைவர் 'எங்க போகணும் சார், எங்க போகணும்னு சொன்னா

யாரையாவது கேட்கலாம்...' என்று கேட்டுக்கொண்டே இருந்தான். ஆனால் நான்தான் பிடிவாதம் பிடித்தேன். ஆனால் எத்தனை முயற்சி செய்தாலும் எந்த அடையாளமும் கிடைக்கவில்லை. எங்கே இருக்கிறேன் என்றே தெரியவில்லை. எனக்கு நினைவில் இருந்த எதுவும் அங்கே இருக்கவில்லை. சாஹிப் கடை, விளையாட்டு மைதானம், மரங்கள், தெருவின் மூலையில் இருந்த பெரிய வீடு, தெருவின் தொடக்கத்திலேயே இருந்த பெரிய சுவர் கிணறு எதுவும் காணவில்லை. இவற்றில் ஏதாவது ஒன்று கிடைத்தாலும் உடனே எனக்குப் பிடி கிடைத்திருக்கும். தேடித் தேடி கடைசிவரை கிடைக்காமல் டிரைவரிடம் பள்ளியின் பெயரைச் சொன்னேன். அவன் யாரையோ கேட்டான். இரண்டு தெரு தள்ளி இருப்பதாகச் சொன்னார்கள். பள்ளி கிடைத்த பின்பும் எனக்கு அதன் அடையாளம் கிடைக்கவில்லை. அங்கிருந்த மாமரம் இருக்கவில்லை. ஆலமரத்தின் சுற்றிமுற்றி அக்கம் பக்கத்திலும் முன்னாலும் பின்னாலும் வீடுகள் கடைகள் புற்றுகள் மாதிரி பரவி இருந்தன. மரத்தின் அடிப்பகுதியே தெரியவில்லை. தொலைவில் இருந்த வீடுகளின் கூரைகளிலிருந்தே மரம் உண்டானதுபோல தோன்றியது. பள்ளிக் கட்டடத்தை இடித்து புதிதாக மூன்று மாடிக் கட்டடங்கள் எழுந்திருந்தன. அதனால் பள்ளிக்கு விளையாட்டு மைதானமே இல்லை. இந்தச் சின்ன நிலப்பகுதியில் சிமெண்ட் பூசியிருந்தார்கள். நாங்கள் வளாகத்தில் தூள் கிளப்பி விளையாடிக்கொண்டிருந்தது, புற்றின் மீது மூத்திரம் அடித்தது எல்லாம் வேறொரு உலகம் என்பதுபோலத் தோன்றியது. அந்த இடமே பூமியிலிருந்து காணாமல் போனது. பள்ளியின் முன் பெரிய பலகையில் ஐசிஎஸ்ஈ வகுப்புகள் எடுக்கப்படும் என்று வண்ணத்தில் எழுதி இருந்தது. என் சிறுவயதின் ஒரு துகள் அழிந்துவிட்டது. நீ மாற்றம் என்ற போது, பெங்களூரைப் பற்றி பேசியபோது இவை எல்லாம் நினைவிற்கு வந்தது பார்."

கடைசியாக அவன் பேச்சுகளில் அழுகை நிறைந்ததைப்போல தோன்றியது. ஜோதிர்மொயியின் இந்த முகம் எனக்குத் தெரிந்தே இருக்கவில்லை. எனக்கு என்ன செய்யவேண்டுமோ எதுவும் தோன்றவில்லை.

நான் சும்மா இருந்தது அவனுக்கு எப்படி இருந்ததோ என்னமோ, சிறிய வெளிறிய சிரிப்பு சிரித்து இன்னும் இரண்டு மடக்குக் குடித்தான்.

மௌன விரதம் போல ஐந்து நிமிடம் இருவரும் சும்மா இருந்தோம். பிறகு நானே பேசினேன். "வேறு விஷயம் ஏதாவது பேசு, யாரைத் திருமணம் செய்துகொண்டாய்? பிள்ளைகள் இருக்கிறார்களா? இருந்தால் எத்தனை?" என்று கேட்டேன்.

அவனுக்கு புது உற்சாகம் ஏற்பட்டது போலானது.

"என் மனைவி ஜெயஸ்ரீ, ஹோம் மேகர். ஹா...ஷாப்பிங் செய்வாள். என்னைக் கவனித்துக் கொள்வாள். அவள் அப்பா இண்டஸ்ட்ரியலிஸ்ட். பணக்கார வீட்டுப் பெண். கல்கத்தாவில் வளர்ந்தவள். நாங்கள் இப்போது இருப்பது மும்பையில். அவளுக்கு அந்த ஊர் போரடிக்குதாம். அதனால் எப்போதும் எதையாவது செய்துகொண்டே இருப்பாள். சோஷியல் சர்வீஸ். தினசரி கல்கத்தாவை நினைத்துக் கொள்வாள். கடந்தகாலத்து அந்தக் கல்கத்தாவின் நினைவிலேயே வாழ்கிறாள். பெயிண்டிங்க்ஸ் வாங்குகிறாள், விற்கிறாள். எக்சிபிஷன் போடுகிறாள். ஷீ ஈஸ் அ கிரேட் வுமன். டைம்ஸ் பேஜ் த்ரீலயும் இரண்டுமுறை வந்திருக்கிறாள். யூ நோ வேர் ஐ மெட் ஹெர்? பிரித்வி தியேட்டரின் வெளியே இருக்கும் கேண்டீனில. அவளுக்கு கலை உலகின் மக்களின் தொடர்பு கொஞ்சம் அதிகம். உனக்கே தெரியும் தானே. ஓவியம் தீட்டறவங்க, நாடகக்காரங்க, எழுத்தாளங்க எல்லாம் ஒரே கூட்டமுன்னு. அது எப்படியோ எல்லோருக்கும் எல்லாரும் தெரிஞ்சிருக்காங்க. எங்கள் காதல் புதுசா இருந்தப்போ எனக்கும் இந்த விஷயங்களில் எல்லாம் ஆர்வம் இருக்குன்னு நினைச்சேன். இல்லை நான்தான் அப்படி நடிச்சனோ தெரியாது. ஆனால் அது தொடரவே இல்லை. எந்த சங்கீத நிகழ்வுக்கும் நேரத்துக்குச் சரியா போய்ச் சேரவே முடியவில்லை. போனாலும் அரைமணி நேரத்தில போராடிச்சுரும். புரியவே புரியாது. பிறகு அந்த பெயிண்டிங் கண்காட்சிகளோ... உண்மையைச் சொல்லு ஏதாவது உனக்குப் புரிந்திருக்கிறதா? நாடகங்கள் என்னமோ கொஞ்சம் பரவாயில்லை. ஏதோ கொஞ்சநஞ்சம் கதை இருந்தா சகிச்சுக்கலாம். எப்படியோ இரண்டு வருடத்திற்குப் பிறகு அவள் என்னை அழைப்பதையே நிறுத்திவிட்டாள். எனக்கும் கரியர் பில்ட் செய்யற உற்சாகம் வந்தது. அதற்குள் மகன் பிறந்தான். இல்லை என்றால் எங்களுக்கு இடையே என்ன ஆகியிருக்குமோ. நான் பாடுபட்டு உழைச்சு மேலே வந்தாலும் அவளுக்கு அதைப்பத்திக் கவலையே இல்லை. பணம் எதுக்குன்னு கேக்கறா. ஆனால் பணம் இல்லாமல் என்னவாகும்?

அவளுக்குத் தெரியாதா? உன் அப்பா அதைத்தானே செஞ்சான் என்றால் எனக்கு அப்பன் மீது மதிப்பே கிடையாது. நீயும் அதுபோலத்தான் நடந்துக்கிற... என்கிறாள். தினமும் நாங்கள் சண்டை போட்டுக்கொண்டு தூரம் விலகிவிலகிச் செல்கிறோம். மகன் சிப்ஸ் தின்னுக்கிட்டு டீவி பாத்துக்கிட்டு வளர்றான். விளையாடுன்னு சொன்னா கம்ப்யூட்டர் கேம் விளையாடறான்.

ஒரு சுகமான குடும்பத்துக்கு இனி என்ன வேணும்? பொண்டாட்டிகூட பேச்சே இல்லை. மகன் சொன்ன பேச்சை கேக்கறதில்லை, அலுவலகத்தில கைநிறைய வேலை, பேங்க் பேலன்ஸ் மட்டும் ஏறிக்கிட்டே போகுது. எல்லாம் மாறிவிட்டது. இருபது வருஷத்து பழைய போட்டோவை எடுத்துப் பார்த்தா அதில அவள்கூட நின்னுருக்கறத பார்த்தாலே தெரியும் அவளிடம் அன்பே இல்லாமல் இருப்பது. இப்போது ஒருவரை ஒருவர் அசிங்கப்படுத்திக்கொண்டிருக்கிறோம்.''

அதற்குள் அவனுக்கு ஒரு ஃபோன் வந்தது. ''எக்ஸ்க்யூஸ் மீ'' என்று ஃபோனை எடுத்துக்கொண்டான்.

''ஹலோ, யார் வேணும்? ஆமா...ஆமா, நான் பனேஷ் பேசறது... நான் இந்தோனேசியாவில் இருக்கேன். வர மூணு நாளாகும். வந்த பிறகு பேசலாம். எனக்கு அந்த பிராபர்ட்டில இண்ட்ரெஸ்ட் இருக்கு. நானே வந்து பேசறேன்...ஓகே...குட் நைட்...''

பனேஷ்? - எனக்கு வியப்பாக இருந்தது. இவன் ஜோதிர்மொயி இல்லை என்றால் இதுவரை நான் கேட்டுக்கொண்டிருந்த கதை யாருடையது? எனக்கு பனேஷ் தெரியவே தெரியாதே! இவனுக்கு சொல்லிவிடவா என்று யோசிப்பதற்குள் அவன் ஃபோனில் பேசுவதை முடித்துவிட்டு வந்தான்.

''ஹா...என்ன சொல்லிக்கிட்டு இருந்தேன். என்ன சொல்லிக்கிட்டு இருந்தேன்? போகட்டும் விடு. கேட்பது முக்கியம். சொல்லிக்கொள்ள மனுசங்க கிடைக்கறது முக்கியம். உனக்கு ஒரு அதிசயமான நிகழ்வைச் சொல்றேன். உன் கதையில் பயன்படுத்திக்கொள்ளலாம், அவ்வளவு சுவாரஸ்யமானது. இது... என்ன ஆனது தெரியுமா? இரண்டு மாதத்திற்கு முன்பு ஜனவரியில் நான் லக்னோ புறப்பட்டேன். மும்பையிலிருந்து தில்லி போய் அங்கிருந்து ஃப்ளைட் பிடிக்க வேண்டி இருந்தது. தில்லியிலே கடுமையான பனி. ஏர்போர்ட் நிறைய மக்கள். லக்னோ ஃப்ளைட் எப்பப் போகுமோ தெரியாது என்றார்கள்.

சரி, எல்லாரையும் ஆட்டு மந்தையைப்போல ஏர்போர்ட் லாஞ்சில் நிறைத்து அமர்த்தினார்கள். அப்ப வந்தான் பாரு. ஹலோ, எத்தனை வருஷம் ஆச்சு உன்னைப் பார்த்துன்னு சொல்லித் தழுவிக்கிட்டான். பார்க்க என் கிளாஸ்மெட் விஷ்வாஸ் போல இருந்தான். அவன் அவ்வளவு நம்பிக்கையோட இருக்கறப்ப நான் எப்படிப் பேரைக் கேட்பது? சுத்திவளைச்சு யார் யார் விசயமெல்லாமோ பேசினோம். நாகேஷ் தெரியுமா என்றால், யாரு சீனியர் கிளாசில ஜமுனா கூட சுத்திக்கிட்டு இருந்தானே அவனான்னு கேக்கறதா? இந்த ஜமுனா என்பவள் இருந்தாளா இல்லையா என்பது மறந்துவிட்டது. ஆனா இந்த நாகேஷ் தெருஞ்சிருந்தாலும் இருப்பான். சரி, புரஃபசர் ராவ் எப்படி இருக்கார் என்றான். ரிட்டைர்ட் ஆன பாவி என்றான். ராவ் என்ற பெயர் எவ்வளவு காமன் என்றால் எல்லா இன்ஸ்டிடூட்டிலும் ஒருவர் இருந்தே இருப்பார். இனி எப்படி அவன் பெயரைக் கண்டுபிடிப்பது என்று தெரியவில்லை. வீட்டுக்கு வா என்று வற்புறுத்தினான். பேசிக்கொண்டிருக்கும்போதே என்னை சுந்தர் என்று அழைத்தான். எப்படிபட்ட சூழ்நிலை பார், எனக்கு அவன் பெயர் தெரியாது. அதற்கு மேல நான் யாரோன்னு நினைச்சு என்னோட பேசிக்கிட்டிருக்கான். ஆனாலும் ஒரு மணிநேரம் நாங்கள் சுமுகமாகவே பேசிக்கொண்டிருந்தோம். அவனுக்கு தான் தவறாகப் புரிந்துகொண்டது தெரியவில்லை. எனக்குப் புரிந்தாலும் தப்பித்துக்கொள்ள முடியாது. இப்போது என்ன செய்யவேண்டும்? என் அதிர்ஷ்டத்திற்கு லக்னோ ஃப்ளைட் அனவுன்ஸ் ஆனது. தப்பித்தேன்.

ஆனால் யோசித்தபோது ஏனோ சலிப்பாக இருந்தது. என் வாழ்க்கை எவ்வளவு காமன் ஆக இருக்கிறது என்று தோன்றியது. ஒரு சில வருடங்களைத் தாண்டி முன்னே வந்தால் நினைவில் நிற்பது தற்போதைய சங்கதிகள் மட்டும். ஓரிரு பெயர்களைத் தவிர ஏறக்குறைய எல்லாம் மற்றவர் வாழ்க்கையைப் போலத்தான். ஒன்றோடு ஒன்று மாறினாலும் வித்தியாசப்படாது என்றே தோன்றியது. அப்படித் தோன்றியபோது என் பள்ளி ஆசிரியர் நினைவிற்கு வந்தார். என்னை மிகவும் ஊக்குவிக்கும் ட்ராயிங்க் டீச்சர். வாழ்க்கையில் அறிவுடன் வெளிப்படுத்தும் மொழியையும் கற்கவேண்டும். ஓவியம் வரைந்து, கவிதை எழுதுங்கள், பாட்டுப் பாடுங்கள்... உங்கள் தனித் தன்மை என்ன என்பதைக் கண்டுகொள்ளுங்கள்... இப்படி எல்லாம் சொல்வார்...

ஆனால் தேர்வுக்கு பயன்படாதவர்களின் வார்த்தையை யார் கேட்பார்கள்? நாங்கள் எல்லாம் அவரைக் கேலி செய்வோம்... ஆனால் தற்சமயம் எனக்குள் ஏதேதோ சிந்தனைகள் வருகிறது. வாங்கும் சுகத்திற்கல்லாமல், எந்தப் பொருளையும் ஏன் வாங்கவேண்டும் என்று கேள்வி எழுப்பினால் விடையே கிடைக்காது. அப்போது அவரைப் பற்றிய நினைவு வந்தது. அவர் பேச்சில் ஏதோ சிறப்பானது இருப்பதாகத் தோன்றியது. அவரைத் தேடிக்கொண்டுதான் நான் பெங்களூர் போனேன். இதை இதுவரை யாரிடமும் சொன்னதில்லை. என் மனைவியிடமும் சொல்லவில்லை."

இப்போது என் வாய் அடைந்தது. எனக்குத் தெரிந்த ஜோதிர்மொயி வேறு யாரோ. இந்த பனேஷ் யாரோ என்னமோ.

மறுபடியும் அவனுடைய மொபைல் ஃபோன் அலறியது. எடுத்துப் பார்த்துச் சொன்னான். "என் மனைவி...எக்ஸ்க்யூஸ் மீ."

இந்தக் கதைக்கு உண்மையான திருப்பம் வந்தது இப்போது. அவன் பேச்சைக் கேட்ட பிறகு.

"ஆமா, நாளானைக்கு வர்றேன். நீ போ. நான் கண்டிப்பாக வர்றேன். இப்போது யாருடன் இருக்கிறேன் தெரியுமா? த ஃபேமஸ் ரைட்டர் ரதன் காவலே. வந்த பிறகு எல்லாம் சொல்கிறேன்... ஆமாம் ஆமாம் அவன்தான் அவன்தான் ...ஓகே குட்நைட்..."

இப்போது இன்னும் குழப்பமானது. என் பெயரை ரதன் காவலேயாக மாற்றிவிட்டானே. நான் ரதன் காவலே அல்ல என்றால் இந்த மாலைப்பொழுது பாழாகிவிடும். சும்மா இரண்டு ட்ரிங் போட்டுவிட்டுப் போய்விடலாம் என்று நினைத்தேன். ஒன்று நான் ரதன் காவலேயின் வேஷம் போடவேண்டும். அவன் கேட்கும் கேள்விகளுக்கு ஏதோ பதில் சொல்லி தப்பித்துக் கொள்ளலாம். அல்லது நான் ரதன் காவலே அல்ல என்று சொல்லி, "போனால் போகட்டும் விடு, இப்படியாவது நமக்குள் அறிமுகமானதே" என்று சொல்லிவிடலாம். அப்போது, நாங்கள் பேசும் பேச்சுகள் எதுவும் மாறிவிடாது. பெயர் வேறாக இருந்திருக்கும் அவ்வளவுதான். அல்லது அரிதான எந்தச் சங்கதிகளையும் எங்கள் வாழ்க்கையில் நாங்கள் கவனிக்கவே இல்லையா? எந்த வழியைத் தேர்ந்தெடுத்தாலும் வித்தியாசமாகாது என்று தோன்றி நான் ரதன் காவலே ஆனேன்.

அவன் மகிழ்ச்சியாக இருந்தான். “என் மனைவிக்கு நான் இப்போது உன்னுடன் இருக்கிறேன் என்று தெரிந்து மகிழ்ச்சியாக இருக்கிறாள். என்னைப் பற்றிக் கேட்டது போதும். இப்போது உன்னைப் பற்றிச் சொல். உன் மனைவியின் பெயர் என்ன? எத்தனை பிள்ளைகள்?”

நான் என்ன சொல்ல? மனைவியின் பெயர் ஷாலினி என்று சொல்லட்டுமா? இல்லை விரும்பிக் கிடைக்காத காமினியின் பெயரைச் சொல்லவா?

எப்படியோ ரதன் காவலே ஆகிவிட்டேனல்லவா. தொடர்வோம் என்று நினைத்தேன்.

“அவள் பெயர் காமினி” என்றேன்.

அப்படிச் சொன்ன உடன் பேச்சுக்கு ஒரு சுதந்திரம் கிடைத்ததுபோலானது. காமினியைப் பற்றி யோசித்துக்கொண்டு போனேன். அவளை நினைவு கூர்ந்தேன்.

காமினி...அவளைப் பற்றி என்ன சொல்வது என்று தெரியவில்லை. தற்சமயம் அவளைப் பற்றி யோசிக்கவே இல்லை. அவளுக்கு எதில் ஆர்வம் இருந்தது? ஸ்வட்டர் பின்னுவதில். நான் கல்லூரியில் இருந்தபோதே ஒரு ஸ்வட்டர் பின்னிக் கொடுத்திருந்தாள். பிறகு என்ன ஆனது? எங்கள் திருமணமானது. பிறகு என்னவாயிற்று? பிள்ளை பிறந்தது. ஆண் பிள்ளை. பிறகு? பிறகு நான் என் கம்பெனியில் உயர்ந்துகொண்டே போனேன். ஷி லுக்ட் ஆஃப்டர் மி ...பிறகு? ஸ்வட்டர் பின்னுவது யாருக்குத் தேவை. அதென்ன பெரிய வித்தையா? பிறகு எல்லாம் இதே மாதிரி. ஷாலினியுடன் இருந்ததுபோல. ஏனோ இந்தப் புதுக்கதையில் சுவாரஸ்யமானது எதுவும் தோன்றவே இல்லை என்று தோன்றியது.

அவன் நான் பிறகு என்ன சொல்வேன் என்று காத்துக் கொண்டிருந்தான். ஒரு மடக்குக் குடித்தேன். அவன் எதிர்பார்ப்பைத் தணிக்க ஏதாவது பேசும் கட்டாயம் என் மீது இருந்தது.

“வீட்டை நடத்துவது அவள். இல்லை என்றால் என்னால் முடியாது” என்றேன்.

"உண்மை, உண்மை. எல்லா இடத்திலேயும் ஒரே மாதிரி" என்றான்.

திடீரென்று எங்களுக்குள் பேச ஒன்றுமே இல்லை என்றது போலானது. கையில் இருந்த கிளாசிலிருந்து பெரிய மடக்காகக் குடித்து காலி செய்தேன்.

"இன்னொரு ட்ரிங்க்" என்றான். "புறப்படுகிறேன்" என்று எழுந்துவிட்டேன்.

"பேக் செய்யவேண்டும். நாளை விடியக் காலையில் நான் புறப்படவேண்டும்" என்றான்.

"குட் நைட்"

என்னை வழி அனுப்ப அறையின் வாசல்வரை வந்தான். அங்கே மெல்லிய இருட்டாக இருந்தது.

"வி மஸ்ட் கீப் இன் டச். என் கார்டைக் கொடுக்கிறேன் இரு." பின் பாக்கெட்டிலிருந்து பர்சை எடுத்து அதில் தன் கார்டைத் தேடினான். ஒரு கத்தை கார்டுகளில் அவனுடையது மட்டும் உடனே கிடைக்கவில்லை. கடைசியில் ஒன்றை எடுத்து என் கையில் வைத்து "அது என்னுடையதுதான் என்று நினைக்கிறேன்" என்று தமாஷ் செய்தான். அதைக் கண்ணால் கூடப் பார்க்காமல் பையில் வைத்தேன்.

"என் கார்ட் பையில் இல்லை. ஆனால் ஒரு விஷயம் சொல்லவேண்டும்" என்றேன்.

"என்ன?"

"நான் ரதன் காவலே அல்ல."

"அப்ப, ஹூ ஆர் யூ?" என்றான்.

நான் சொல்லவில்லை.

சும்மா சிரித்துவிட்டுப் புறப்பட்டேன்.

பதினாறாவது மாடியின் அந்த நீளமான காரிடாரின் இரண்டு பக்கமும் வரிசையாக அறைகள். நம்பர் ஒன்றைத்தவிர ஒரே மாதிரி இருந்த அந்த மூடிய கதவுகளுக்கு எதிரில் நடு இரவில்

நடப்பது ஒரு விசித்திரமான அனுபவம். என் பின்னாலிருந்து அவன் கூவிச் சொன்னது கேட்டது:

"ஹூ ஆர் யூ?"

"ஹூ ஆர் யூ?"

நான் அவன் வார்த்தைகள் காதில் விழாதது போல, திரும்பிப் பார்க்காமல் விறுவிறு என்று நடந்தேன். அவன் குரல் மறுபடியும் கேட்டது.

"ஹூ ஆர் யூ பாஸ்டர்ட்..."